AF761294

മൂന്നാംലിംഗം
ലിംഗനീതിക്കായുള്ള നിലവിളികൾ

moonnamlingam:linganeethikkayulla nilavilikal

•

editor
shaji joseph

•

first edition
september 2015

•

typesetting
dbh overbridge, TVPM

•

published
chintha publishers, thiruvananthapuram

•

•

cover
midas

•

cover photo
p abhijith

•

വിതരണം

ദേശാഭിമാനി ബുക്ക് ഹൗസ്

H O തിരുവനന്തപുരം-695 035
phone: 0471-2303026, 6063026
www.chinthapublishers.com
chinthapublishers@gmail.com

ബ്രാഞ്ചുകൾ

ഹെഡ്ഡാഫീസ് ബ്രാഞ്ച് കുന്നുകുഴി • സ്റ്റാച്യു തിരുവനന്തപുരം • കെ എസ് ആർ ടി സി ബസ് സ്റ്റേഷൻ ആലപ്പുഴ • കെ എസ് ആർ ടി സി ബസ് സ്റ്റേഷൻ എറണാകുളം • ചിറ്റൂർ റോഡ് എറണാകുളം • മച്ചിങ്ങൽ ലെയ്ൻ തൃശൂർ • ഐ ജി റോഡ് കോഴിക്കോട് • മാവൂർ റോഡ് കോഴിക്കോട് • എൻ ജി ഒ യൂണിയൻ ബിൽഡിങ് കണ്ണൂർ • സെൻട്രൽ ബസ് ടെർമിനൽ കോംപ്ലക്സ് താവക്കര കണ്ണൂർ

CO - 2246 / 3726

മൂന്നാംലിംഗം
ലിംഗനീതിക്കായുള്ള നിലവിളികൾ
(പഠനം)

എഡിറ്റർ
ഷാജി ജോസഫ്

ചിന്ത പബ്ലിഷേഴ്സ്
തിരുവനന്തപുരം-695 035
വില: ₹ 145

ഷാജി ജോസഫ്

തിരുവനന്തപുരം ജില്ലയിലെ കഠിനംകുളം മുണ്ടൻചിറയിൽ 1975 ൽ ജനനം. അച്ഛൻ: വൈ ജോസഫ്. അമ്മ: ഐവി (റോസ്മേരി).

എസ് കെ വി എൽ പി സ്കൂൾ കഠിനംകുളം, സെന്റ് മൈക്കിൾസ് എച്ച് എസ് പുതുക്കുറിച്ചി, ഗവ. ആർട്സ് കോളേജ് തിരുവനന്തപുരം എന്നിവിടങ്ങളിൽ വിദ്യാഭ്യാസം. കാലിക്കട്ട് യൂണിവേഴ്സിറ്റി ഡിസ്റ്റൻസ് എജ്യൂക്കേഷനിൽ മലയാള സാഹിത്യ ബിരുദാനന്തര ബിരുദ വിദ്യാർത്ഥി.

സാക്ഷരത-ജനകീയാസൂത്രണ പ്രവർത്തകൻ, തുമ്പ തുടർവിദ്യാ കേന്ദ്രം അസി. പ്രേരക്, ദീപിക/രാഷ്ട്രദീപിക ഫീൽഡ് എക്സിക്യൂട്ടീവ്, ഇ എം എസ് സമ്പൂർണ്ണകൃതി സ്റ്റാഫ്, കേരള ശാസ്ത്ര സാഹിത്യ പരിഷത്ത് കഴക്കൂട്ടം മേഖലാ സെക്രട്ടറി എന്നീ നിലകളിൽ പ്രവർത്തിച്ചു. ഇപ്പോൾ ചിന്ത പബ്ലിഷേഴ്സിൽ പ്രൂഫ് റീഡർ.

ജീവിത പങ്കാളി	:	സരിത ഷാജി
മക്കൾ	:	ഫിദൽ സന്ദേശ്, ലിയോ ജോഫ്
വിലാസം	:	ഹരിതാലയം കഠിനംകുളം പുതുക്കുറിച്ചി പി ഒ തിരുവനന്തപുരം 695 303
മൊബൈൽ	:	9496141638
email	:	shajikadinamkulam@gmail.com facebook.com/shajijoseph

ഉള്ളടക്കം

പ്രസാധകക്കുറിപ്പ്

അവഗണിക്കപ്പെട്ട മനുഷ്യരുടെ രോഷവും രോദനവും പൊതുസമൂഹം ശ്രദ്ധിച്ചുതുടങ്ങുകയാണ്. സ്ത്രീക്കും പുരുഷനുമപ്പുറം ഒരു ലിംഗപദവി സുസാദ്ധ്യമാണ് എന്ന് ജീവിതം നമ്മെ പഠിപ്പിക്കുന്നു. സത്യത്തെ അവഗണിക്കുവാൻ ഏറെക്കാലം കഴിയുകയില്ലല്ലോ. ലോകത്ത് പലയിടങ്ങളിലും മൂന്നാംലിംഗത്തെ അഥവാ തേർഡ്ജന്ററിനെ അംഗീകരിക്കുകയും അവർക്ക് തുല്യനീതി ഉറപ്പാക്കുകയും ചെയ്തിട്ടുണ്ട്. ഇന്ത്യയിൽ യാഥാസ്ഥിതിക സമൂഹം തേർഡ്ജന്ററിന്റെ സാമൂഹ്യപദവി സംബന്ധിച്ച് അയുക്തികമായ കാഴ്ചപ്പാടുകൾ വച്ചുപുലർത്തുകയും തങ്ങളുടെ ശബ്ദം ഉറക്കെ കേൾപ്പിക്കുകയും ചെയ്തു. അവരുടെ ശബ്ദത്തിന് മേധാവിത്വമുള്ള പ്രത്യയശാസ്ത്രത്തിന്റെ പിൻബലമുണ്ടായിരുന്നതിനാൽ പൊതു സ്വീകാര്യതയും ഉണ്ടായി. എന്നാൽ പാർലമെന്റിലെ നിയമനിർമ്മാണ നീക്കങ്ങളും സുപ്രീംകോടതി വിധിയും ഇന്ന് ലിംഗനീതി ഉറപ്പാക്കാനുള്ള ശ്രമങ്ങൾക്ക് ശക്തിപകർന്നിട്ടുണ്ട്. തേർഡ്ജന്ററിനെ അവഗണിച്ച കേരളീയ സമൂഹം അവരെപ്പറ്റി എഴുതുന്നതുപോലും മോശമായിക്കണ്ടു. ഈ മനോഭാവത്തെ ഉല്ലംഘിക്കുന്ന രചനകളുടെ സമാഹാരമാണ് ഷാജി ജോസഫ് എഡിറ്റുചെയ്ത ഈ പുസ്തകം. തേർഡ്ജന്ററിനെപ്പറ്റി സവിശേഷ ധാരണയുണ്ടാക്കാൻ ഈ കൃതി സഹായകരമാകും.

ചിന്ത പബ്ലിഷേഴ്സ്

സമർപ്പണം

വീട്ടിലും നാട്ടിലും ഇടം കിട്ടാതെപോയ
എന്റെ ബാല്യകാല സുഹൃത്ത് ബിജുവിനും
ഐവൻ, ഷൈജു... പേരറിയുന്നവരും അറിയാത്തവരുമായ
മറ്റ് മൂന്നാംലിംഗ ജന്മങ്ങൾക്കും.......

എഡിറ്ററുടെ കുറിപ്പ്

ആണും പെണ്ണും അല്ലെങ്കിലെന്താ...?

ആണുംപെണ്ണും കെട്ടവൻ/ൾ എന്നു പ്രയോഗിച്ചുകാണുന്നത് പൊതുവെ, അപമാനവല്ക്കരിക്കലിന്റെ ഭാഗമായാണ്. വൈവിദ്ധ്യങ്ങളെല്ലാം ഒന്നായി മാറണമെന്ന ഏകാധിപത്യ ചിന്തയുടെ ഭാഗമാണത്. നിഷ്പ്രയാസേന സാദ്ധ്യമല്ലതന്നെ സമൂഹ മേധാവിത്വചിന്തകൾ മാറ്റിയെടുക്കുക എന്നത്. പക്ഷേ, അതിന് വഴങ്ങിവിധേയമാവുക എന്നത് അക്ഷരാർത്ഥത്തിൽ മരിച്ചുജീവിക്കുന്നതിന് തുല്യമാണ്. പെൺരീതി പേറുന്ന ആൺശരീരവും ആൺരീതി പേറുന്ന പെൺശരീരവും ഒരുപക്ഷേ, ഇത്തരം ജീവിത സാഹചര്യത്തിലൂടെയാണ് കടന്നുപോകുന്നത്.

ഒരു മനുഷ്യൻ ബോധപൂർവ്വമായ പ്രവർത്തനത്തിലൂടെ സൃഷ്ടിക്കുന്ന ഒന്നല്ല അവന്റെ ഇച്ഛയ്ക്കനുസൃതമായ ആൺ/പെൺ പിറവി. നമ്മുടെ ജൈവഘടനയിലൂടെ നാമറിയാതെ രൂപപ്പെടുന്ന ഒന്നാണത്. ഇതെല്ലാം മാറ്റിമറിക്കാനുള്ള ശ്രമങ്ങൾ നടന്നുകൊണ്ടിരിക്കുന്നുവെങ്കിലും ഇപ്പോഴും ആൺകുട്ടിക്ക് ജന്മം നല്കണമോ പെൺകുട്ടിക്ക് ജന്മം നല്കണമോ എന്ന ആഗ്രഹം ഒരുവന്റെ തെരഞ്ഞെടുക്കലിന് വിധേയമായല്ല സംഭവിക്കുന്നത്. പിറവികൊള്ളുന്ന കുഞ്ഞ് എങ്ങനെയായിത്തീരണമെന്ന ആഗ്രഹംപോലും നമ്മുടെ നിശ്ചയപ്രകാരമാകണമെന്നില്ല. ഇത് തിരിച്ചറിയുന്ന അഭ്യസ്തവിദ്യർപോലും ആൺശരീരവും പെൺരീതിയുമായോ പെൺശരീരവും ആൺരീതിയുമായോ കാണപ്പെടുന്നവരോടുള്ള സമീപനം ഒരു പരിഷ്കൃതനു വേണ്ടതരത്തിൽ രൂപപ്പെടുത്തിയെടുക്കുന്നതിൽ പരാജയപ്പെട്ടു കാണുന്നു.

ജനിതക ഘടകങ്ങളുടെയും സാഹചര്യങ്ങളുടെയും പ്രതിപ്രവർത്തനത്തിലൂടെയാണ് ഓരോ ജീവിയും രൂപംകൊള്ളുന്നത്. ഈ രണ്ടു ഘട

കങ്ങൾ തമ്മിലുള്ള വൈരുദ്ധ്യാത്മകമായ പ്രതിപ്രവർത്തനത്തിൽ നിന്നാണ് വ്യക്തിത്വം രൂപംകൊള്ളുന്നതുതന്നെ. ആണായോ പെണ്ണായോ ജന്മം കൊള്ളുന്നവർക്ക് അതേയവസ്ഥയിൽ ജീവിക്കാം. എന്തുകൊണ്ടാണ് ആൺപെൺ രീതിപേറുന്നവർക്ക് അത്തരം അവസ്ഥയിൽ ജീവിക്കാൻ കഴിയാതെ പോകുന്നത്. പുരുഷ കേന്ദ്രീകൃത കുടുംബവ്യവസ്ഥ വളർത്തിയെടുത്ത രീതികൾ ഇത്തരം വ്യത്യസ്തതകളെ ഉൾക്കൊള്ളുന്നതിന് വിഘാതമാകുന്നു എന്നതാണ് യാഥാർത്ഥ്യം.

പൊതു ഉടമാവകാശത്തിനുമേൽ സ്വകാര്യസ്വത്ത് വിജയം നേടിയതിൽനിന്നുളവായ 'പുരുഷന്റെ പരമാധികാര'ത്തിന് അടിത്തറ പാകിക്കൊണ്ടാണ് ഏകദാമ്പത്യ കുടുംബം ഊട്ടിയുറപ്പിക്കപ്പെടുന്നത്. സ്ത്രീ പുരുഷ ബന്ധത്തിന് അപ്പുറത്തേക്ക് ഒന്നിനെയും കുടുംബം എന്ന പരികല്പനയിൽ വീക്ഷിക്കാൻ കഴിയാതെ പോകുന്നതിന്റെ പ്രധാനകാരണമിതാണ്.

കുടുംബ വ്യവസ്ഥയുടെ ഇപ്പോഴത്തെ രൂപമായ ഏകദാമ്പത്യ ബന്ധത്തിന് മുന്നേ നിലവിലിരുന്നുവെന്ന് കരുതുന്ന കുടുംബവ്യവസ്ഥകളിൽ പുരുഷന് ഇത്രത്തോളം അധികാരം ഊട്ടിയുറപ്പിക്കപ്പെട്ടിരുന്നില്ല. കുടുംബപരിധിക്കകത്തെ എല്ലാ മുത്തശ്ശിമാരും മുത്തശ്ശന്മാരും അന്യോന്യം ഭാര്യാ ഭർത്താക്കന്മാരും അടുത്ത തലമുറയിൽപ്പെടുന്ന പരസ്പരം ഭാര്യാ ഭർത്താക്കന്മാരായ മാതാപിതാക്കളും ഇതേരീതിയിൽ വരുന്ന മൂന്നും നാലും തലമുറയിൽപ്പെടുന്ന മക്കളും കൊച്ചുമക്കളും എല്ലാം ചേർന്ന രക്തബന്ധ കുടുംബവ്യവസ്ഥയിൽനിന്നും; അച്ഛനും മക്കളും സഹോദരനും സഹോദരിയും തമ്മിലുള്ള ലൈംഗിക ബന്ധം ഒഴിവാക്കുക എന്നതിന് പ്രാമുഖ്യം നല്കുകയും നേരെയോ വകയിലോ ഉള്ള കുറേ സഹോദരന്മാർ ഒന്നിച്ച് അവരുടെ കുടുംബത്തിൽപ്പെടാത്ത കുറേ സഹോദരിമാരുടെ ഭർത്താവായിരിക്കുന്നതുമായ പുനലുവൻ കുടുംബ വ്യവസ്ഥയിൽനിന്നും; ഒരു സ്ത്രീയുടെ കൂടെ കഴിഞ്ഞുകൂടുകയും വല്ലപ്പോഴുമൊക്കെ ബഹുഭാര്യാത്വവും വ്യഭിചാരവും നടത്തുവാനുള്ള അവകാശം കുത്തകയാക്കിവെച്ച പുരുഷനും ഒരാളുടെ ഭാര്യയായിക്കഴിയുന്ന കാലത്ത് മറ്റൊരു പുരുഷനുമായി ബന്ധപ്പെടുന്നത് കർശനമായി നിരോധിക്കപ്പെടുകയും ചെയ്തിരുന്ന യുഗ്മകുടുംബ വ്യവസ്ഥയിൽനിന്നും; പരിവർത്തനത്തിലൂടെ, ഏകദാമ്പത്യ കുടുംബവ്യവസ്ഥയിലേക്കെത്തിച്ചേരുമ്പോൾ വിപുലമായ അവകാശങ്ങളുണ്ടായിരുന്ന സ്ത്രീയുടെ സ്ഥാനം ചുരുങ്ങിച്ചുരുങ്ങി വന്നതായി കാണാം. *കുടുംബം സ്വകാര്യസ്വത്ത് ഭരണകൂടം എന്നിവയുടെ ഉത്ഭവം* എന്ന ഗ്രന്ഥത്തിൽ എംഗൽസ് പറയുന്നു.

> യുഗ്മകുടുംബം പ്രത്യേകം വീടുപുലർത്തുവാൻ പ്രാപ്തമായിരുന്നില്ല. അത് അഭിലഷണീയവുമായിരുന്നില്ല. അതുകൊണ്ട് പ്രാചീന കമ്യൂണിസ്റ്റ് സ്വഭാവമുള്ള പൊതുഭവനം തുടർന്നും നിലനിന്നു. പക്ഷേ, ഈ ഭവനമെന്നുപറഞ്ഞാൽ സ്ത്രീകളുടെ ഭരണാ

> ധികാരമെന്നാണർത്ഥം. സമൂഹത്തിന്റെ ആരംഭത്തിൽ സ്ത്രീ പുരുഷന്റെ അടിമയായിരുന്നു എന്ന ധാരണ പതിനെട്ടാം നൂറ്റാണ്ടിലെ 'ജ്ഞാനോദയകാലം' പടച്ചുവിട്ട ഒരു പമ്പര വിഡ്ഢിത്തമാണ്. കാടത്തത്തിലും അപരിഷ്കൃതാവസ്ഥയുടെ താഴ്ന്ന ഘട്ടത്തിലും പൂർണ്ണമായും ഉന്നത ഘട്ടത്തിൽ ഭാഗികമായും സ്വതന്ത്രവും വളരെ ബഹുമാന്യവുമായ സ്ഥാനമാണ് സ്ത്രീക്കുണ്ടായിരുന്നത്.

മുതലാളിത്ത ഉല്പാദന സമ്പ്രദായത്തിന്റെ തിരോധാനത്തോടുകൂടി പുതുതായി വന്നുചേരുന്ന കുടുംബവ്യവസ്ഥകളുടെ സവിശേഷതകളെക്കുറിച്ച് എംഗൽസിന്റെ നിരീക്ഷണം ശ്രദ്ധേയമാണ്. ഒരു സ്ത്രീയെ പണത്തിന്റെയോ മറ്റേതെങ്കിലും ശക്തിയുടെയോ സ്വാധീനമുപയോഗിച്ച് വിധേയരാക്കാൻ അവസരമില്ലാത്ത പുരുഷന്മാരുടെയും യഥാർത്ഥ ഇഷ്ടം കൊണ്ടല്ലാതെ മറ്റെന്തെങ്കിലും പരിഗണനകൊണ്ട് യാതൊരു പുരുഷനും വിധേയരാകാത്ത സ്ത്രീകളുടെയും ഒരു തലമുറ വളർന്നു വന്നതിനു ശേഷം മാത്രമേ പുതുതായി വന്നുചേരുന്ന ലൈംഗിക ബന്ധങ്ങളുടെ സവിശേഷതകൾ എന്തെന്ന് വ്യക്തമാക്കൽ സാദ്ധ്യമാകൂ. അങ്ങനെയൊരു തലമുറ വന്നാൽ അവരുടെ പ്രവർത്തനം നമ്മുടെ ഇന്നത്തെ ചിന്താരീതിക്ക് അനുസൃതമായിട്ടായിരിക്കണമെന്നില്ല. അവർക്ക് അവരുടേതായ രീതിയും പൊതുസ്വഭാവവുമുണ്ടായിരിക്കും. അത് ഓരോ വ്യക്തിയുടെയും രീതിക്കനുസൃതവുമായിരിക്കും.

ഓരോ വ്യക്തിയുടെയും രീതിക്കനുസൃതമായ വ്യത്യസ്തതകളെ അംഗീകരിച്ചുകൊടുക്കാൻ കഴിയില്ല എന്നുതന്നെയാണ് ലിംഗന്യൂനപക്ഷ സംഭവവികാസങ്ങൾ ചൂണ്ടിക്കാട്ടുന്നത്. എന്തിനേറെ, പൊതു ഇടത്തിലും വീട്ടിടത്തിലും സ്ത്രീ പുരുഷന്മാർ തമ്മിൽ നിലനില്ക്കേണ്ട പരസ്പരപൂരകത്തിനുള്ള സാദ്ധ്യത കൃത്രിമ സന്താന നിയന്ത്രണത്തിലൂടെ നഷ്ടപ്പെടുമെന്ന ഭയത്തിൽനിന്ന് കൃത്രിമ സന്താന നിയന്ത്രണം ഒരു അപരാധമായി കരുതുകയും പ്രകൃതിവിരുദ്ധമെന്ന് മുദ്രകുത്തുകയും ചെയ്ത ഒരു വർത്തമാനകാല സംഭവം നമുക്കുമുന്നിലുണ്ട്. ജന്മം കൊടുക്കലിന്റെ ഭാരം കുറയുന്നതോടുകൂടി സമൂഹം കെട്ടിയേല്പിച്ച പദവികൾ നഷ്ടപ്പെട്ട് ഭാര്യ പൊതുരംഗത്ത് പുരുഷനെപ്പോലെ നില്ക്കുമെന്ന ഭയപ്പാടായിരുന്നു അതിനു പിന്നിൽ.

ഈ പുസ്തകത്തിലെ 'മനുഷ്യമാംസം തന്നെ വിശിഷ്ടഭോജ്യം' എന്ന ലേഖനത്തിൽ കെ ഇ എൻ എഴുതുന്നതുപോലെ;

> ഇന്നലെവരെ മനുഷ്യൻ സമം പുരുഷൻ എന്ന കാഴ്ചപ്പാടാണ് പ്രയോഗത്തിൽ പുലർന്നത്. മനുഷ്യവംശത്തിൽനിന്നും പുറത്താക്കപ്പെട്ട സ്ത്രീകളുടെ പ്രതിഷേധങ്ങൾ ശക്തമായപ്പോഴാണ്, മനുഷ്യകുലം ആണും പെണ്ണും കൂടിച്ചേർന്നതാണെന്ന സത്യം

പതുക്കെ സ്വീകരിക്കപ്പെട്ടത്. എന്നാൽ ആണിലും പെണ്ണിലും പെട്ട വർ, 'ആണും പെണ്ണുംകെട്ട' എന്നാക്ഷേപിക്കുന്ന മറ്റൊരു വിഭാഗം അവഗണിതരും അപഹാസിതരുമായി സ്വന്തം മേൽവിലാസം അഭി മാനത്തോടെ കണ്ടെത്താനാവാതെയാണ് ഇപ്പോഴും ജീവിക്കുന്നത്. നിലവിലുള്ള അപേക്ഷാ ഫോറങ്ങളിൽപ്പോലും ആൺ/പെൺ ലിംഗവിഭാഗങ്ങൾക്കല്ലാതെ, മറ്റൊരു മൂന്നാംവിഭാഗത്തിന് പൂരിപ്പി ക്കാൻ പോലും കോളങ്ങളില്ല. വിസ്തൃതമായ ഈ ഭൂമിയിൽ പതിവ് ആൺ/പെൺ പരികല്പനകളിൽനിന്ന് വ്യത്യസ്തമായ ആഭിമു ഖ്യങ്ങളുള്ളതുകൊണ്ടു മാത്രം ഒരു വിഭാഗത്തെ വേട്ടയാടുന്നതിൽ എന്തു ന്യായമാണ് മറ്റു ലിംഗവിഭാഗക്കാർക്കുള്ളത്. ആണും പെണ്ണും എന്നപോലെ അവരും ഈ ഭൂമിയുടെ പുളകമാണ്. ശരീ രത്തിന്റെയും മനസ്സിന്റെയും വേറൊരുവിധത്തിലുള്ള ആവിഷ്കാ രമെന്ന നിലയിൽ അവരും കൂടിച്ചേർന്നതാണ് മനുഷ്യകുലം.

വ്യക്തികളിൽ കടന്നുകൂടുന്ന ഒഴിവാക്കപ്പെടാനാകാത്ത വാസന കൾ, ലൈംഗിക അഭിലാഷങ്ങൾ എന്നിവ എങ്ങനെയാണ് പ്രകൃതിവിരു ദ്ധതയുടെ പട്ടികയിലുൾപ്പെടുത്താനാവുന്നത്. ഭിന്നജീവിത സാഹചര്യ ങ്ങളും ലൈംഗികതയുമൊക്കെ പ്രകൃതിവിരുദ്ധമെന്ന് മുദ്രകുത്തി ഒഴി വാക്കേണ്ടവയാണെന്ന ധാരണ പരത്തുന്നതുതന്നെ നിലനില്ക്കുന്ന വൈവിദ്ധ്യപൂർണ്ണമായ ജീവിത സാഹചര്യത്തെ ഇല്ലായ്മ ചെയ്യുന്നതിന് ലാക്കാക്കിയുള്ള ബോധപൂർവ്വമായ ശ്രമമാണ്.

ലെസ്ബിയൻ, ഗേ, ബൈസെക്ഷ്വൽ, ട്രാൻസ്ജന്റർ അവ സ്ഥയിലുള്ളവരെ ചികിത്സിച്ചോ, പഴിചാരിയോ അടിച്ചമർത്തിയോ മറ്റോ മാറ്റിയെടുക്കാനാവുന്നതാണോ?

വൈദ്യശാസ്ത്രമതമനുസരിച്ച്, രൂപപ്പെടുമ്പോഴേ പെണ്ണവസ്ഥയിൽ കാണപ്പെടുന്ന ഗർഭസ്ഥശിശുക്കളെ ആണോ പെണ്ണോ എന്ന് തിരിച്ചറി യാൻ കഴിയുന്നത് ആറാഴ്ചയ്ക്കുശേഷമാണ്. പുരുഷഹോർമോണായ ആൻഡ്രോജൻ ഗർഭസ്ഥശിശുവിന് ലഭിക്കുന്നതോടുകൂടി വൃഷണമുണ്ടാ വുകയും രണ്ടാം ഗഡുവായി ലഭിക്കുന്ന പുരുഷഹോർമോൺ സ്ത്രൈണാവസ്ഥയിലുള്ള ഗർഭസ്ഥശിശുവിന്റെ മസ്തിഷ്കത്തെ പുരു ഷാവസ്ഥയിലേക്ക് മാറ്റുകയും ചെയ്യുന്നു. ഇപ്രകാരം പുരുഷഹോർമോൺ ലഭിച്ചില്ലായെങ്കിൽ ഒന്നുകിൽ പെൺഭാവം കൂടുതലുള്ള ഒരാൺകുഞ്ഞിന് ജന്മം നല്കേണ്ടിവരും. പുരുഷനായി മാറുമെങ്കിലും സ്വവർഗ്ഗരതി (ഗേ)യിൽ ഇക്കൂട്ടർ തല്പരരായിരിക്കും. അതുമല്ലെങ്കിൽ, പൂർണ്ണമായും സ്ത്രീയുടെ മസ്തിഷ്കവും ചേഷ്ടകളും എന്നാൽ പുരുഷ ലൈംഗികാ വയവങ്ങളുമുള്ള ഒരു കുഞ്ഞിന് ജന്മം നല്കേണ്ടിവരും. ആണെന്നോ പെണ്ണെന്നോ വിളിക്കാൻ കഴിയാവുന്ന ഒരവസ്ഥയല്ലിവർക്ക്. രണ്ടുംകെട്ട തെന്നോ, പെണ്ണനെന്നോ, പെണ്ണാളനെന്നോ, ഒൻപതെന്നോ, ചാന്തു

പൊട്ടെന്നോ, നപുംസകമെന്നോ, ഹിജഡയെന്നോ ഉള്ള വിളിപ്പേരുകളിൽ ഇവർ അറിയപ്പെടുന്നു. ഇവരെ സംബന്ധിച്ച് എതിർലിംഗത്തിൽ പെടുന്നവർ പുരുഷന്മാരാണ്. ഒരു സ്ത്രീ പുരുഷനെ പ്രണയിക്കുന്നതുപോലെ ഇവർക്ക് സ്വാഭാവിക രതി സാദ്ധ്യമാകുന്നത് പുരുഷനിലൂടെയാണ്(സ്ത്രീയോടും പുരുഷനോടും ഒരേസമയം താല്പര്യം തോന്നുന്നവരുമുണ്ട്). യഥാർത്ഥ അവസ്ഥയിൽനിന്ന് വ്യത്യസ്തമായി ഒരു പുരുഷനെന്ന/ സ്ത്രീയെന്ന നിലയിൽ ഇവരെ നോക്കിക്കാണുമ്പോഴാണ് സ്വാഭാവികമായതിനെ അസ്വാഭാവികമെന്ന് മുദ്രകുത്തി പ്രകൃതിവിരുദ്ധത ആരോപിക്കേണ്ടിവരുന്നത്.

ഒരു ഗർഭസ്ഥശിശു ഗേ, തേർഡ്ജന്റർ അവസ്ഥയിൽ എത്തിച്ചേരുന്നതെങ്ങനെയെന്ന വൈദ്യവീക്ഷണമാണ് കണ്ടത്. ലൈംഗികാവയവം പെണ്ണിന്റേതും തലച്ചോറിലേക്ക് ലഭിക്കേണ്ട ഹോർമോൺ സ്ത്രീയുടേതുമായാലേ ഒരു കുഞ്ഞ് സ്ത്രീയാകുന്നുള്ളൂ. അതിനുപകരം തലച്ചോറിലേക്ക് ലഭിക്കേണ്ട ഹോർമോൺ പുരുഷന്റേതായാലോ. പുരുഷ സ്വഭാവവും പെൺ ശരീരവുമുള്ള ഒരു ജന്മം സാദ്ധ്യമാകും. ഇവർ പുരുഷനോടൊപ്പം വിവാഹ ജീവിതം നയിക്കുമെങ്കിലും സ്വാഭാവിക രതി സാദ്ധ്യമാകുന്നത് സ്ത്രീകളിലൂടെ തന്നെയാണ്(ഒരേസമയം പുരുഷനോടും സ്ത്രീയോടും താല്പര്യമുള്ളവരുമുണ്ട്).

സ്ത്രീ പുരുഷനെ മാത്രമേ സ്നേഹിക്കാൻ പാടുള്ളൂവെന്ന പുരുഷകേന്ദ്രിത പ്രണയ സങ്കല്പത്തെ ഉടച്ചുവാർത്ത ഗ്രീസിലെ കാവ്യദേവത സാഫോയുടെ ജന്മംകൊണ്ടനുഗ്രഹീതമായ ലെസ്ബോസാണ് സ്ത്രീകൾ തമ്മിലുള്ള ലൈംഗികതയെ സൂചിപ്പിക്കാൻ ഉപയോഗിക്കുന്ന ലെസ്ബിയൻ എന്ന പദം സമ്മാനിച്ചത്. കവിതകളിലൂടെ സ്വവർഗ്ഗ പ്രണയാവിഷ്കാരം നടത്തി എന്നതിന്റെ പേരിൽ സാഫോയെ ലെസ്ബിയനായി ചിത്രീകരിച്ചത് പുരുഷന്മാർ കൈയടക്കിവച്ചിരുന്ന സർഗ്ഗാത്മക മേഖലകളിലേക്കുള്ള സ്ത്രീയുടെ രംഗപ്രവേശം തടയുന്നതിനുവേണ്ടിയാണ് എന്ന ആരോപണവും നിലവിലുണ്ട്.

ഒരു ശരീരത്തിൽത്തന്നെ ആൺ പെൺ ജനനേന്ദ്രിയവുമായി പിറക്കുന്ന മറ്റൊരു കൂട്ടരുണ്ട്.

> ജനിച്ച കുട്ടി ആണോ പെണ്ണോ എന്ന് പറയാൻ കഴിയാത്ത വിഷമാവസ്ഥ, പ്രത്യയശാസ്ത്ര വ്യവഹാരത്തെ സംബന്ധിച്ചിടത്തോളം പ്രതീകാത്മകമാണ്. ആണും പെണ്ണുമല്ലാത്ത അവസ്ഥയെ എങ്ങനെ സംബോധന ചെയ്യുമെന്ന ചോദ്യം ആധുനിക ഭാഷാശാസ്ത്രത്തെ ഉലയ്ക്കാൻ പറ്റിയ രാഷ്ട്രീയ ചോദ്യമാണ്.

'മൂന്നാംലിംഗത്തിനു നാവുണ്ടോ' എന്ന ഈ പുസ്തകത്തിലെ തന്നെ ലേഖനത്തിൽ ഷിജു ഏലിയാസ് തുടരുന്നു:

ഉഭയലിംഗ മനുഷ്യനു ജന്മം നല്കുന്നതിനേക്കാൾ ഷണ്ഡനായിരിക്കാൻ ആഗ്രഹിക്കുന്ന പിതാവ് സമൂഹത്തിന്റെ ലിംഗാധിപത്യഘടനയ്ക്ക് വിനീത വിധേയനായ പുല്ലിംഗരൂപത്തിന്റെ പ്രതിപുരുഷനാണ്. മൂക്കിനുതാഴെ രോമമുള്ള സ്ത്രീയുടെ ഭർത്താവായിരിക്കുന്ന പുരുഷൻ സ്വന്തം പുരുഷാധിപത്യ പദവിയിൽ ഉൽക്കണ്ഠ വച്ചുപുലർത്തുന്നത് ഈ അവസ്ഥയുടെ പ്രതിഫലനം മാത്രമാണ്.

രണ്ടു മാസമായി മാസക്കുളി വരുന്നില്ലെന്നു പറഞ്ഞെത്തിയ പുരുഷനെക്കണ്ട് ഞെട്ടിയ വനിതാ ഡോക്ടറുടെ അനുഭവം നിലമ്പൂരിൽ നിന്നുണ്ടായത് ഈ അടുത്തകാലത്താണ്. അതുവരെ ആണായിരിക്കുകയും പതിനെട്ട് വയസ്സോടുകൂടി ആർത്തവം തുടങ്ങുകയും ചെയ്ത രാജുവിനെ ഡെസ്നി സുൽഹ് 'ഇവനെ/ളെ ജീവിക്കാനനുവദിക്കൂ' എന്ന ലേഖനത്തിലൂടെ പരിചയപ്പെടുത്തിയിരുന്നു.

ഏതെങ്കിലും ഒരവസ്ഥയിലേക്ക് മാറപ്പെടാൻ ആഗ്രഹിക്കുന്നതു തന്നെ പലപ്പോഴും നിവൃത്തിയില്ലാതെയാണ്. ഒരവസരത്തിൽ പെട്ടെന്നെടുക്കുന്ന തീരുമാനമല്ലത്. പെണ്ണാകലിന്റെ/ആണാകലിന്റെ ദുരിത വഴികൾ അത്ര നിസ്സാരമായി കണ്ടുപോകേണ്ടതല്ല.

പ്രകൃതി ആവശ്യപ്പെടുന്ന പ്രത്യുല്പാദനം സാദ്ധ്യമാകുന്നില്ല എന്ന കുറവേ ഇവരിൽ കണ്ടുവരുന്നുള്ളൂ. അമ്മയായി മാറാനുള്ള ആഗ്രഹം മനസ്സിൽ താലോലിച്ചോ കുഞ്ഞുങ്ങളെ എടുത്തുവളർത്തിയോ ഒതുക്കുന്നു എന്നതൊഴിച്ചാൽ ഇവർക്കുള്ളിലെ പ്രശ്നങ്ങൾ മറ്റ് ലൈംഗിക ബന്ധങ്ങളിൽ നിന്നുണ്ടാകുന്നതുപോലെതന്നെ രൂക്ഷമാണ്. പങ്കാളിയെ കണ്ടെത്തുക എന്നത് സ്ത്രീ പുരുഷ ബന്ധങ്ങളിലേതുപോലെ അത്ര എളുപ്പമല്ല എന്നതുതന്നെ ഇവരുടെ ബന്ധം വളരെ ആഴത്തിലുള്ളതാക്കുന്നു. നഷ്ടപ്പെടുന്ന ഇണയ്ക്കു പകരം മറ്റൊന്ന് തിരഞ്ഞെടുക്കാനുള്ള അവസരക്കുറവ് ബന്ധം ദൃഢതരമാക്കി മാറ്റുന്നു. സംഘങ്ങളായി വസിക്കുന്നവരിൽ ഉണ്ടായി വരുന്ന പ്രശ്നങ്ങൾ അവരുടെ കൂട്ടായ്മയിൽത്തന്നെ പരിഹരിക്കപ്പെടുന്നുണ്ട്.

ലൈംഗികബന്ധം പ്രത്യുല്പാദനപരമായൊരു അനിവാര്യതയായാണ് കണ്ടിരുന്നത്. പക്ഷേ, ഇന്നതൊരു അനിവാര്യതയല്ല. അതുകൊണ്ടാണല്ലോ സന്താനനിയന്ത്രണം കൃത്രിമമായി നിജപ്പെടുത്തേണ്ട അവസ്ഥ മനുഷ്യരിലുണ്ടായത്. ഈ അനിവാര്യ ഘട്ടത്തിലും കൃത്രിമ സന്താന നിയന്ത്രണം അപരാധമായി കരുതുന്ന മതവീക്ഷണം പുലർത്തുന്നവരുണ്ട്.

കുടുംബാസൂത്രണ പരിപാടി കേരളത്തിലാരംഭിച്ചത് സാമ്പത്തിക പ്രതിസന്ധിയിൽനിന്ന് രക്ഷനേടാനുള്ള ഉത്തമമാർഗ്ഗം ജനസംഖ്യാനിയന്ത്രണവും ചെറിയ കുടുംബവുമാണെന്ന പ്രചരണത്തോടെയാണ്. കൂടാതെ ഭരണകൂടം ജനസംഖ്യാ നിയന്ത്രണത്തെ വികസനത്തിനുള്ള

മുഖ്യമാർഗ്ഗങ്ങളിലൊന്നാണെന്ന നിലയ്ക്ക് കാണുകയും കൃത്രിമ ജന നനിയന്ത്രണത്തെ അതിനുള്ള മുഖ്യ ഉപകരണമായി എടുത്തുകാട്ടുകയും ചെയ്തു. വ്യക്തിക്കും കുടുംബത്തിനും സമൂഹത്തിനും ഒരുപോലെ ഗുണമുണ്ടാകുന്നതാണെന്നുള്ള വാദങ്ങളാണ് കുടുംബാസൂത്രണ പ്രച രണം മുന്നോട്ടുവച്ചത്. അവിവാഹിതരും മറ്റുമൊക്കെ ഈ അവസരം ഉപയോഗിച്ച് ഈ വ്യവസ്ഥിതിയെ ലൈംഗിക അരാജകത്വത്തിലേക്ക് നയി ക്കുമെന്ന് ഭയന്നിരുന്നു.

തൊട്ടാൽപ്പൊള്ളുന്നൊരു വിഷയമായി ഇവിടെയെല്ലാം നില്ക്കുന്നത് ലൈംഗികതയാണ്. അത് പൊതുചർച്ചയ്ക്ക് വിധേയമാകുന്നതും താൻ ലൈംഗിക തല്പരനാണെന്ന് വരുന്നതും എന്തോ അപരാധമാണെന്ന മട്ടായിത്തീർന്നിട്ടുണ്ട്. തലനാരിഴകീറി പരിശോധിക്കേണ്ടത് ലൈംഗിക തയെക്കുറിച്ച് മാനംമുട്ടെ കെട്ടിപ്പൊക്കിയ സങ്കല്പങ്ങളെയാണ്. അതാണ് തകർന്നടിയേണ്ടത്. കുടുംബവൃത്തത്തിനകത്ത് നിന്നുകൊണ്ടല്ലാതെ നട ക്കുന്ന എതിർലിംഗ ബാന്ധവം പോലും അംഗീകരിക്കപ്പെടാതിരിക്കുന്ന സാഹചര്യം നിലനില്ക്കുമ്പോൾ എങ്ങനെയാണ് സ്വവർഗ്ഗാനുരാഗ ബന്ധ ങ്ങളെ നിയമംപോലും നോക്കിക്കാണുന്നത് എന്നത് സ്വവർഗ്ഗ പ്രേമികൾ അവരുടെ ലൈംഗിക സ്വാതന്ത്ര്യത്തിനായി നടത്തിയ നിയമപോരാട്ടം വീക്ഷിക്കുന്നതിലൂടെ വ്യക്തമാകും.

ഉഭയ സമ്മതപ്രകാരമുള്ള സ്വവർഗ്ഗരതിയെ കുറ്റകൃത്യമല്ലാതാക്കാൻ നാസ് ഫൗണ്ടേഷൻ 2001 ൽ ദില്ലി ഹൈക്കോടതിയിൽ പൊതുതാല്പര്യ ഹർജി കൊടുക്കുകയും ഹർജി തള്ളുകയും 2004 ൽ റിവ്യു ഹർജി കൊടു ക്കുകയും ചെയ്തു. അതും തള്ളിപ്പോയി. തുടർന്ന് 2004 ൽത്തന്നെ സുപ്രീംകോടതിയെ സമീപിച്ചു. ഹർജി പുനഃപരിശോധിക്കാൻ 2006 ൽ ഹൈക്കോടതിയോട് സുപ്രീംകോർട്ട് നിർദ്ദേശിക്കുന്നു. സ്വവർഗ്ഗരതി സദാ ചാര വിരുദ്ധവും വൈകൃതവുമാണെന്ന് 2008 ൽ കേന്ദ്ര ഗവൺമെന്റ് കോടതിയിൽ നിലപാട് സ്വീകരിച്ചു. മതഗ്രന്ഥങ്ങൾ അടിസ്ഥാനമാക്കാതെ ശാസ്ത്രീയ റിപ്പോർട്ടുകൾ അടിസ്ഥാനമാക്കാൻ കോടതി കേന്ദ്രത്തോട് ആവശ്യപ്പെട്ടു. ജുഡീഷ്യറിയല്ല പാർലമെന്റാണ് ഈ വിഷയത്തിൽ തീരു മാനമെടുക്കേണ്ടതെന്ന് കേന്ദ്രസർക്കാർ നിലപാട് സ്വീകരിച്ചു. ഉഭയസ മ്മതപ്രകാരമുള്ള സ്വവർഗ്ഗരതിക്ക് നിയമസാദ്ധ്യത നല്കുന്ന 2009 ലെ ദില്ലി ഹൈക്കോടതി വിധിക്കെതിരെ ഒരു ജ്യോത്സ്യൻ സുപ്രീംകോടതിയെ സമീപിക്കുകയും 2012 ൽ വിചാരണ ആരംഭിക്കുകയും അതേവർഷം തന്നെ വിചാരണ പൂർത്തിയാകുകയും ചെയ്തു. സ്വവർഗ്ഗരതിയെ കുറ്റ കൃത്യമായി കണക്കാക്കുന്ന പഴയനിയമം ശരിവയ്ക്കുന്ന ജസ്റ്റിസ് സിങ്‌വിയും ജസ്റ്റിസ് മുഖോപാദ്ധ്യയും ചേർന്ന സുപ്രീംകോടതി രണ്ടംഗ ബഞ്ച് പാർലമെന്റിന് ഈ കാര്യത്തിൽ വേണമെങ്കിൽ നിയമഭേദഗതി വരുത്താമെന്നും അഭിപ്രായപ്പെട്ടു.

ഡോ. കെ എസ് ഡേവിഡ് ഈ പുസ്തകത്തിലെതന്നെ 'വികൃതി ഏവം പ്രകൃതി' എന്ന ലേഖനത്തിൽ പറയുന്നതുപോലെ;

> ശാസ്ത്രരംഗങ്ങളിൽ എന്തു മാറ്റങ്ങൾതന്നെ വന്നാലും, ശാസ്ത്രീയ സത്യങ്ങൾ വെളിപ്പെട്ടാലും തങ്ങൾ വിശ്വസിക്കുന്ന മൂല്യബോധത്തിന്റെയും ധാർമ്മികതയുടെയും വെളിച്ചത്തിൽ മാത്രം നീതിബോധത്തെ വ്യാഖ്യാനിക്കുമെന്ന് വാശിപിടിക്കുന്ന നീതിപീഠംപോലും കാലത്തെ പിന്നോട്ട് നയിക്കുകയാണ്.

സ്വവർഗ്ഗ ലൈംഗികതയെക്കുറിച്ചുള്ള സുപ്രീംകോടതി വിധിയാണ് ഇത്തരമൊരു ചർച്ച അനിവാര്യമാക്കിയതെന്ന കാര്യം സൂചിപ്പിച്ചുകൊണ്ട് അദ്ദേഹം തുടരുന്നു:

> നിയമത്തിന്റെ വെളിച്ചത്തിൽ വ്യാഖ്യാനിക്കപ്പെടേണ്ട ഒരു വിഷയമാണ് ലൈംഗികതയും സ്വവർഗ്ഗരതിയും എന്ന ചിന്തയാണ് ആദ്യത്തെ പ്രശ്നം. സാധാരണ എല്ലാവരും വലതുകൈ ഉപയോഗിക്കുന്നവരാണ്. എന്നാൽ, ചില പ്രത്യേക ശാരീരിക മാനസിക അവസ്ഥയിൽ അപൂർവ്വം ചിലർ ഇടതുകൈ ഉപയോഗിക്കാറുണ്ട്. സാധാരണ സാമൂഹികരീതി വലതുകൈ ഉപയോഗിക്കുന്നതു തന്നെയാണ് എന്ന് വ്യാഖ്യാനിച്ച് ഇടതുകൈ ഉപയോഗിക്കുന്നതും ഇടതുകൈകൊണ്ട് ഭക്ഷണം കഴിക്കുന്നതും എഴുതുന്നതും പ്രകൃതിവിരുദ്ധമാണെന്ന് നിയമപരമായി തീരുമാനിക്കുന്നതുപോലെ തന്നെ മൗഢ്യമാണ് സ്വവർഗ്ഗലൈംഗികത നിയമവിരുദ്ധമായി കണക്കാക്കുന്നത്.

ലിംഗന്യൂനപക്ഷങ്ങൾ എന്ന പരികല്പനയിൽപ്പെടുന്നവർ ന്യൂനപക്ഷമല്ല എന്നതാണ് മറ്റൊരുകാര്യം. പഠനങ്ങൾ സൂചിപ്പിക്കുംപോലെ, ജീവിതത്തിലൊരിക്കലെങ്കിലും സ്വവർഗ്ഗ ബന്ധങ്ങൾ പരീക്ഷിക്കാത്തവർ ഉണ്ടാകില്ലെന്ന അടിസ്ഥാനത്തിൽ ഈ പ്രശ്നം പരിശോധിച്ചാൽ മേൽ സൂചിപ്പിച്ച വിഭാഗങ്ങൾ ന്യൂനപക്ഷങ്ങളല്ല; ബഹുഭൂരിപക്ഷമാണ് എന്ന് പറയേണ്ടിവരും. വളരെ ചെറിയൊരു കൂട്ടർ മാത്രമാണിവർ എന്ന കോടതിയുടെ പരാമർശംപോലും ഈ വിഭാഗങ്ങളെക്കുറിച്ച് നിലനില്ക്കുന്ന അജ്ഞത തന്നെയാണ് സൂചിപ്പിക്കുന്നത്. പുരുഷനെ ഒന്നാംലിംഗമായും സ്ത്രീയെ രണ്ടാംലിംഗമായും പരിഗണിക്കുമ്പോൾ ഈ രണ്ടുകല്പനയിലും വരാത്തവരെ മൂന്നാംലിംഗമായും ഒന്നും രണ്ടും ലിംഗങ്ങൾ തമ്മിൽ നടത്തുന്ന (പുരുഷ-സ്ത്രീ) രതിയെ സ്വാഭാവികരതിയായും അല്ലാതുള്ള രതിയെ പ്രകൃതിവിരുദ്ധ

രതിയെന്നും കരുതുന്നു. മൂന്നാംലിംഗം എന്ന ലിംഗകല്പനയിൽപ്പെടുന്നവർ എൽ ജി ബി ടി (ലെസ്ബിയൻ, ഗേ, ബൈസെക്ഷ്വൽ, ട്രാൻസ്ജന്റർ) വിഭാഗങ്ങളാണ്. ഇവയിൽത്തന്നെ പല ഉപവിഭാഗങ്ങളുമുണ്ട്. ഇവയെ ആകെ പരിശോധിക്കുമ്പോൾ ജനസംഖ്യയിലെ ഭൂരിഭാഗവും ഒന്നും രണ്ടും ലിംഗഗണത്തിൽ വരുന്നവരല്ല. 'മൂന്നാംലിംഗത്തിന്റെ ജന്മാവകാശങ്ങൾ' എന്ന ഈ പുസ്തകത്തിലെതന്നെ ലേഖനത്തിൽ പി പി സത്യൻ എഴുതുന്നു:

> .....അർദ്ധനാരീശ്വരനായ ശിവൻ, അരവൻ, അയ്യപ്പൻ, യെല്ലമ്മ, ചിത്രാംഗദ, ശിഖണ്ഡി തുടങ്ങിയവരെല്ലാം പുരാണേതിഹാസങ്ങളിലെയും മിത്തുകളിലെയും മൂന്നാംലിംഗ ഗണക്കാരാണ്.
>
> *കാമസൂത്ര*മനുസരിച്ച് സ്വവർഗ്ഗാനുരാഗം തൃതീയ പ്രകൃതിയിൽ പെടുന്നതാണ്. എന്നാൽ, സ്വവർഗ്ഗാനുരാഗം എന്നത് ഒരു സവിശേഷ ഗണത്തിൽ പെടുത്തേണ്ടതാണെന്ന *കാമസൂത്ര* വ്യാഖ്യാനം യാന്ത്രികമാണ്. സാധാരണ നിലയിൽ കുടുംബജീവിതം നയിക്കുന്നവരും, മേൽവിവരിച്ച ജനവിഭാഗങ്ങൾക്കുമിടയിൽ നിലനില്ക്കുന്ന സ്വവർഗ്ഗാനുരാഗത്തെ ഒരു സവിശേഷ ഗണമായി വേർതിരിക്കുക പ്രയാസമാണ്. എന്നാൽ സ്വവർഗ്ഗാനുരാഗികളെന്ന നിലയിൽ ജീവിക്കാനും ആഭിമുഖ്യം പുലർത്താനുമുള്ള ഒരു വിഭാഗത്തിന്റെ അവകാശം പരിരക്ഷിക്കപ്പെടേണ്ടതുണ്ട്. സ്വവർഗ്ഗാനുരാഗം കുറ്റകൃത്യമാണെന്ന കോടതിവിധി സമീപഭാവിയിൽ പുനപരിശോധിക്കപ്പെടാനിടയുണ്ട്. വസ്തുനിഷ്ഠമായി പരിശോധിച്ചാൽ ലോകജനസംഖ്യയിലെ ഭൂരിപക്ഷവും മൂന്നാംലിംഗ ഗണത്തിലും നാലാംലിംഗ ഗണത്തിലും അഞ്ചാംഗണത്തിലും മറ്റും ഉൾപ്പെടുന്നവരാണ്. യഥാർത്ഥ സദാചാരവാദികളും (കപടസദാചാരവാദികളല്ല) ഏകപുരുഷ-പത്നീ വ്രതക്കാരും ജനസംഖ്യയിൽ ഒരു ചെറിയ ന്യൂനപക്ഷം മാത്രമാണ്.

ലിംഗന്യൂനപക്ഷങ്ങളുടെ ലൈംഗികത അരാജകത്വത്തിന് വഴിവെയ്ക്കുമെന്ന പൊതുസമൂഹത്തിന്റെ ആശങ്ക ഇന്ന് സർവ്വസാധാരണമായ കുടുംബാസൂത്രണ പരിപാടി നടപ്പിലാക്കിയപ്പോൾ ഉണ്ടായ ലൈംഗിക അരാജകത്വ ആശങ്കയിൽനിന്ന് വ്യത്യസ്തമായതൊന്നുമല്ല. ഏതൊരു അധികാര പരിധിയുടെയും വെളിയിലാണ്, മനുഷ്യോത്ഭവം മുതൽ വൈവിദ്ധ്യങ്ങളിലൂടെ വികസിച്ചുവന്ന പ്രണയത്തിന്റെയും ലൈംഗികതയുടെയും സ്ഥാനം.

ആധിപത്യ ജനതയുടെ സമ്മർദ്ദങ്ങൾക്കു വഴങ്ങി വ്യത്യസ്ത രീതികളിലുള്ള അടിച്ചമർത്തലുകൾക്ക് വിധേയമായി ലൈംഗിക ന്യൂനപക്ഷ

ങ്ങൾ നരകജീവിതം നയിക്കുന്നത് ഒരു പുരോഗമന സമൂഹത്തിലും വച്ചു പൊറുപ്പിക്കാവുന്നതല്ല. സ്ത്രീകൾക്കെന്നപോലെ മൂന്നാംലിംഗത്തിന്റെയും പൂർണ്ണാവസ്ഥയിലുള്ള സ്വതന്ത്രജീവിതം സാദ്ധ്യമാകുന്നത് മുതലാളിത്തക്രമത്തിലൂടെയാവില്ല. നേരെമറിച്ച്, ഓരോരുത്തർക്കും അവനവന്റെ വൈവിദ്ധ്യങ്ങളോടെ മുന്നോട്ടുപോകാൻ കഴിയുന്നൊരു ലോകക്രമത്തിലൂടെയാവും. അതിനുള്ള പ്രവർത്തനങ്ങളിൽ ഭാഗഭാക്കാവാൻ കഴിയുക എന്നതിനുതന്നെയാണ് പ്രാധാന്യം. ആ ദൗത്യനിർവ്വഹണ പ്രക്രിയയുടെ ഭാഗമാകുമ്പോൾത്തന്നെ സമൂഹനിർമ്മിതിയിൽ അദ്ധ്വാനത്തിന്റെ പങ്ക് നിർവ്വഹിക്കൽ എത്രത്തോളം സാദ്ധ്യമാകുന്നു എന്നതിൽക്കവിഞ്ഞ് ആണോ, പെണ്ണോ, ഇതു രണ്ടുംകൂടിയോ, ഇതു രണ്ടുമല്ലയോ എന്നതിനൊക്കെ എന്തു പ്രസക്തി?

തേർഡ്ജന്റർ, ലിംഗന്യൂനപക്ഷം: കല-സാഹിത്യം, മൂന്നാംലിംഗം അഭ്രപാളിയിൽ, സ്വവർഗ്ഗാനുരാഗം, അഭിമുഖങ്ങൾ എന്നീ അഞ്ചു ഭാഗങ്ങളായി തിരിച്ചിരിക്കുന്ന ഈ പുസ്തകം തയ്യാറാക്കുന്നതിന് സഹകരിച്ച എല്ലാപേർക്കും നന്ദി രേഖപ്പെടുത്തുന്നതിനായി ഈ അവസരം ഞാൻ വിനിയോഗിക്കുന്നു.

ഷാജി ജോസഫ്

ഭാഗം 1

മൂന്നാംലിംഗം
(Third gender)

മൂന്നാംലിംഗത്തിന് നാവുണ്ടോ?

ഷിജു ഏലിയാസ്

ചെക് റിപ്പബ്ലിക്കിലെ ഒരു ഗുഹയിൽനിന്ന് പുരാവസ്തു ഗവേഷകർ 5000 വർഷം പഴക്കമുള്ള ഒരു ഉഭയലിംഗ മനുഷ്യന്റെ ശരീരാവശിഷ്ടം കണ്ടെടുത്തത് ഏറെ വാർത്താ പ്രാധാന്യം നേടിയ സംഭവമാണ്. പുരുഷനോട് കൂടുതൽ സാമ്യമുള്ള ഈ മനുഷ്യനെ സംസ്കരിച്ചിരുന്നത് സ്ത്രീയെപ്പോലെയാണ്. പുരുഷനോ സ്ത്രീയോ അല്ലാത്ത ഈ മനുഷ്യനെ സ്ത്രീയായി കാണാൻ സമൂഹം ശ്രമിച്ചതുകൊണ്ടാണ് മൃതദേഹത്തെ സ്ത്രീയുടെ ആടയാഭരണങ്ങൾ അണിയിച്ചത്. അയാളെ പുരുഷനാക്കുകയായിരുന്നു എളുപ്പമെന്ന് ഗവേഷകർ അഭിപ്രായപ്പെടുന്നു. ലിംഗവ്യക്തിത്വം കളങ്കപ്പെട്ട മനുഷ്യനെ പുരുഷനായി കാണുന്നതിന് അന്നത്തെ സമൂഹത്തിന്റെ പുരുഷാധിപത്യമൂല്യബോധം എതിരായിരുന്നു എന്നു വ്യാഖ്യാനിക്കാൻ എളുപ്പമാണ്.

'ഹെർമഫ്രോഡൈറ്റുകൾ' എന്നോ 'സെക്ഷ്വലി ആംബിഗ്വസ്' എന്നോ വിളിക്കാവുന്ന ഉഭയലിംഗ മനുഷ്യർ, അഥവാ മൂന്നാംലിംഗം, ലോകചരിത്രത്തിലെ ഏറ്റവും പുരാതനവും തീക്ഷ്ണവുമായ സാമൂഹികതിരസ്കാരം നേരിട്ട ജനവിഭാഗമാണ്. കനത്തുതൂങ്ങിയ മുലകളും വൃഷണവും പുരുഷലിംഗവുമുള്ള മനുഷ്യന്റെ രൂപം അപരിഷ്കൃതനായ മനുഷ്യന്റെ അനാദിയായ ഭയങ്ങളെ ഉണർത്തിവിടാൻ പോന്ന ഭാവനയാണ്. പുരുഷ ലൈംഗികാവയവം ഇല്ലാത്ത വ്യക്തിയിൽ സ്ത്രൈണഭാവങ്ങൾ വളരാതിരിക്കുന്നതും മുഖത്തും മാറിലും രോമങ്ങൾ വളർന്ന് പുരുഷഭാവം പകരുന്നതും ലിംഗഭാവനയുടെ സുരക്ഷിത ലോകങ്ങളിൽ ഭയപ്പാടുണ്ടാക്കുന്ന അവസ്ഥ തന്നെയാണ്. ഇത്തരം സ്വത്വപരമായ ഉൾക്കലക്കങ്ങളിൽ വിഹ്വലരായ മനുഷ്യർ കണ്ണടച്ച് ഇരുട്ടാക്കാൻ നടത്തിയ ശ്രമമായിരിക്കണം മൂന്നാംലിംഗത്തിന്റെ സമൂലമായ തിരസ്കാരത്തിൽ കലാശിച്ചത്. ബഹിഷ്കരിക്കപ്പെട്ട മൂന്നാംലിംഗം സമൂഹത്തിന്റെ അതീതഭാവനയിൽ തിരിച്ചുകയറിയപ്പോൾ പല ജനതകളും അവരിൽ ദിവ്യത്വം ആരോപിച്ചു.

ജനിച്ച കുട്ടി ആണോ പെണ്ണോ എന്ന് പറയാൻ കഴിയാത്ത വിഷമാവസ്ഥ, പ്രത്യയശാസ്ത്ര വ്യവഹാരത്തെ സംബന്ധിച്ചിടത്തോളം, പ്രതീകാത്മകമാണ്. ആണും പെണ്ണുമല്ലാത്ത അവസ്ഥയെ എങ്ങനെ സംബോധന ചെയ്യുമെന്ന ചോദ്യം ആധുനിക ഭാഷാ ശാസ്ത്രത്തെ ഉലയ്ക്കാൻ കെല്പുള്ള രാഷ്ട്രീയ ചോദ്യമാണ്. ഉഭയലിംഗമനുഷ്യനു ജന്മം നല്കുന്നതിനേക്കാൾ ശണ്ഡനായിരിക്കാൻ ആഗ്രഹിക്കുന്ന പിതാവ് സമൂഹത്തിന്റെ ലിംഗാധിപത്യഘടനയ്ക്ക് വിനീതവിധേയനായ പുല്ലിംഗരൂപത്തിന്റെ പ്രതിപുരുഷനാണ്. മൂക്കിനുതാഴെ രോമമുള്ള സ്ത്രീയുടെ ഭർത്താവായിരിക്കുന്ന പുരുഷൻ സ്വന്തം പുരുഷാധിപത്യ പദവിയിൽ ഉൽക്കണ്ഠ വച്ചുപുലർത്തുന്നത് ഈ അവസ്ഥയുടെ പ്രതിഫലനം മാത്രമാണ്.

ഇരുപതാം നൂറ്റാണ്ടിന്റെ പകുതിയോടെ ഉഭയലിംഗ മനുഷ്യരെ സ്ത്രീയോ പുരുഷനോ ആയി ചികിത്സിച്ചു പരുവപ്പെടുത്താൻ കച്ചകെട്ടിയ ആധുനിക വൈദ്യശാസ്ത്രം ഇന്നതിന്റെ കത്തി താഴെവച്ച മട്ടാണ്. ജനനേന്ദ്രിയം മുറിച്ചുകളഞ്ഞും രോമം പിഴുതുകളഞ്ഞും മുലക്കണ്ണുകൾ തുന്നിച്ചേർത്തും വൈദ്യശാസ്ത്രം 'സഹായിച്ചിട്ടും' സ്ത്രീയാവാൻ കഴിയാതെ പോയ ഉഭയലിംഗ മനുഷ്യൻ ഒരു സാമൂഹിക പാഠമാണ്. രോമം പറിച്ചു നട്ടും ജനനേന്ദ്രിയം തുന്നിപ്പിടിപ്പിച്ചും ഗർഭപാത്രം എടുത്തുകളഞ്ഞും പുരുഷനാവാൻ ശ്രമിച്ചവരും ഏറെയും പരാജയപ്പെട്ടുകഴിഞ്ഞു. വൈദ്യശാസ്ത്രത്തിന്റെ കത്തിപ്രയോഗം സമൂഹമനസ്സിനു നല്കേണ്ട ഷോക് തെറാപ്പിക്ക് പകരമല്ലെന്ന് ലോകം തിരിച്ചറിഞ്ഞു തുടങ്ങിയിരിക്കുന്നു. മൂന്നാംലിംഗത്തിന്റെ സ്വത്വ പ്രഖ്യാപനം ചിന്താലോകത്തുണ്ടാക്കുന്ന അലയൊലി ആ തിരിച്ചറിവിന്റെ മുഴക്കമാണ്.

ലിംഗപദവിയെക്കുറിച്ചും ലിംഗസമത്വത്തെക്കുറിച്ചുമുള്ള ചർച്ചകളിലേക്ക് മൂന്നാംലിംഗവും 'ക്ഷണിക്കപ്പെട്ടു' തുടങ്ങിയിരിക്കുന്നു. മൂന്നാംലിംഗത്തിന്റെ പദവി അംഗീകരിക്കുന്നതിനുള്ള നിയമനിർമ്മാണത്തിന്റെ വ്യത്യസ്ത വശങ്ങൾ പല രാജ്യങ്ങളിലും ഇന്ന് സജീവ ചർച്ചയാണ്. ഇലക്ട്രോണിക് ദൃശ്യമാധ്യമങ്ങൾ മുതൽ സർഗ്ഗാത്മക സാഹിത്യം വരെയുള്ള മേഖലകളിൽ ഇന്ന് ട്രാൻസ്ജന്ററിന്റെ സാന്നിദ്ധ്യം ദൃശ്യമാണ്. സ്വവർഗ്ഗ ലൈംഗികതയും ലെസ്ബിയനിസവും ചർച്ചചെയ്യുന്നവർ കൊല്ലപ്പെടേണ്ടവരാണെന്ന ധാരണയിൽ നിന്ന് 'ജനാധിപത്യ' രാജ്യങ്ങൾ ഏറക്കുറെ സ്വാതന്ത്ര്യം നേടിക്കഴിഞ്ഞു. പുരുഷാധിപത്യ മൂല്യബോധത്തിനേറ്റ വിള്ളലിലൂടെ മൂന്നാംലിംഗത്തിന്റെ പ്രശ്നം പരിശോധിക്കാനാണ് പുതിയ കാലത്തിന്റെ സംവാദപരിസരം ആവശ്യപ്പെടുന്നത്.

ഒരാൾ സ്ത്രീയോ പുരുഷനോ ആയിരിക്കുന്നത് അയാളുടെ സ്വന്തം കാര്യമല്ല (ഒരു പുരുഷന്റെ 'ആൾട്ടർ ഈഗോ' സ്ത്രീയോ സ്ത്രീയുടേത് പുരുഷനോ ആയിരിക്കാം). പുരുഷൻ പുരുഷനെപ്പോലെ ചിന്തിക്കുമ്പോഴോ സ്ത്രീ സ്ത്രീയെപ്പോലെ ചിന്തിക്കുമ്പോഴോ അതയാളുടെ ലിംഗപരമായ വ്യക്തിസത്തയുടെ ആവിഷ്കാരം മാത്രമല്ല. സമൂഹനിരപേക്ഷമായ അത്തരമൊരു സത്ത ഇല്ലതന്നെ.

സ്ത്രീത്വത്തിന്റെയോ പൗരുഷത്തിന്റെയോ ഓരംചേർന്നു നടക്കുന്ന വ്യത്യസ്തമായ ഒരു ലിംഗഭാവമായി ഇന്ന് മൂന്നാംലിംഗം പരിഗണിക്കപ്പെടുന്നില്ല. നപുംസകങ്ങൾ തലയിൽ കൈവച്ചനുഗ്രഹിച്ചാൽ ഭാഗ്യം വരുമെന്ന വിശ്വാസം ഉത്തരേന്ത്യൻ നാടുകളിൽ നിലവിലുണ്ട്. അതിൽ മൂന്നാംലിംഗം ഒരു സാമൂഹിക നിർമ്മിതി(social construct) യാണ്.

സാമൂഹികശാസ്ത്രത്തിന്റെ അക്ഷരമാലയിൽ ഇന്ന് സ്ത്രീപഠനം ഇടം നേടിക്കഴിഞ്ഞിട്ടുണ്ട്. സ്ത്രീപഠനം അതേയളവിൽ പുരുഷനെക്കുറിച്ചുള്ള പഠനം കൂടിയാണ്. പുരുഷനെക്കുറിച്ചറിയാതെ സ്ത്രീയെയോ സ്ത്രീയെക്കുറിച്ചറിയാതെ പുരുഷനെയോ അറിയാനാവില്ല. സ്ത്രീയും പുരുഷനും ഭാഗഭാക്കാവുന്ന സാമൂഹിക സ്വത്വത്തിൽ ലിംഗാധിപത്യം കടന്നുകൂടുമ്പോഴാണ് സ്ത്രീപഠനം അനിവാര്യമാകുന്നത്. അത് സ്ത്രീ സത്തയെ ഇഴപിരിച്ചെടുക്കുന്നതിലൂടെ പുരുഷന്റെ വ്യക്തിത്വവും അനാവൃതമാക്കുന്നു.

സ്ത്രീ ബ്ലൗസ് ധരിക്കണമെന്നും സാരിയുടുക്കണമെന്നുമുള്ളത് ജീവശാസ്ത്രപരമായ എന്തെങ്കിലും പ്രത്യേകതയല്ല. അങ്ങനെയെങ്കിൽ ലോകത്തെല്ലായിടത്തും സ്ത്രീകൾ സാരിയുടുക്കണമായിരുന്നു. സ്ത്രീ പ്രസവിക്കണമെന്നതും പ്രസവിക്കുന്ന സ്ത്രീതന്നെ മുലയൂട്ടണമെന്നുമുള്ളത് പ്രകൃതിനിയമമാണ്. മുലയൂട്ടുന്ന സ്ത്രീതന്നെ ചോറും വാരിക്കൊടുക്കണമെന്ന നിയമം പ്രകൃതി ഉണ്ടാക്കിയതല്ല. അത് മനുഷ്യനിർമ്മിതമാണ്. കുറച്ചുകൂടി സ്പഷ്ടമായി പറഞ്ഞാൽ സമൂഹനിർമ്മിതി(social construct)യാണ്. സ്ത്രീയും പുരുഷനും ഒരുപോലെ വസ്ത്രം ധരിക്കണമെന്ന് ഇ വി രാമസ്വാമി നായ്ക്കർ പറഞ്ഞത് ജീവശാസ്ത്രം പഠിക്കാത്തതുകൊണ്ടല്ല, സാമൂഹികശാസ്ത്രം പഠിച്ചതുകൊണ്ടും ഒരുപക്ഷേ, പരീക്ഷണ കൗതുകം കൊണ്ടുമാണ്.

മൂന്നാംലിംഗത്തെ സമൂഹം എന്തുകൊണ്ട് ബഹിഷ്കരിക്കുന്നു എന്ന ചോദ്യം പരമപ്രസക്തമാണ്. 'നപുംസകത്വം' ഒരു രോഗാവസ്ഥയായല്ല സമൂഹം കാണുന്നത്. രോഗികളെ സമൂഹം ബഹിഷ്കരിക്കുന്നില്ല. പാർശ്വവൽക്കരണത്തിന്റെ ഏറ്റവും കഠോരമായ അവസ്ഥയാണ് ബഹിഷ്കരണം. പുരുഷകേന്ദ്രിതമായ ലിംഗഭാവനയ്ക്ക് മുറിവേൽല്പിക്കുന്നു എന്നതാണ് മൂന്നാംലിംഗത്തിന്റെ രാഷ്ട്രീയം.

അടൂർ ഗോപാലകൃഷ്ണന്റെ വിധേയൻ എന്ന സിനിമയിലെ നായകൻ അമ്പലക്കുളത്തിൽ എറിയാൻ വേണ്ടി കെട്ടിയുണ്ടാക്കുന്ന തോട്ടപ്പടക്കത്തിന് ഉദ്ധരിച്ചുനില്ക്കുന്ന പുരുഷലിംഗത്തിന്റെ ആകൃതിയാണ്. അതുകൊണ്ട് എന്താണുദ്ദേശിക്കുന്നത് എന്ന ചോദ്യത്തിനും പ്രത്യേകിച്ചൊന്നും ഉദ്ദേശിച്ചിട്ടില്ല എന്ന കൗതുകകരമായ മറുപടിയാണ് അടൂർ നൽകിയത്. അടൂരിന്റെ നായകൻ അമ്പലക്കുളത്തിൽ എറിയുന്ന ലിംഗാകൃതിയിലുള്ള തോട്ട ചീറ്റിപ്പോവുകയാണ് (സഖറിയയുടെ കഥയിൽ അങ്ങനെയില്ല). വിറകുകെട്ടുമായി വരുന്ന സ്ത്രീയെ ബലമായി പിടിച്ചൊതുക്കിയിട്ട് തൊമ്മിയുടെ നേർക്കുതിരിഞ്ഞ് "നിനക്ക് വേണോടാ" എന്നു ചോദിക്കുന്ന കാമഭ്രാന്തനാണ് അടൂരിന്റെ നായകൻ. "എനിക്കുവേണ്ട എജമാനരേ" എന്നു

പറയുന്ന തൊമ്മിയുടെ പൗരുഷം അവിടെ അധമമാണ് (സ്ത്രീ പീഡനം ആരോപിക്കപ്പെടുന്ന രാഷ്ട്രീയ നേതാക്കന്മാരുടെ ജനപിന്തുണ കുത്തനെ ഉയരുന്നതിന് കേരളത്തിന്റെ സമകാലിക രാഷ്ട്രീയചിത്രം മതിയായ തെളിവാണ്). സ്ത്രീയെ ആക്രമിച്ചു കീഴടക്കി അവൾക്കുമേൽ അധികാരം സ്ഥാപിക്കുന്നതിനുള്ള ആയുധമായാണ് പുരുഷാധിപത്യസമൂഹം പുരുഷന്റെ ലൈംഗികാവയവത്തെ മനസ്സിലാക്കുന്നത്. 'സ്ത്രീ വരിയുടയ്ക്കപ്പെട്ട പുരുഷനാണ്' എന്ന് സിഗ്മണ്ട് ഫ്രോയിഡ് പറയുന്നത് id-എന്നു വിളിക്കപ്പെടുന്ന സൂക്ഷ്മ മനസ്സിൽ ചവിട്ടിനിന്നുകൊണ്ടാണ്. പുരുഷനുള്ള എന്തോ ഒന്ന് ഇല്ലാതാവുമ്പോൾ അവൻ സ്ത്രീയായി മാറുന്നുവെന്ന അബോധം തന്നെയാണ് പുരുഷാധിപത്യപരമായ സത്താബോധം. സ്ത്രീക്കുള്ള എന്തോ ഒന്ന് ഇല്ലാതാവുമ്പോൾ അവൾ പുരുഷനായി മാറുന്നുവെന്ന വിശകലനമാണ് അതിന്റെ സാദ്ധ്യമായ മറുവശം. സ്ത്രീയുടെയും പുരുഷന്റെയും ലിംഗപരമായ അസ്തിത്വത്തിന്റെ ഉച്ചിയിൽ ചവിട്ടി മുന്നോട്ടാഞ്ഞുമാത്രമേ മൂന്നാംലിംഗത്തിന്റെ പ്രത്യയശാസ്ത്രപരമായ സാംഗത്യം വികസിക്കുകയുള്ളൂ. പുരുഷന് അവന്റെ ലിംഗപരമായ സത്തയെക്കുറിച്ചുള്ള സുഖചിന്തകൾക്ക് പൊള്ളലേല്പിക്കുന്ന മൂന്നാംലിംഗത്തിന്റെ സാന്നിദ്ധ്യം അസഹ്യമായ അവലോകനം മാത്രമല്ല അകാരണമായ ഭീതികൂടിയാണ്. വരിയുടയ്ക്കപ്പെട്ട പുരുഷൻ സ്ത്രീയല്ലെന്നുള്ള തിരിച്ചറിവിലാണ് ഇവിടെ സാമ്പ്രദായികചിന്തയിലെ സ്ത്രീ നീറുന്നത്. അവൾ സുരക്ഷിതയായി വിഹരിക്കുന്ന പ്രത്യയശാസ്ത്രലോകത്തിന് മൂന്നാംലിംഗത്തിന്റെ കാഴ്ചയിൽ തീപിടിക്കുന്നു. അങ്ങനെ ലൈംഗിക ന്യൂനപക്ഷങ്ങൾ സമൂഹജീവിതത്തിന്റെ അരങ്ങിൽനിന്ന് ആട്ടിയോടിക്കപ്പെടുന്നു.

വ്യാകരണപാഠങ്ങളിലെ ശരിയായ ഭാഷ പുരുഷന്റെ ഭാഷയാണ്. സ്ത്രീവാദികളുടെ നോട്ടപ്പാടിൽ അതു പുരുഷാധിപത്യത്തിന്റെ ഭാഷാദർശനമാണ്. സ്ത്രീക്കും പുരുഷനുമായി ഭാഷയുടെ പാരമ്പര്യം പകുത്തുനല്കിയാൽ അതിൽ ബാക്കിവരുന്നതാണ് ലിംഗനിരപേക്ഷമായ ഭാഷാ പാരമ്പര്യം. മതാത്മകമായ പുരുഷാധിപത്യഭാഷയെ മൂന്നാംലിംഗത്തിന്റെ സാന്നിദ്ധ്യം വെല്ലുവിളിക്കുന്നു.

പുരുഷാധിപത്യം തിടംവയ്ക്കുന്ന പ്രത്യയശാസ്ത്രലോകത്ത് മൂന്നാംലിംഗത്തിന്റെ പടപ്പുറപ്പാട് ആസന്നമായിരിക്കുന്നു. ഗോല്യാത്തിനെ നേരിടുന്ന ദാവീദിനെപ്പോലെയാണ് പ്രത്യയശാസ്ത്രത്തിന്റെ രണഭൂമിയിൽ മൂന്നാംലിംഗത്തിന്റെ സാന്നിദ്ധ്യം. എല്ലാ യുദ്ധത്തിലും മല്ലന്മാർ ജയിക്കുന്നില്ലെന്ന് ഈ ബൈബിൾ കഥ വ്യക്തമാക്കുന്നു. മുതലാളിത്തയുഗത്തിലെ പുരുഷാധിപത്യ കുടുംബഘടനയുടെ തകർച്ചയ്ക്ക് അതിഭയങ്കരമായ രാഷ്ട്രീയമാനങ്ങൾ ഉണ്ടെന്ന് എറിക് ഫ്രോമിന്റെ പഠനങ്ങൾ വ്യക്തമാക്കിയിട്ടുണ്ട്. മനസ്സിൽനിന്ന് കുടിയിറക്കപ്പെടാൻ ഒരുങ്ങുന്ന എന്തും സാമൂഹ്യഘടനയിൽ അതിന്റെ പ്രതിരൂപങ്ങൾ ആവിഷ്കരിച്ചെന്നിരിക്കും. വ്യക്തിബാഹ്യമായ പുരുഷാധിപത്യത്തിന്റെ പ്രതീകമായിക്കൂടിയായിരുന്നു ഹിറ്റ്ലറുടെ വളർച്ച. കുടുംബത്തിൽ പുറത്താക്കപ്പെടുമെന്നായ പുരുഷാധിപത്യം ഒരു കാർമേ

ഘലംപോലെ രാഷ്ട്രീയ വിഹായസിനെ ഗ്രസിക്കുകയും അതിന്റെ തണലിൽ ഹിറ്റ്ലറെന്ന ഏകാധിപതി ഉയർന്നുവരികയും ചെയ്തു എന്നു വ്യാഖ്യാനിക്കാം. മനസ്സിലെ വേരുകൾക്ക് കാലത്തിന്റെ പ്രതീതി യാഥാർത്ഥ്യമാകാൻ കഴിഞ്ഞെന്നുവരാം. ലൈംഗികത ആത്യന്തികമായി ലിംഗപരമായ അധികാരബന്ധങ്ങളുടെ കാര്യമാണ്. അധികാരബന്ധങ്ങളുടെ ഏതു രൂപവുമെന്നപോലെ ലിംഗബന്ധങ്ങളും യാന്ത്രികമല്ല. കീഴടങ്ങലിന് മാനസികമായ വിധേയത്വം കൂടിയേ തീരൂ. കീഴടക്കലിനാകട്ടെ, അതിന് പ്രചോദനം (അഥവാ പ്രകോപനം) നല്കുന്ന ഒരു പ്രതീതി യാഥാർത്ഥ്യത്തിന്റെ ആവശ്യമുണ്ട്. അത് പ്രത്യയശാസ്ത്രത്തിന്റെ ലോകമാണ്. പ്രത്യയശാസ്ത്രം വ്യക്തിയുടെയോ സമൂഹത്തിന്റെയോ സ്വന്തം കാര്യമല്ല. വ്യക്തിയും സമൂഹവുമായുള്ള കൊള്ളക്കൊടുക്കലുകളുടെ പ്രത്യക്ഷലോകത്തിനപ്പുറത്തേക്ക് അതിന്റെ വേരുകളും ശിഖരങ്ങളും കടന്നുനില്ക്കുന്നു. സമൂഹത്തിൽ അസംഗതമായി മാറുന്ന അധികാരബന്ധങ്ങളുടെ ഇളക്കം മനസ്സിന്റെ സൂക്ഷ്മചോദനകളെ സംബന്ധിച്ചിടത്തോളം ഗൃഹാതുരമായ ഒരുതരം ഉൾക്കലക്കമാകാം. ഭാര്യയെ അടക്കിഭരിക്കാൻ കഴിയാത്ത ഭർത്താവിന്റെ പുരുഷാധിപത്യ മൂല്യബോധം നോവുകൊണ്ട സർപ്പംപോലെ ഗ്രഹണംകാത്ത് മരണം ഭാവിച്ചു കിടന്നുവെന്നിരിക്കും. വ്യക്തിക്കും കുടുംബത്തിനുമപ്പുറത്തേക്ക് പടർന്നുനില്ക്കുന്ന സാമൂഹികമായ ഒരധികാരരൂപത്തിൽ അത് ശരണം കൊള്ളുക സ്വാഭാവികമാണ്. ജീവിതത്തിൽ പുരുഷന് കീഴ്പ്പെടാൻ കൂട്ടാക്കാത്ത സ്ത്രീയുടെ ഉള്ളിൽ പരമ്പരാഗത പുരുഷാധിപത്യ മൂല്യബോധം അമർന്നുകത്തുക സ്വാഭാവികമാണ്. അത് സ്ത്രീകളെ സ്ത്രീകൾക്കുതന്നെ എതിരാക്കിമാറ്റുന്നു. അഴിമതിക്കാരനായ രാഷ്ട്രീയക്കാരൻ അഴിമതിക്കെതിരെ പ്രസംഗിച്ചുകൊണ്ടേയിരിക്കുന്നത് പോലെയാണ് റാഡിക്കൽ ഫെമിനിസ്റ്റുകൾ കേരളത്തിന്റെ സൈദ്ധാന്തിക സംവാദങ്ങളിൽ വ്യവഹരിക്കുന്നത്. ഫെമിനിസ്റ്റുകൾ പുരുഷന്മാരോടൊപ്പമിരുന്ന് ബസിൽ യാത്ര ചെയ്യുക സാധാരണമല്ല. സ്ത്രീ പുരുഷ സമത്വത്തിനുവേണ്ടി നിരന്തരം വാദിക്കുന്ന പുരോഗമനവാദികളായ പുരുഷന്മാരെ സ്ത്രീസാന്നിദ്ധ്യം പലപ്പോഴും അസ്വസ്ഥമാക്കാറുണ്ട്. സമൂഹത്തിൽനിന്ന് പടിയിറങ്ങുന്ന അധികാരബന്ധങ്ങൾ അബോധ (ഉപബോധ) മനസ്സിലെ വേരുകളിൽനിന്ന് സ്വയം വിച്ഛേദിക്കാനാവാതെ സങ്കീർണ്ണമായ പ്രത്യയശാസ്ത്ര രൂപങ്ങളായി വേഷം പകരുന്നു. പലപ്പോഴും വൈകൃതമായി മനസ്സിലാക്കപ്പെടുന്ന ഈ തലം അതിനും എത്രയോ അപ്പുറത്തുള്ള ഒന്നാണ്. ജാതിക്കും മതത്തിനും ബാധകമായ ഈ പ്രതിപ്രവർത്തനശേഷി ലിംഗപദവിയുടെ കാര്യത്തിൽ മറ്റെന്തിനേക്കാളും ശരിയാണ്. ഫ്യൂഡൽ ഘടന തകർന്നുവെന്ന് പുരോഗമനവാദികൾ വീമ്പിളക്കുന്ന കേരളത്തിൽ സ്ത്രീക്കും പുരുഷനുമിടയിലെ അകലം മറ്റേതു സംസ്ഥാനത്തേക്കാളും വലുതാണ്. മൂന്നാംലിംഗത്തെ ഇത്രമേൽ തീക്ഷ്ണമായി ബഹിഷ്കരിക്കുന്ന മറ്റൊരു ജനത ഇന്ത്യയിലില്ല.

ലിംഗഭേദം മനുഷ്യനെ സംബന്ധിച്ചിടത്തോളം, ഏറ്റവും ആദിയായ അധികാരരൂപങ്ങളിലൊന്നാണ്. പുരുഷന്റെ നഗ്നത സ്വാഭാവികമായി സ്വീക

രിക്കുമ്പോൾ സ്ത്രീയുടേത് അശ്ലീലമായാണ് സമൂഹം കാണുന്നത്. നഗ്നരായ സ്ത്രീ പുരുഷന്മാർക്കിടയിൽ ഏതെങ്കിലുമൊരു ലിംഗഭാവം (സ്ത്രീ/ പുരുഷൻ) മറ്റേതിനേക്കാൾ നിഗൂഢമാണെന്ന് പറയാനാവില്ല. പുരുഷന്റെ നഗ്നതയ്ക്കു സ്വാഭാവികത കില്പിക്കുന്ന മനസ്ഥിതിയുടെ അന്തഃസാരം പുരുഷാധിപത്യമൂല്യബോധം തന്നെയാണ്. രോമാവൃതമായ വയറും മാറിടവും അനാവരണം ചെയ്യുന്ന പുരുഷൻ തന്റെ ലിംഗപരമായ ആധിപത്യം ശാരീരികമായി വിളംബരം ചെയ്യുകയാണ്. അത് ഭോഗലൈംഗികതയോ ശൃംഗാരലൈംഗികതയോ അല്ല, രാഷ്ട്രീയ ലൈംഗികതയാണ്. അവിടെ ലൈംഗികത സാമൂഹികാധികാരത്തിന്റെ ഏറ്റവും ആദിമവും അനാക്രാന്തവുമായ രൂപമാണ്. ആറിഞ്ചു നീളമുള്ള ഒരു വസ്തു സ്ത്രീയുടെ ശരീരം തുളച്ചുകയറുമെന്നുള്ള അറിവ് കൗമാരകാലത്തുതന്നെ ചകിതയാക്കിയിട്ടുള്ളതായി സിമോൺ ദി ബൂവർ പറയുന്നു. ലിംഗസമത്വം നിലനിൽക്കാത്ത സമൂഹത്തിൽ ലൈംഗികത ഒരുകൂട്ടർക്ക് മർദ്ദനോപകരണവും മറിച്ചൊരു കൂട്ടർക്ക് പേടിസ്വപ്നവുമാണ്. പുരുഷന്റെ ശരീരപ്രദർശനം പുരുഷനെന്ന രാഷ്ട്രീയ വർഗ്ഗത്തിന്റെ ആയുധ പ്രദർശനം കൂടിയാണ്. എന്നാൽ സ്ത്രീയുടെ വയറും കഴുത്തും കാൽപ്പാദങ്ങൾപോലും അനാവൃതമാവുമ്പോൾ സമൂഹം അതിൽ കളങ്കം കാണുന്നു. ഏതൊരായുധവും പ്രയോഗിക്കാൻ മാത്രമല്ല പ്രദർശിപ്പിക്കാൻ കൂടിയുള്ളതാണ്. ഏതൊരു കളങ്കവും മറച്ചുവയ്ക്കാനുള്ളതും. വഴിയരികിൽ മൂത്രവിസർജ്ജനം നടത്തുന്ന പുരുഷന്റേത്, സൂക്ഷ്മമായ അർത്ഥത്തിൽ ഒരു ലൈംഗിക ക്രീഡയാണ്. ജീവശാസ്ത്രപരമായ 'ശങ്ക' സ്ത്രീക്കും പുരുഷനും ഒരുപോലെയാണെന്നിരിക്കെ, പുരുഷനുമാത്രം അനുവദനീയമായ കൃത്യം അവന്റെ അധികാരത്തിന്റെ അടയാളമാണ്.

സിമോൺ ദി ബൂവർ ഭയപ്പെട്ടതുപോലെ, പുരുഷന്റെ ലൈംഗികാവയവം സ്ത്രീക്കുമേൽ അധികാരം സ്ഥാപിക്കുന്നതിന് അവന്റെ പക്കലുള്ള രാഷ്ട്രീയായുധമാണ്. ഏറ്റവും കൂടുതൽ ബലാത്സംഗം നടക്കുന്നത് കിടപ്പറകളിലാണ് എന്ന് മനശ്ശാസ്ത്രജ്ഞർ പറയാറുണ്ട്. രാഷ്ട്രീയ ലൈംഗികത ഭോഗലൈംഗികതയ്ക്ക് വഴിമാറുമ്പോഴാണ് കിടപ്പറ ബലാൽക്കാരത്തിനുള്ള സ്ഥലമായിത്തീരുന്നത്. തൊഴിലിടങ്ങളിലും പൊതുസ്ഥലങ്ങളിലും പ്രച്ഛന്നരൂപം കൈക്കൊള്ളാൻ നിർബ്ബന്ധിക്കപ്പെടുന്ന പുരുഷാധിപത്യം കുടുംബത്തിനുള്ളിലും സ്വയം വെളിപ്പെടുത്താനാകാതെ വരുമ്പോൾ, സ്വകാര്യതയുടെ ഭിത്തികൾക്കുള്ളിലെ സുരക്ഷിതത്വത്തിൽ രൗദ്രഭാവം കൈക്കൊള്ളുന്നതാണ് കിടപ്പറയിലെ ബലാൽക്കാരം. കിടപ്പറകളിൽ ഫെമിനിസ്റ്റുകൾ മറ്റുള്ളവരേക്കാൾ മൃഗീയമായി അവരുടെ ഭർത്താക്കന്മാരാൽ ബലാത്സംഗം ചെയ്യപ്പെടുന്നു.

കൊലപാതകം വരെയെത്തുന്ന സ്ത്രീപീഡനങ്ങൾ പുരുഷാധിപത്യപരമായ പ്രത്യയശാസ്ത്രശരീരത്തിന്റെ ആസുരമായ വെളിപ്പെടലായി കാണേണ്ടിവരും. സ്ത്രീയെപ്പോലെ സൗമ്യമായി ജീവിക്കാൻ നിർബ്ബന്ധിതനാണെങ്കിലും താൻ സ്ത്രീയല്ല എന്ന് തെളിയിക്കാൻ മാർഗ്ഗങ്ങളന്വേഷി

ക്കുന്ന പുരുഷന്റെ അപരമനസ്സ് സമൂഹത്തിന്റെ പ്രത്യയശാസ്ത്ര ശരീരത്തിൽ പുരുഷലിംഗം പോലെ അക്രമോത്സുകമായി ഉണർന്നുനില്പുണ്ട്. അതിന്റെ ആസുരമായ വെളിപ്പെടലാണ് പൊതു സ്ഥലങ്ങളിലെ ബലാത്സംഗങ്ങൾ. ബലാത്സംഗം സ്തോഭജനകമായ വാർത്തയായി വരുമ്പോൾ സമൂഹത്തിന്റെ പുരുഷാധിപത്യ മനസ്സ്, ഒരു പകുതികൊണ്ട്, അത് ആഘോഷിക്കുന്നുണ്ട്. പുരുഷാധികാരത്തിന്റെ ഒരമ്പ് തനിക്കുനേരെ പാഞ്ഞുവരുന്നുണ്ടെന്ന ആധിയോടെയാണ് ഫെമിനിസ്റ്റായാൽപ്പോലും സ്ത്രീ പ്രസംഗവേദിയിൽ നില്ക്കുന്നത്. രണ്ടും കല്പിച്ചുള്ള വേഷംകെട്ടലുകൾ ഭയപ്പാടിന്റെ ലക്ഷണമാണ്. ശരീരം പ്രദർശിപ്പിക്കാൻ കൂടിയുള്ളതാണ് എന്നു കരുതുമ്പോഴും വസ്ത്രം പ്രതീക്ഷിച്ചതിലും ഒരിഞ്ചു മാറിയാൽ സ്വയമറിയാതെ ചൂളിപ്പോവുന്ന ശരാശരി സ്ത്രീ ഈ സങ്കീർണ്ണതകളുടെ ആകെത്തുകയാണ്.

ലൈംഗികന്യൂനപക്ഷങ്ങൾ നേരിടുന്ന തിരസ്കാരം പുരുഷാധിപത്യ സമൂഹത്തിന്റെ ലിംഗപരമായ ഉൾഭയങ്ങളുടെ പ്രതിഫലനമാണ്. പുരുഷാധിപത്യ സമൂഹത്തിന്റെ പ്രത്യയശാസ്ത്രത്തിന് ഒരു ലിംഗരൂപമുണ്ടെങ്കിൽ അത് പുരുഷനാണ്. സ്ത്രീയുടെ വിധേയത്വം അത് അരക്കിട്ടുറപ്പിക്കുന്നു. എന്നാൽ, മൂന്നാംലിംഗത്തിന്റെ സാന്നിദ്ധ്യം പുരുഷാധിപത്യ പ്രത്യയശാസ്ത്രത്തെ ഷണ്ഡീകരിക്കുന്നു. അവിടെ എണ്ണത്തിൽ ചെറുതെങ്കിലും ആയുധംകൊണ്ടു ശക്തരായ ഒരു സൈന്യത്തിന്റെ വേഷമാണ് മൂന്നാംലിംഗത്തിന് (ഭൂരിപക്ഷത്തെ ഭരിക്കുന്ന ആശയലോകം ഭൂരിപക്ഷത്തിന്റെ സൃഷ്ടിയല്ല). പുരുഷാധിപത്യ പ്രത്യയശാസ്ത്രത്തെ സംബന്ധിച്ചിടത്തോളം, പുരുഷന്മാരും സ്ത്രീകളും ഉൾപ്പെടുന്ന ബഹുഭൂരിപക്ഷം അതിന്റെ ഇരകളാണ്. ഒരേ മഴ എല്ലാവരും നനയുന്നതുപോലെ, പ്രത്യയശാസ്ത്രം എല്ലാവരെയും രൂപപ്പെടുത്തുന്നു. തലമുറകൾകൊണ്ടു തിടംവച്ച അസംഖ്യം ധാരണകൾക്കുമേൽ പെയ്തിറങ്ങാൻ കെല്പുള്ള കരിമേഘമായാണ് പ്രത്യയശാസ്ത്രത്തിന്റെ വിഹായസിലേക്ക് മൂന്നാംലിംഗം കടന്നുവരുന്നത്. രാഷ്ട്രീയം മുതൽ കലവരെയുള്ള എന്തിന്റെയും കർതൃത്വസങ്കല്പങ്ങൾക്ക് അതോടെ വിള്ളൽ വീഴുന്നു. നാളത്തെ സാഹിത്യത്തിൽ നായകനോ നായികയോ അല്ലാത്ത പ്രധാന കഥാപാത്രം കഥാതന്തുവിനുമേൽ ആധിപത്യം സ്ഥാപിക്കും. നാളത്തെ രാഷ്ട്രീയത്തിൽ സ്ത്രീയോ പുരുഷനോ അല്ലാത്ത നേതാവ് നാടുഭരിക്കും. പദവിയുടെ പടനിലങ്ങളിൽ നീതിക്കുവേണ്ടി പഴഞ്ചൻ ആശയങ്ങളുടെ ചോരചിന്തപ്പെടും. നിർവ്യാജമായ ലിംഗസമത്വം മൂന്നാംലിംഗത്തിന്റെ സാന്നിദ്ധ്യം അംഗീകരിക്കുന്നതാവാനേ തരമുള്ളൂ.

മനുഷ്യമാംസം തന്നെ വിശിഷ്ടഭോജ്യം

കെ ഇ എൻ

രതി/വിരതികൾ താമസിക്കുന്നത് പരസ്പര ബന്ധമറ്റ തടവറകളിലല്ല. അവയുടെ കൂടിച്ചേരലുകൾക്കും വേർപിരിയലുകൾക്കുമിടയിൽ ഇച്ഛയുടെ ബോധപൂർവ്വവും സജീവവുമായ ഇടപെടലുണ്ട്. രതിക്ക് മാത്രമായി ഒരു വീട്ടിൽ വാതിലുകളും ജനവാതിലുകളും അടച്ചുകൊണ്ട് ജീവിതാവസാനംവരെ മദിരോത്സവമാടി തിമിർക്കാനാവില്ല. അത്തരമാഗ്രഹങ്ങളിൽപ്പോലും പതിയിരിക്കുന്നത് വൈവിദ്ധ്യപൂർണ്ണമായ മനുഷ്യബന്ധങ്ങളെ കൊന്ന് കൊലവിളിക്കാനുള്ള ലൈംഗിക ഭ്രാന്താണ്. ഒരു ജൈവസാംസ്കാരിക സംയുക്തം എന്നനിലയ്ക്കാണ്, മനുഷ്യന്റെ രതികാമനകൾ ആവിഷ്കൃതമാകുന്നത്. 'ജന്തുവിനു തുടരുന്നു വാസനാബന്ധമിങ്ങുടലുവീഴുവോളവും' എന്ന ജൈവസത്യത്തെയും, ശരീരം കത്തിനില്ക്കുന്ന സമയത്തുപോലും കുതറുന്ന സ്വന്തം കാമത്തെ തടവിലിടാൻ മനുഷ്യർക്ക് കഴിയുമെന്ന സാംസ്കാരിക ശക്തിയെയും അന്വേഷണങ്ങളിൽ സമന്വയിക്കാൻ കഴിയണം.

'സാമ്പത്തിക ഉദാരീകരണത്തിന്റെ മസ്തിഷ്കവും ഹൃദയവുമായി മാറിക്കഴിഞ്ഞിട്ടുള്ള ലൈംഗിക ഉദാരീകരണം' ജന്മവാസനകളെ കേവലമായി ആഘോഷിക്കാനാണ് ആഹ്വാനം ചെയ്യുന്നത്. രതിയും ഹിംസയും കൂടിച്ചേർന്ന ഒരു മിശ്രിതമായാണ്, മാധ്യമങ്ങളിലൂടെ ഇന്നത് അടിച്ചേല്പിക്കപ്പെടുന്നത്. അതിന് ഇരകളാകുന്നവരെ കാത്തിരിക്കുന്നത്, സംസ്കാരത്തിന്റെ സൂര്യനസ്തമിച്ച അന്ധലോകങ്ങളായിരിക്കും. കമ്പോളസഹജമായ പുതുമകൾ തേടിയുള്ള പ്രയാണം സൂര്യൻപോലും ഉദിക്കാൻ പേടിക്കുന്ന പാതാളക്കൊല്ലികളിലേക്കായിരിക്കും മനുഷ്യരെ നാളെ മറിച്ചിടാൻ പോകുന്നത്. മാംസവില്പനയുടെ പുതിയ വേദാന്തം ജീവിത വേദനകളിൽ പിടയുന്ന മനുഷ്യരുടെ ചെലവിൽ വളർന്നുവന്നാൽ പ്രതിരോധങ്ങളൊക്കെയും അതോടെ അപ്രത്യക്ഷമാകും. 'ലൈംഗിക ഉദാരീകര

ണത്തിന്റെ രാഷ്ട്രീയം' അതിനാലാണ്, ആഗോളീകരണത്തിന്റെ അജണ്ടയാണെന്ന്, ജനാധിപത്യവാദികൾ ആവർത്തിക്കുന്നത്. ലൈംഗിക ജനാധിപത്യം സംബന്ധിച്ച ശരിയായ കാഴ്ചപ്പാടുകളെ ലൈംഗിക ഉദാരീകരണത്തിന്റെ കമ്പോളയുക്തിക്ക് കീഴ്പ്പെടുത്തുന്നവർ, നഗ്നമാംവിധം സഹായിക്കുന്നത്, സെക്സ് ഇൻഡസ്ട്രി വളർത്താനാഗ്രഹിക്കുന്ന മാംസവില്പനയുടെ ശാസ്ത്രത്തെയാണ്. "സ്ത്രീപുരുഷ ബന്ധമെന്നത് സമുദായത്തിന്റെ ധനശാസ്ത്രവും കായികാവശ്യവും തമ്മിലുള്ള ഒരു പകിടകളി മാത്രമല്ല...." (ലെനിൻ). മനുഷ്യർ സ്വതന്ത്രരാവുന്നത് വിവേചനരഹിതമായി സമസ്ത ആഗ്രഹങ്ങൾക്കും സാക്ഷാൽക്കാരം നല്കുമ്പോഴല്ല, മറിച്ച് ജനാധിപത്യപരമായ ആഗ്രഹങ്ങളെ സ്വന്തം സംസ്കാരത്തിൽ അലിയിച്ച് ചേർക്കുമ്പോഴാണ്. ചരിത്രപരമായ വളർച്ചയ്ക്കിടയിൽ, മനുഷ്യരാർജിച്ച വൈവിദ്ധ്യപൂർണ്ണമായ ബന്ധങ്ങളുടെ അതിവിപുലമായ ലോകങ്ങൾ തിരസ്കരിക്കപ്പെടുമ്പോൾ, രതി സ്വതന്ത്രമാവുകയല്ല, മറിച്ച് 'ജന്തുത'യിലേക്ക് തിരിച്ചുപോവുകയാണ് ചെയ്യുന്നത്.

ഭ്രമങ്ങളുടെ ലോകത്തുനിന്ന് അഗാധമായ ആഭിമുഖ്യങ്ങളുടെയും നിശിതമായ നിലപാടുകളുടെയും ലോകങ്ങളിലേക്കുള്ള ഒരു 'എതിർനടത്തം' ഇന്ന് നാം ഉയർത്തിപ്പിടിക്കണം. *ഇന്ദുലേഖ*യിൽ ചന്തുമേനോൻ പരിഹാസവിധേയമാക്കിയ സൂരിനമ്പൂതിരിപ്പാടിന്റെ കുപ്രസിദ്ധമായ ആ 'ഭ്രമ'ത്തിൽനിന്നല്ല, മറിച്ച് മതേതര ജനാധിപത്യ ജീവിതത്തിനുവേണ്ടി സ്വന്തം ജീവിതം സമർപ്പിച്ചവരിൽ നിന്നാണ് ആധുനിക മലയാളി ഊർജ്ജം സ്വീകരിക്കേണ്ടത്. സൂരിക്ക് പ്രിയപ്പെട്ട 'ഭ്രമം' രസികത്തം, കമ്പം തുടങ്ങിയ ഫ്യൂഡൽ മസാലകളിൽ നിന്നല്ല, മറിച്ച് നവോത്ഥാനം, മാനവികത, മതേതരത്വം, സോഷ്യലിസം തുടങ്ങിയ ആധുനിക സമര സംവർഗ്ഗങ്ങളാണ് ജനാധിപത്യത്തിന്റെ ശക്തിദുർഗ്ഗം. "ചെറുശ്ശേരിക്ക് മഞ്ചലിൽ കിടന്നുറങ്ങാമല്ലോ, വഴിയുടെ ദുർഘടം അമാലന്മാർക്കല്ലേ," എന്ന സൂരിനമ്പൂതിരിപ്പാടിന്റെ തൊഴിലാളി വിരുദ്ധതയും, 'പുരുഷന് സ്ത്രീ സുഖത്തിൻ മീതെ വേറെന്താണുള്ളത്' എന്ന അയാളുടെ തത്ത്വശാസ്ത്രവും പരസ്പര പൂരകമാണ്. അയാളുടെ ജീവിതം ഭ്രമങ്ങളുടെ ഭ്രമണപഥത്തിലാണ് കറങ്ങുന്നത്. സൂരിനമ്പൂതിരിപ്പാടിന്റെ ഭ്രമം ആരംഭിക്കുന്നത് ആദ്യം *ഇന്ദുലേഖ*യിൽ വച്ചാണ്. അത് പിന്നെ പടർന്നുകയറിയത് അവരുടെ അമ്മയിലേക്കാണ്. അതും കഴിഞ്ഞപ്പോൾ ആ ഭ്രമം കുതിച്ചത് ദാസി അമ്മുവിലേക്കായി. തൽക്കാലം അതടങ്ങിയതോ ആരോരുമില്ലാത്ത ആ പാവം കല്യാണിക്കുട്ടിയിലും! ഇന്ന് നവകമ്പോളം നിർമ്മിച്ചുകൊണ്ടിരിക്കുന്ന 'ആസക്തിയുടെ ഒരു മുൻകൂർ ആമുഖം എന്ന നിലയിൽ *ഇന്ദുലേഖ*യിലെ ഭ്രമം ആഴത്തിലുള്ള അപഗ്രഥനമാണ് ആവശ്യപ്പെടുന്നത്. മനുഷ്യജീവിതങ്ങൾ, ഭ്രമങ്ങൾക്ക് ചുമ്മാ വട്ടംചുറ്റി കറങ്ങാനുള്ള മേച്ചിൽപ്പുറങ്ങളല്ലെന്ന് കമ്പോളമൂല്യങ്ങൾക്ക് മുറിവേല്പിക്കും വിധം നിരന്തരം ആവർത്തിക്കേണ്ടിവരും. പട്ടിണികൊണ്ട് പൊരിയുന്നവരുടെ മനസ്സിൽ രതി പൂക്കുകയില്ല. നിറഞ്ഞ മാറിടങ്ങളുള്ള പെൺകുട്ടികളെ കണ്ടപ്പോൾ അതെല്ലാം

അപ്പങ്ങളായിരുന്നെങ്കിൽ എന്നാഗ്രഹിച്ചുപോയ മാക്സിം ഗോർക്കിയുടെ വിശന്നുനില്ക്കുന്ന ഒരു കഥാപാത്രമാണ് ഇതെഴുതുമ്പോൾ മനസ്സിൽ നിറയുന്നത്. അഗാധമായ ഒരു ആദർശാഭിമുഖ്യം ഒന്നുകൊണ്ട് മാത്രം, പിടയുന്ന പ്രാണൻ ഉള്ളംകൈയിൽ പിടിച്ച് വിപ്ലവപ്രവർത്തനങ്ങളി ലേർപ്പെട്ടവർ, ഒളിവു ജീവിതത്തിന്റെ തീയാളുന്ന ക്ലേശപരമ്പരകളിലൂടെ കടന്നുപോയവരാണ്. അവരുടെ പ്രക്ഷോഭജീവിതത്തിന്റെ ചോരകിനി യുന്ന സ്മരണകളിൽ നിന്ന് ഇന്നും കുതറുന്നത്, പാരതന്ത്ര്യത്തിന്റെ സർവ്വ ചങ്ങലകളും പൊട്ടിച്ചെറിയാൻ ആവേശം പകരുന്ന ചിതലെടു ക്കാനറിയാത്ത ഒരു മഹാ ചൈതന്യത്തിന്റെ സമരശക്തിയാണ്.

1917 ൽ മിശ്രവിവാഹം എന്ന് സഹോദരൻ അയ്യപ്പൻ പറഞ്ഞപ്പോൾ, അത് സൂക്ഷ്മാർത്ഥത്തിൽ വലിയൊരു ശരിയായിരുന്നു. അക്ഷരാർത്ഥ ത്തിൽ അതൊരു തെറ്റുമായിരുന്നു. വിവാഹങ്ങളൊക്കെയും പ്രത്യക്ഷ ത്തിൽ അന്ന് ആൺ/പെൺ 'മിശ്രം' മാത്രമായിരുന്നു എന്ന അർത്ഥത്തി ലാണ് അതൊരു തെറ്റായിത്തീരുന്നത്. ആധിപത്യം വഹിക്കുന്ന ജാതി വ്യവസ്ഥക്കെതിരെയുള്ള സമരമെന്ന നിലയിലും ജാതിരഹിതവും മത നിരപേക്ഷവുമായ ഒരാധുനിക സമൂഹത്തിന്റെ വളർച്ചയ്ക്കുള്ള വഴിയൊ രുക്കൽ എന്ന നിലയിലും വരേണ്യ സംസ്കാരത്തിനെതിരെ സങ്കര സംസ്കാരത്തിന്റെ സമര പ്രഖ്യാപനമെന്ന നിലയിലും ത്രസിച്ചുനിന്ന മിശ്രം എന്ന വാക്ക്, പഴയ അർത്ഥത്തിൽ ചെറിയൊരു പരിധിക്കുള്ളിലെ ങ്കിലും ഇന്ന് അപ്രസക്തമായി മാറിക്കഴിഞ്ഞിരിക്കുന്നു. മുൻപ് വിവാഹം ആൺ/പെൺ ലിംഗവിഭാഗങ്ങൾ തമ്മിൽ എന്ന അർത്ഥത്തിൽ ലിംഗമിശ്രം മാത്രമായിരുന്നു. എന്നാൽ ഇന്ന് ആ അവസ്ഥയിൽ പ്രകടമായ അർത്ഥ ത്തിൽത്തന്നെ ചെറിയ മാറ്റങ്ങൾ സംഭവിച്ചുകൊണ്ടിരിക്കുകയാണ്. ഇന്നത്തെ അറിവിന്റെയും അനുഭവത്തിന്റെയും പരിധിക്കുള്ളിൽനിന്ന് നോക്കുമ്പോൾ, ഗുണപരമായ മാറ്റമായിത്തീരാനിടയില്ലാത്ത ഒരളവുപ രമായ മാറ്റം മാത്രമായാണത് പൊതുവിൽ ഒതുങ്ങിനിൽക്കുന്നത്. ഭിന്ന ലിംഗവ്യവസ്ഥയ്ക്കകത്ത് സാദ്ധ്യമാവുന്ന വൈവിദ്ധ്യങ്ങൾ എന്ന നില യിൽ സ്വവർഗ്ഗരതി ബന്ധങ്ങളുടെ അസ്തിത്വം അംഗീകരിക്കുക എന്നു ള്ളത് ജനാധിപത്യത്തെ സംബന്ധിച്ചിടത്തോളം അനുപേക്ഷണീയ മാണ്. ലൈംഗിക ന്യൂനപക്ഷങ്ങളുടെ അവകാശങ്ങൾക്കു വേണ്ടിയുള്ള സമരത്തിൽ ലൈംഗിക ഭൂരിപക്ഷമാണ് ഒരർത്ഥത്തിൽ നേതൃത്വപരമായ പങ്കുവഹിക്കേണ്ടത്. ആൺ-ആൺ, പെൺ-പെൺ വിവാഹങ്ങൾ വിവാ ഹത്തെ സംബന്ധിച്ച പരമ്പരാഗത കാഴ്ചപ്പാടുകളിൽ പോറലേല്പിച്ചു കഴിഞ്ഞുവെങ്കിലും സഹോദരൻ അയ്യപ്പൻ ആഗ്രഹിച്ച വിധമുള്ള മിശ്ര വിവാഹത്തിന്റെ അജണ്ട മാത്രമല്ല മിശ്രഭോജനത്തിന്റെ അജണ്ടപോലും നമുക്കിടയിൽ ഇപ്പോഴും പൂർണ്ണമായി പരിഹരിക്കപ്പെട്ടുകഴിഞ്ഞിട്ടില്ല. ജാതിക്കും മതത്തിനും അപ്പുറമുള്ള മനുഷ്യബന്ധങ്ങൾക്കൊക്കെയും മുൻപിൽ വൻമതിലുകൾ ഉയരുന്ന കാലത്ത് ഉഭയലിംഗമിശ്ര വിവാഹ ത്തെക്കുറിച്ചെന്നപോലെ ഏകലിംഗമിശ്ര വിവാഹത്തെക്കുറിച്ചും

ആവർത്തിച്ച് പറയാനുള്ള ഉത്തരവാദിത്വം സഹോദരൻ അയ്യപ്പന്റെ പിൻമുറക്കാർക്ക് ഉപേക്ഷിക്കാൻ കഴിയില്ല. മതമേതായാലും മനുഷ്യൻ നന്നായാൽ മതി എന്ന് പറയുന്നതുപോലെ, കല്യാണമേതുവിധമായാലും ആര് തമ്മിലായാലും മനുഷ്യർ ഉയർന്ന മൂല്യബോധം പുലർത്തിയാൽ മാത്രം മതി എന്നും പറയേണ്ടിവരും.

കളവുപറയുന്നത് തെറ്റാണ് എന്നത് സാമാന്യമായി എപ്പോഴും ശരിയാണ്. എന്നാൽ ചില സവിശേഷ സന്ദർഭങ്ങളിൽ, പവിത്രമായ സത്യത്തെക്കാൾ പാപഭാരം ചുമക്കുന്ന കളവുകൾ പോലും ജീവിതത്തിന്റെ ഇരുൾ വഴികളിൽ പ്രകാശം ചൊരിയും. പീറ്റർ സിംഗറുടെ *പ്രായോഗിക നൈതികത* എന്ന പുസ്തകത്തിൽ ചങ്കിടിപ്പോടെ മാത്രം ഓർക്കാൻ കഴിയുന്ന വിറച്ചുനില്ക്കുന്ന ഒരു കാര്യമാണ് ഇപ്പോൾ മനസ്സിലേക്ക് കടന്നുവരുന്നത്. സംഭവം നടക്കുന്നത് ഹിറ്റ്ലർ ഭീകരത ബാൻഡ് വാദ്യം മുഴക്കി ജർമ്മനിയിലെ ഊടുവഴികളിൽപ്പോലും ഇടിമുഴക്കങ്ങൾ സൃഷ്ടിച്ച് മുന്നേറുന്നതിനിടയിലാണ്. ഓരോ വീടിന്റെയും വാതിൽ ചവിട്ടി, ഫാസിസ്റ്റ് ഗസ്റ്റപ്പോകൾ ചോദിക്കുന്നു: “ഇവിടെ ഒരു ജൂതൻ ഒളിച്ചിരിപ്പുണ്ടോ?” ജൂതർക്ക് അഭയം നല്കിയ ജനാധിപത്യവാദികളായ ജർമ്മൻകാർ പറയുന്നു: “ഇല്ല ഇവിടെയൊരു ജൂതനും ഒളിച്ചിരിക്കുന്നില്ല.” അതോടെ ആ വീടിന്റെ അകത്തളത്തിൽനിന്നുയരുന്ന പേടിച്ചരണ്ട ഒരു ജൂതന്റെ തപ്തനിശ്വാസങ്ങളേറ്റ് ആ നുണ പതിവ് സത്യങ്ങൾക്കുപോലും സ്വപ്നം കാണാനാവാത്ത ഏതോ പാവനലോകത്തിലേക്ക് പറന്നുപൊങ്ങിക്കഴിഞ്ഞിരിക്കും. അത് പകർന്ന് നല്കുന്ന നിർവൃതിക്കുമുമ്പിൽ ശരാശരി സത്യങ്ങൾക്ക് എങ്ങനെ നിവർന്നുനിൽക്കാൻ കഴിയും? സാമാന്യമായ ശരികൾ, പ്രവർത്തനോത്സുകമായ സക്രിയ ശരികളായി പരിണമിക്കുന്നത് സവിശേഷ സന്ദർഭങ്ങളിൽ അത് വിമോചനാത്മക നിലപാടുകൾ സ്വീകരിച്ചുകൊണ്ട്, മൂർത്ത സന്ദർഭങ്ങൾക്ക് മുൻപിൽവച്ച് വ്യത്യസ്തമായ വിധത്തിൽ സ്വയം വികസിക്കുമ്പോഴാണ്.

വേശ്യ എന്ന പഴയവാക്കിന് പണം മാത്രം കാംക്ഷിച്ച് പുറത്തേക്ക് മാത്രം അനുരാഗം കാണിക്കുന്നവൾ എന്നുതന്നെയായിരുന്നു കുമാരനാശാന്റെ *കരുണ*യിലെ ആ പ്രശസ്തയായ വാസവദത്തയുടെയും ആദ്യാർത്ഥം. പിന്നെയാണത് അതിനെത്തന്നെ അതിവർത്തിച്ച് വേശ്യാത്വത്തെ പിളർത്ത് സാക്ഷാത്ക്കരിക്കപ്പെടാനാവാതെ പോയ വിശുദ്ധാനുരാഗമായി സ്വയം വികസിക്കുന്നത്. അങ്ങനെയാണത് മാറ്റിത്തീർക്കുക അസാദ്ധ്യമാണെന്നുതന്നെ കരുതപ്പെട്ട കുലനീതിയെ മറിച്ചിട്ടത്. ഭൗതികവും ആദ്ധ്യാത്മികവുമായ രണ്ട് വ്യത്യസ്ത ആസക്തികൾ തമ്മിലുള്ള അസാധാരണമായ കൂടിക്കാഴ്ചയിൽ വച്ചാണ് *കരുണ* ജന്മ മഹത്വത്തെ മാത്രം പ്രകീർത്തിക്കുന്ന സവർണ്ണഭാവുകത്വത്തെ ക്രൂരമാംവിധം കുത്തിവീഴ്ത്തിയത്. ശരീരകാമനകൾക്കുനേരെ അത് ആദ്യം അന്ധമായത്, മനുഷ്യത്വത്തെയാകെ ശ്വാസംമുട്ടിച്ച ഒരു ശരീര ഭീകരതയ്ക്കെതിരെയുള്ള ഒരു സമരപശ്ചാത്തലത്തിലായിരുന്നു എന്നറിയുമ്പോഴാണ് *കരുണ*

നമ്മുടെ അനുഭവത്തിൽ പതിപ്പിച്ച സൗന്ദര്യാനുഭൂതിയുടെ ആർദ്രമൂല്യം അർഹമാംവിധം കണ്ടെത്തപ്പെടുന്നത്. വാസവദത്തയുടെ നിർവ്യാജമായ സ്നേഹത്തോടൊപ്പം, ഉപഗുപ്തൻ ചൊല്ലിയ 'സമയമായില്ലെന്ന' ഉള്ളിനെ ഉഴുതുമറിക്കുന്ന കാലസൂചനയിലും അതിനെയും അപ്രസക്തമാക്കുംവിധം പിന്നീട് അദ്ദേഹം ചൊരിഞ്ഞ കണ്ണീരിലും വെച്ചാണ് *കരുണ* മനുഷ്യത്വത്തിന്റെ ഒരപരാജിത മാനിഫെസ്റ്റോയായി പരിണമിക്കുന്നത്. പരമ്പരാഗതമായ അസഹിഷ്ണുതകളെയൊക്കെയും മാറ്റിവച്ച് മനുഷ്യത്വം അനുവദിക്കുന്ന സമസ്ത ജനാധിപത്യ അവകാശങ്ങളെയും നിരുപാധികമായി അഭിവാദ്യം ചെയ്യാനാണ് വിനയപൂർവ്വം ഓരോ മനുഷ്യനോടും അതപേക്ഷിക്കുന്നത്. സമസ്ത വൈവിദ്ധ്യങ്ങളെയും സംഹരിക്കുന്ന മൂലധന മൂല്യങ്ങളെ ഒരു സമൂഹമൊന്നാകെ ആന്തരികവൽക്കരിച്ചുകഴിഞ്ഞാൽ, പിന്നെ ആ സമൂഹത്തിൽ കരുണകൾ ഉണ്ടാവില്ല. സമയമായില്ലെന്ന് പറഞ്ഞ് പുതിയ ലോകത്തെ സ്വപ്നം കാണുന്ന ഒരു ഉപഗുപ്തനോ "സമയമായില്ലപോലും സമയമായില്ലപോലും...." എന്ന് പരിഭവിച്ച് പഴയലോകത്തോട് വിട ചോദിക്കാൻ വിയർത്ത് പിടയുന്ന ഒരു വാസവദത്തയോ പിന്നീടൊരിക്കലും ആരെയും അസ്വസ്ഥമാക്കുകയില്ല. വാങ്ങലിനും വില്ക്കലിനുമിടയിൽ ഒരിക്കലും എഴുന്നേൽക്കാനാവാത്തവിധം വീണുപോകുന്നവർക്കിടയിൽ നിന്ന് കുറ്റകൃത്യങ്ങളല്ലാതെ അതേക്കുറിച്ചോർത്ത് നീറുന്ന ഒരു കുറ്റബോധവുമുണ്ടാവുകയില്ല. *കരുണ* സത്യത്തിൽ ഉദാരവല്ക്കരണകാലത്തിന് സൂക്ഷ്മാർത്ഥത്തിൽ സ്വാംശീകരിക്കാനാവാത്ത മനുഷ്യത്വത്തെയാകെ കോരിത്തരിപ്പിക്കുന്ന മറ്റൊരു ഔന്നത്യമാണ്. സ്വാതന്ത്ര്യവും സമത്വവും സാഹോദര്യവും മനുഷ്യനീതിയുടെ കേന്ദ്രത്തിൽവച്ച് പരസ്പരം ഹൃദയപൂർവ്വം കണ്ടുമുട്ടുമ്പോഴാണ് കരുണ പിറക്കുന്നത്. ആഗോളവല്ക്കരണവും ഉദാരവൽക്കരണവും സ്വകാര്യവല്ക്കരണവും ആധിപത്യം വഹിക്കുന്ന ഒരു ലോകത്ത് ഒന്നുകിൽ അതിന് ഒളിവിൽ പോകേണ്ടിവരും. അല്ലെങ്കിൽ അതിന് സ്വയം സമരോത്സുകമായിനിന്ന് പൊരുതേണ്ടിവരും. അതിനുമുൻപിൽ ഇന്ന് മൂന്നാമതായി വേറൊരു മാർഗ്ഗവുമില്ല. 'ക' കാരുണ്യത്തിന് കാലംചെല്ലുന്തോറും കണ്ടെത്താൻ ആഴത്തിൽ കുഴിച്ചുചെല്ലേണ്ടിവരുന്ന ആ അദൃശ സരസ്വതിക്ക് എന്ന് സച്ചിദാനന്ദൻ എഴുതിയത്, ആഗോളവല്ക്കരണാനന്തര കാലത്തിന്റെ ആകുലതകളൊക്കെയും ഘനീഭവിച്ചുണ്ടായ മറ്റൊരു കണ്ണുനീർത്തുള്ളിയാണ്. ഉപഗുപ്തന്റെ കണ്ണിൽനിന്ന്, കത്തിച്ചാമ്പലായിട്ടും തന്നെ കാത്തിരിക്കുന്ന ആ വാസവദത്തയിൽ വീണ നെല്ലിക്കാവലിപ്പമുള്ള കണ്ണിനീർത്തുള്ളിക്കു മുമ്പിൽ കുറ്റബോധത്തോടെ ഇന്നും തലകുനിച്ച് നില്ക്കാൻ നമുക്ക് കഴിയേണ്ടിയിരിക്കുന്നു. ആ കഴിവുകൾ നഷ്ടപ്പെടുന്നതിന്റെ വേദനയാണ് *ഫ്രാൻസിസ് ഇട്ടിക്കോര*യെന്ന ശ്രദ്ധേയമായ 'നോവിൽ'വെച്ച് ടി ഡി രാമകൃഷ്ണൻ പൊള്ളിപ്പിക്കുംവിധം പകരുന്നത്. ആഗോളവല്ക്കരണകാലത്തിന്റെ ആകുലതകളും ക്രൂരതകളും ആറ്റിക്കുറുക്കി, ഒരു 'കോര' സുവിശേഷമായി പ്രസ്തുത നോവലിൽ ടി

ഡി രാമകൃഷ്ണൻ മിനുസമുള്ള മൂർച്ചയോടെ ആവിഷ്കരിച്ചതുമാത്രം ഉള്ളറിയുംവിധം വായിച്ചാൽ എന്തിനുമേതിനും ആഗോളവല്ക്കരണത്തെ ആക്രമിക്കുന്നതോർത്ത് ആവേശപൂർവ്വം ചൂടാവുന്നവർ കുറച്ചെങ്കിലും ആറിത്തണുക്കുമെന്നാണ് ഞാൻ കരുതുന്നത്.

> പതിനെട്ടാം കൂറ്റുകാരുടെ തൊഴിലും ജീവിതവും കച്ചവടമാണ്. ജീവിക്കാൻ വേണ്ടി നമ്മൾ കച്ചവടം ചെയ്യുന്നു എന്നു പറയുന്നതിനേക്കാൾ കച്ചവടം ചെയ്യാൻവേണ്ടി ജീവിക്കുന്നു എന്നു പറയുന്നതാണ് ശരി.... മുളകും പൊന്നും പെണ്ണുമെല്ലാം വാങ്ങാനും വില്ക്കാനുമുള്ള ചരക്കുകൾ തന്നെയാണ്.... പ്രണയം, സ്നേഹം, കരുണ മുതലായവയെല്ലാം തികച്ചും വ്യാജമായ ചില സങ്കല്പ്പങ്ങളാണ്. അവയെല്ലാം കച്ചവടത്തിൽ ലാഭമുണ്ടാക്കുകയെന്ന ലക്ഷ്യം നേടിയെടുക്കുന്നതിൽ നമുക്ക് തടസ്സമുണ്ടാക്കും. കച്ചവടക്കാരന് എന്തിനെയും നിർവ്വികാരനായി സ്വന്തമാക്കാനും ഉപേക്ഷിക്കാനും കഴിയണം. പ്രണയത്തെ കാമമാക്കി ആഘോഷിക്കുക. സ്നേഹത്തിന്റെയും കരുണയുടെയും കണികപോലും മനസ്സിലേക്ക് കടന്നുവരാതെ നോക്കുക.... സ്നേഹം കറുപ്പുപോലെ നമ്മെ മയക്കും. വെറുപ്പാണ് ഏറ്റവും നല്ലത്. വെറുപ്പിലൂടെ പല ബാദ്ധ്യതകളും നഷ്ടങ്ങളും ഒഴിവാക്കാൻ കഴിയും... പതിനെട്ടാം കൂറ്റുകാർക്ക് ജീവിതം ആഘോഷിക്കാനുള്ളതാണ്. ആഹാരത്തിന്റെ ആഘോഷം, ലഹരിയുടെ ആഘോഷം, ലൈംഗികതയുടെ ആഘോഷം എന്നിങ്ങനെ ആഘോഷങ്ങളെ മൂന്നായി തിരിക്കാം. പലപ്പോഴും ഇവ മൂന്നും ഒരുമിച്ചാണ് നടക്കുക. നമുക്ക് തിന്നാൻ പാടില്ലാത്ത സാധനങ്ങളൊന്നും ഭൂമിയിലില്ലെങ്കിലും മനുഷ്യമാംസം തന്നെയാണ് വിശിഷ്ടഭോജ്യം....

മനുഷ്യജീവിതത്തെ യൗവനം മാത്രമായി വെട്ടിച്ചുരുക്കിയാണ് നവസാമ്രാജ്യത്വത്തിന്റെ മോഹവിപണി മാരകമാംവിധം കൊഴുക്കുന്നത്. ചൂഷണത്തിന്റെ ഹൃദയശൂന്യതകളാണ് ഇവിടെനിന്നും ചെണ്ട കൊട്ടി തുള്ളുന്നത്. ലൈംഗിക തൊഴിലിൽ മാത്രമല്ല, ഒട്ടുമിക്ക ഹൈടെക് ലോകത്തും മനുഷ്യബന്ധങ്ങളിലടക്കം 'ഉപയോഗിക്കുക വലിച്ചെറിയുക' എന്ന ഉപഭോഗതത്ത്വമാണ് പതുക്കെ മേൽക്കൈ നേടിക്കൊണ്ടിരിക്കുന്നത്. കുട്ടിക്കാലത്തിന്റെയും കൗമാരത്തിന്റെയും യൗവനത്തിന്റെയും മദ്ധ്യവയസിന്റെയും വാർദ്ധക്യത്തിന്റെയും വ്യത്യസ്തമായ അവസ്ഥയിലൂടെ കടന്നുപോകേണ്ട, സങ്കീർണ്ണമായ മനുഷ്യജീവിതത്തെ, അതിന്റെ സമഗ്രതയിൽ സമീപിക്കാതെ തുണ്ടം തുണ്ടമായി മുറിച്ചെടുത്ത് വില നിശ്ചയിച്ച് വില്പനയ്ക്ക് വയ്ക്കുന്ന കമ്പോള ക്രൂരതകളെ അവഗണിച്ചുകൊണ്ടുള്ള അന്വേഷണങ്ങൾ, അരാഷ്ട്രീയത കീഴ്പ്പെടുത്തിയ ജീവിതത്തിന്റെ വിളർച്ചയെയാണ് വിളംബരം ചെയ്യുന്നത്. വൈവിദ്ധ്യങ്ങളുടെ

ആരോഗ്യകരമായ വളർച്ച ആത്മാർത്ഥമായി ആഗ്രഹിക്കുന്നവർ, വൈവിദ്ധ്യങ്ങളുടെയൊക്കെയും വേരറുക്കുന്ന ആഗോളവല്ക്കരണത്തിനെതിരെയാണ് യഥാർത്ഥത്തിൽ പ്രതികരിക്കേണ്ടത്.

ആണിന്റേതും പെണ്ണിന്റേതുമാണ് ഈ ലോകം. ഇവിടെ ദുർബ്ബലരായ ഞങ്ങളുടെ വേദനകൾ കാണാൻ ബഹുഭൂരിപക്ഷവും തയ്യാറാവുന്നില്ല. ഞങ്ങൾക്കുവേണ്ടി ശബ്ദമുയർത്തുന്നവർപോലും വിമർശിക്കപ്പെടുന്നു എന്ന മുഖവുരയോടെയാണ് സ്വയം ഒരു ഹിജഡയായി തിരിച്ചറിയുന്ന ജറീനയുടെ *ഒരു മലയാളി ഹിജഡയുടെ ആത്മകഥ* ആരംഭിക്കുന്നത്. ലൈംഗിക ഉദാരവല്ക്കരണത്തെ തള്ളിക്കളയുന്നതും എന്നാൽ ലൈംഗിക ജനാധിപത്യത്തെ അംഗീകരിക്കുന്നതുമായ ഒരിടതുപക്ഷ കാഴ്ചപ്പാടിൽനിന്നുകൊണ്ട്, അന്ന് ആ പുസ്തകത്തിന് ഹ്രസ്വമായ ഒരാമുഖം എഴുതാൻ അവസരം ലഭിച്ചത് എനിക്കായിരുന്നു. ചില സുഹൃത്തുക്കൾ വിമർശിക്കുന്നതുപോലെ അപ്പോഴോ പിന്നീടോ എനിക്ക് ഹോമോഫോബിയ പിടിപെട്ടതായി ഞാനറിഞ്ഞിട്ടില്ല. കൃത്രിമ ഏകത്വത്തിന്റെ ബുൾഡോസറുകൾക്കിടയിൽ ചതഞ്ഞരയുന്ന, പുരുഷശരീരത്തിനുള്ളിൽ സ്ത്രീയായി കഴിയുന്ന മനുഷ്യരുടെ ചങ്കിടിപ്പുകൾ അന്ന് ആമുഖമെഴുതുമ്പോൾ എന്നെയും ആഴത്തിൽ അസ്വസ്ഥപ്പെടുത്തിയിരുന്നു.

'ഇന്നലെവരെ മനുഷ്യൻ സമം പുരുഷൻ എന്ന കാഴ്ചപ്പാടാണ് പ്രയോഗത്തിൽ പുലർന്നത്. മനുഷ്യവംശത്തിൽനിന്നും പുറത്താക്കപ്പെട്ട സ്ത്രീകളുടെ പ്രതിഷേധങ്ങൾ ശക്തമായപ്പോഴാണ്, മനുഷ്യകുലം ആണും പെണ്ണും കൂടിച്ചേർന്നതാണെന്ന സത്യം പതുക്കെ സ്വീകരിക്കപ്പെട്ടത്. എന്നാൽ ആണിലും പെണ്ണിലും പെട്ടവർ, 'ആണും പെണ്ണുംകെട്ട' എന്നാക്ഷേപിക്കുന്ന മറ്റൊരു വിഭാഗം അവഗണിതരും അപഹാസിതരുമായി സ്വന്തം മേൽവിലാസം അഭിമാനത്തോടെ കണ്ടെത്താനാവാതെയാണ് ഇപ്പോഴും ജീവിക്കുന്നത്. നിലവിലുള്ള അപേക്ഷാ ഫോറങ്ങളിൽപ്പോലും ആൺ പെൺ ലിംഗവിഭാഗങ്ങൾക്കല്ലാതെ, മറ്റൊരു മൂന്നാം വിഭാഗത്തിന് പൂരിപ്പിക്കാൻ പോലും കോളങ്ങളില്ല. വിസ്തൃതമായ ഈ ഭൂമിയിൽ പതിവ് ആൺ/പെൺ പരികല്പനകളിൽനിന്ന് വ്യത്യസ്തമായ ആഭിമുഖ്യങ്ങളുള്ളതുകൊണ്ടു മാത്രം ഒരു വിഭാഗത്തെ വേട്ടയാടുന്നതിൽ എന്തു ന്യായമാണ് മറ്റു ലിംഗവിഭാഗക്കാർക്കുള്ളത്. ആണും പെണ്ണും എന്നപോലെ അവരും ഈ ഭൂമിയുടെ പുളകമാണ്. ശരീരത്തിന്റെയും മനസ്സിന്റെയും വേറൊരുവിധത്തിലുള്ള ആവിഷ്കാരമെന്ന നിലയിൽ അവരും കൂടി ചേർന്നതാണ് മനുഷ്യകുലം. സ്വവർഗ്ഗരതിയെ മറ്റെന്തുമെന്നപോലെ ആദർശവല്ക്കരിക്കുകയും ആക്ഷേപിക്കുകയും ചെയ്യുന്നതിനു പകരം പ്രശ്നവല്ക്കരിക്കുകയാണ് വേണ്ടത്.

സ്വയംഭോഗം ഉൾപ്പെടെ ലൈംഗികതയുമായി ബന്ധപ്പെട്ട സർവ്വവും പലകാലങ്ങളിലായി ഒരു ഭാഗത്ത് ആക്ഷേപവൽക്കരിക്കപ്പെടുകയും മറുഭാഗത്ത് ആദർശവൽക്കരിക്കപ്പെടുകയും ചെയ്തിട്ടുണ്ട്. അനാവശ്യസ്ഥലങ്ങളിൽ ഉൽക്കർഷബോധമായി പ്രത്യക്ഷപ്പെടുന്ന അപകർഷ

ബോധം തന്നെയാണ് വഴിവിട്ട ആദർശവല്ക്കരണമായി പലപ്പോഴും പൊട്ടിവീഴുന്നത്. 1972 ലാണ് അമേരിക്കയിലെ മെഡിക്കൽ അസോസിയേഷൻ ക്രമപ്രകാരമുള്ള ഒരു ലൈംഗിക പ്രവർത്തനമായി സ്വയംഭോഗത്തെ പരിഗണിക്കുന്നത്. അതുവരെ അതും ഒരു വൈകൃതമായാണ് മുദ്രകുത്തപ്പെട്ടത്. കെല്ലോഗും ഗ്രഹാമും, സ്വയംഭോഗ വിരുദ്ധ ഭക്ഷണംപോലും ശുപാർശ ചെയ്യുകയുണ്ടായത്രെ! ഇവ്വിധം ആക്ഷേപിക്കപ്പെട്ട സ്വയംഭോഗം തന്നെയാണ് പിന്നീട് ശാപമോക്ഷം നേടി വലിയ ആദർശാത്മക പരിവേഷത്തോടെ തിരിച്ചുവന്നത്. സ്ത്രീകൾക്കിടയിലെ സ്വയംഭോഗത്തിൽ തന്റെ *രഹസ്യ പൂന്തോപ്പ്* എന്ന പുസ്തകം സുപ്രധാന പങ്കുവഹിച്ചു എന്നാണ് നാൻസി ഫ്രൈഡെ അവകാശപ്പെടുന്നത്. 'അനുഭവമാണ് ഏറ്റവും നല്ല അദ്ധ്യാപകൻ' എന്ന ചൊല്ലിന്റെ മാതൃക പിൻപറ്റി സ്വയംഭോഗമാണ് ഏറ്റവും നല്ല അദ്ധ്യാപകൻ എന്നൊരു സ്പെഷൽ ചൊല്ലുവരെ ലൈംഗിക ലോകത്ത് സൃഷ്ടിക്കപ്പെടുകയുണ്ടായി. സ്ത്രീകളുടെ ലൈംഗിക സ്വയം പര്യാപ്തതയുടെ ഭാഗമായും സ്വയംഭോഗം കൊണ്ടാടപ്പെടുന്നുണ്ട്. ആഹ്ലാദകരമായി അനുഭവിക്കേണ്ട ലൈംഗികത ഒരു പീഡനമായി പരിണമിക്കുന്ന ഒരുകാലത്ത് സ്വയം ഭോഗത്തിന് ഒരു സുരക്ഷാമതിലിന്റെ മഹാദൗത്യം കൂടി നിർവ്വഹിക്കാൻ കഴിയുന്നുണ്ടായിരിക്കണം.

ലൈംഗിക തൊഴിലിൽ ഏർപ്പെട്ടിരിക്കുന്ന മിക്ക സ്ത്രീകളും ഈ തൊഴിൽതന്നെ ചെയ്യണമെന്ന് വാശിയുള്ളവരല്ല. കാരണം മാനസികവും ശാരീരികവുമായും കഠിനാദ്ധ്വാനവും ശ്രദ്ധയും വൈദഗ്ദ്ധ്യവുമാവശ്യമായ ഒരു തൊഴിലാണിത്. സാമൂഹികമോ നിയമപരമോ തൊഴിൽപരമോ ആയ ഒരു സംരക്ഷണവുമില്ലാതിരിക്കുന്ന ഒരു സമൂഹത്തിൽ മിക്കപേരും അത് ചെയ്യാനാഗ്രഹിക്കുകയില്ല. പക്ഷേ, അന്തസ്സോടെ ജീവിക്കാനുള്ള വരുമാനം കിട്ടുന്ന മറ്റൊരു തൊഴിൽ കിട്ടുന്നില്ലെങ്കിൽ അവർ ഇതിൽത്തന്നെ തുടരുകയും ചെയ്യും (ഡോ. എ കെ ജയശ്രീ). ലൈംഗിക തൊഴിലെടുക്കുന്ന സ്ത്രീകളെ ആക്ഷേപിക്കുകയോ ആദർശവൽക്കരിക്കുകയോ ചെയ്യുന്നതിനു പകരം ഒരു വലിയ പരിധിവരെ, അവരുടെ ജീവിതത്തെ അപഗ്രഥിക്കുന്ന ഒരു സമീപനമാണ് പൊതുവിൽ എ കെ ജയശ്രീ ഇവിടെ പുലർത്തുന്നത്. എന്നാൽ ഡോ. എ കെ ജയശ്രീയുടെ, 'യോനി അധികാരത്തിന്റെയും ഉല്ലാസത്തിന്റെയും ഇടം' എന്ന പുതിയ പാഠഭേദം പ്രബന്ധത്തിൽ ഈയൊരു സമീപനത്തെത്തന്നെ അട്ടിമറിക്കും വിധമുള്ള ഒരാദർശവല്ക്കരണമാണ് കൊടിപറത്തുന്നത്.

"ഏത് പുരുഷനെയും നമ്മുടെ ശരീരത്തിലെ ഇന്ദ്രജാല ശക്തിയുള്ള യോനികൊണ്ട് നിയന്ത്രിക്കാനാവും." -പ്രേമ, ആന്ധ്രാ പ്രദേശിലെ ഒരു ലൈംഗികത്തൊഴിലാളി ശരീരത്തെക്കുറിച്ചുള്ള ഒരു വർക്ഷോപ്പിൽ പറഞ്ഞത്.

"ഞാൻ ഉപജീവനത്തിന് തെരുവിൽ പഴം വില്ക്കുകയായിരുന്നു. പിന്നീട് ഞാൻ പൂവ് വിറ്റു. അതുകൊണ്ടൊന്നും ഗുണമുണ്ടായില്ല. പിന്നെ

ഞാൻ പൂ..... വില്ക്കാൻ തുടങ്ങി.” -ഡെയ്സി കേരളത്തിലെ ഒരു ലൈംഗികത്തൊഴിലാളി.

> ഒരു പുരുഷൻ യോനി ഒരിക്കൽ അനുഭവിച്ചാൽ അയാൾ തിരിച്ചു വരും. അയാളുടെ ബലഹീനതകളെയും വികാരങ്ങളെയും ആവശ്യങ്ങളെയും മനസ്സിലാക്കുന്നതോടെ സ്ത്രീക്ക് അയാളുടെ മേൽ ആധിപത്യം നേടാനാവുന്നു. അവളുടെ ശരീരത്തിൽ പ്രവേശിക്കാൻ പുരുഷനെ അനുവദിക്കുന്നതോടെ അയാളുടെ മേൽ അവൾക്ക് നിയന്ത്രണാധികാരം ലഭിക്കുന്നു.

സ്വയമനുഭവിക്കുന്ന നിരന്തര സംഘർഷങ്ങളിൽനിന്ന് രക്ഷപ്പെടാൻ വേണ്ടി പാവപ്പെട്ട ലൈംഗികത്തൊഴിലാളികൾ സ്വയം നിർവ്വഹിക്കുന്ന ചെലവുകുറഞ്ഞ ഒരു കൗൺസിലിങ് എന്നനിലയിലോ പാപ്പരായ ഒരു സ്വയം പ്രതിരോധതന്ത്രം എന്ന നിലയിലോ പരിഗണിക്കേണ്ട അത്യന്തം സങ്കടകരമായ അഭിപ്രായ പ്രകടനങ്ങളെയാണ് ഡോ. എ കെ ജയശ്രീ വല്ലാതെ പെരുപ്പിച്ച് അവതരിപ്പിച്ചിരിക്കുന്നത്. വേണ്ടവിധം സൂക്ഷിച്ചിട്ടില്ലെങ്കിൽ ആരുടെയും ഗുഹ്യാവയവങ്ങൾ രോഗകേന്ദ്രമായേക്കും. അതിലപ്പുറം അധികാരത്തെ അട്ടിമറിക്കുന്ന ഒരു സമരശക്തിയെന്ന നിലയിൽ അതിനെന്ത് ദൗത്യമാണ് നിർവ്വഹിക്കാൻ കഴിയുക എന്ന് വ്യക്തമല്ല. പ്രേമയും ഡെയ്സിയും പറയാതെ വിട്ടത് ഡോക്ടർ കണ്ടെത്തിയിരുന്നെങ്കിൽ ഒരുപക്ഷേ, അവർ ഒളിപ്പിച്ചുവയ്ക്കുന്ന വേദനകൾ ഡോക്ടർക്ക് കണ്ടെടുക്കാൻ കഴിയുമായിരുന്നു.

> ശരീരത്തിന് ആരോഗ്യമുള്ളകാലം വരെയും ഞാൻ ഈ മേഖലയിൽത്തന്നെ തുടരും. തലകൊണ്ടും കൈകൊണ്ടും കാലുകൊണ്ടും മറ്റും ജോലിചെയ്യുന്ന അതേ ലാഘവത്തോടെ ഏതവയവം കൊണ്ട് ചെയ്യുന്ന ജോലിയെയും നോക്കിക്കാണാം. അതുകൊണ്ടുതന്നെ തലകൊണ്ട് ജോലി ചെയ്യുന്ന ഒരു ശാസ്ത്രജ്ഞനോ കൈകൊണ്ടും കാലുകൊണ്ടുമൊക്കെ ജോലിചെയ്യുന്ന ഒരു തൊഴിലാളിയോ വായകൊണ്ട് ജോലിചെയ്യുന്ന ഒരദ്ധ്യാപകനോ എന്നെക്കാൾ ഒട്ടും തന്നെ ഉയർന്നവരാണെന്ന് ഞാൻ അംഗീകരിക്കുന്നില്ല (നളിനി ജമീല).

ഒരു ലൈംഗികത്തൊഴിലാളിയുടെ സ്വയം പൊക്കുന്ന ഇത്തരം വർത്തമാനങ്ങളെയല്ല മറിച്ച്, മുമ്പേ വ്യക്തമാക്കിയപോലെ പറയപ്പെടാതെ പോകുന്ന അവരുടെ വേദനകളുടെ വേരിലേക്കാണ്, മനുഷ്യസ്നേഹികളൊക്കെയും കണ്ണ് തുറക്കേണ്ടത്.

മുമ്പും മനുഷ്യരിൽ ചിലർ വിചിത്രമെന്ന് വിളിക്കാവുന്ന ലൈംഗികാനുഭവങ്ങളിലൂടെ നിർവ്വാഹമില്ലായ്മകൊണ്ട് കടന്നുപോയിട്ടുണ്ട്. നാലപ്പാട്ട് നാരായണമേനോന്റെ രതിസാമ്രാജ്യത്തിലെ മൃഗസംഭോഗത്തെക്കു

റിച്ചുള്ള ഭാഗം സംഭ്രമജനകമാണെങ്കിലും അത് സത്യമായിരിക്കുമെന്ന് സാക്ഷ്യപ്പെടുത്താൻ എനിക്ക് ശക്തിനൽകുന്നത് കുട്ടിക്കാലത്ത് ഞങ്ങളുടെ വിദ്യാലയത്തിന് സമീപമുള്ള ഒരു ആളുടെ പേരിന് മുമ്പിൽ നാട്ടുകാർ എപ്പോഴും ഒരു വല്ലാത്ത നിർബ്ബന്ധബുദ്ധിയോടെ, 'ആട്...' എന്നുകൂടി ചേർത്തിരുന്ന ഒരോർമ്മയുടെ അമ്പരപ്പിച്ച പശ്ചാത്തലം ഇപ്പോഴും പച്ചപിടിച്ച് മനസ്സിൽ നില്ക്കുന്നതിനാലാണ്. മൃഗങ്ങൾക്ക് സ്വയം പരാതികൊടുക്കാൻ കഴിയാത്തതുകൊണ്ടും മൃഗങ്ങൾക്കെതിരെയുള്ള ക്രൂരതകൾക്കെതിരെ പ്രവർത്തിക്കുന്ന എസ് പി സി എ എന്ന സംഘടന അന്നില്ലാത്തതുകൊണ്ടും മൃഗഭോഗികൾ അന്ന് മൃഗങ്ങളുടെ ഉടമസ്ഥർക്ക് നഷ്ടം വകവച്ചുകൊടുത്താൽ മതിയായിരുന്നു. ഇത്തരമൊരു മൃഗഭോഗ കേസിൽ അകപ്പെട്ട ഒരു ജർമ്മൻ കൃഷിക്കാരൻ മജിസ്ട്രേറ്റിന്റെ മുമ്പാകെ കൊടുത്ത മൊഴി ഇന്നും നമ്മുടെ കണ്ണ് നിറയ്ക്കും. ഒപ്പം നമ്മെ കുടുകുടാ ചിരിപ്പിക്കുകയും ചെയ്യും. "എന്റെ ഭാര്യ പോയിട്ട് വളരെക്കാലമായി അപ്പോൾ ഞാൻ ഒരു പെൺ പന്നിയുടെ അടുക്കൽപ്പോയി" (നാലപ്പാട്ട്). ചില വർഗ്ഗക്കാർ മൃഗങ്ങളെ തങ്ങളേക്കാൾ ഉയർന്നവരായി കരുതുന്നതുകൊണ്ട് മൃഗഭോഗം അവർക്ക് ഒട്ടുമേ ആക്ഷേപകരമായി അനുഭവപ്പെടുന്നില്ല. സാഹചര്യത്തിന്റെ സമ്മർദ്ദമാണ് പലരെയും മൃഗഭോഗത്തിലേക്ക് നയിക്കുന്നതെന്ന് നിരീക്ഷിക്കപ്പെട്ടിട്ടുണ്ട്. ചെമ്മരിയാട്ടിൻകൂട്ടവുമായി തനിച്ച് വിജനപ്രദേശത്ത് കഴിച്ചുകൂട്ടുന്ന ആട്ടിടയനും കുതിരപ്പന്തിയിൽ ജീവിതം കഴിക്കുന്ന കുതിരക്കാരനും ഓമനയായി വളർത്തിപ്പോരുന്ന നായയോടുകൂടി കിടപ്പുമുറിയിൽ തനിച്ചുകിടക്കുന്ന മാന്യസ്ത്രീയും മറ്റും സൗകര്യക്കൂടുതൽ കൊണ്ടാണ് മൃഗസംസർഗ്ഗത്തിൽ ആസക്തി കാണിക്കുന്നത്. വ്യഭിചാരശാലകളിൽ മൃഗങ്ങളുമായി സംസർഗ്ഗം ചെയ്യാൻ വേണ്ട സൗകര്യങ്ങൾ ഏർപ്പെടുത്തിയിരിക്കുമെന്ന് അന്വേഷകന്മാർ പറയുന്നു. ചിലപ്പോൾ അവിടെ ചെല്ലുന്ന വിടന്മാർ സ്വയം മൃഗസംഭോഗത്തിലേർപ്പെട്ടും അല്ലെങ്കിൽ തേവിടിശ്ശികളെ മൃഗങ്ങളുമായി സംഭോഗം ചെയ്യിച്ച് അത് നോക്കിക്കൊണ്ടും രസിക്കും. ചില വിടന്മാർക്ക് സംഭോഗസമയത്ത് ജന്തുക്കളെ വേദനപ്പെടുത്തുന്നതും കൊന്നുകളയുന്നതും രസകരമാണ്(നാലപ്പാട്ട്). രതിയും അക്രമവും ഒന്നുചേർന്ന ഒരവസ്ഥയെ നവകമ്പോളം, രതി കേളികളിൽ പുതുമകൾ തേടിയുള്ള സാഹസികയാത്രയിൽ അനിവാര്യമായും പ്രോത്സാഹിപ്പിക്കും. വാത്സ്യായന മഹർഷിയുടെ *കാമശാസ്ത്രം* തന്നെയും ചെറിയതോതിൽ ആക്രമണോത്സുക രതിയുടെ ആവിഷ്കാരമായിരുന്നു. ഭാര്യാ ഭർത്താക്കന്മാർ തമ്മിലുള്ള അനുരാഗ ചേഷ്ടകളിൽ അടിയും ഇടിയും മറ്റും ആവശ്യമാണെന്ന് വാത്സ്യായനൻ വിശ്വസിച്ചിരുന്നു. വെറും കൈ കൊണ്ട് മാത്രമല്ല ആയുധങ്ങളെക്കൊണ്ടും പ്രേമഭാജനത്തിന്റെ ഇന്നിന്ന ഭാഗങ്ങളിൽ വേദനപ്പെടുത്തണമെന്ന് അദ്ദേഹം പറയുന്നു. "തലയിൽ കത്തിരികൊണ്ടും കവിളിൽ ശൂലംകൊണ്ടും മുലകളിലും വാരിഭാഗങ്ങളിലും ചവണകൊണ്ടും സ്ത്രീകളെ കാമുകന്മാർ വ്രണപ്പെടുത്താറുണ്ട്...."

ഉഭയലിംഗ ജീവിതം നയിക്കുന്നവർക്കിടയിൽ ചിലർ നിർവ്വഹിക്കുന്ന സ്വവർഗ്ഗരതി ഒഴിവാക്കേണ്ട ഒരാഡംബരം എന്ന നിലയിലും ഏക ലിംഗജീവിതം നയിക്കുന്നവരുടേത് ഒരനിവാര്യത എന്ന നിലയിലുമാണ് അപഗ്രഥിക്കപ്പെടേണ്ടത്. 'എനിക്കൊരു കട്ടൻ ചായയും എന്റെ കുണ്ട നൊരു ബിരിയാണിയും' എന്ന പ്രസിദ്ധമായ കോഴിക്കോടൻ പ്രയോഗം ഉഭയലൈംഗിക ജീവിതം നയിക്കുന്നവർക്കിടയിൽ നിലനിൽക്കുന്ന സ്വവർഗ്ഗരതിയിൽനിന്നും ഉയർന്നുവന്നതാണ്. കുണ്ടന്മാരെ 'കൈവശം' വയ്ക്കുന്നത് സംബന്ധിച്ചുണ്ടാകുന്ന തർക്കങ്ങൾ സംഘർഷത്തിലെത്തു ന്നതും അപൂർവ്വമല്ല. എന്നാൽ അന്ന് ഇന്നത്തെപ്പോലെയുള്ള ലൈംഗിക പുതുമകൾ തേടിയുള്ള കമ്പോളയാത്രകൾ ആരംഭിച്ചുകഴിഞ്ഞിരുന്നില്ല. പുരുഷന്മാരുടെ ബാലപ്രിയതയ്ക്കും മുഷ്ടിമൈഥുന മോഹത്തിനുമെ തിരെ നവോത്ഥാനം കത്തിനിന്ന കാലത്ത് സ്ത്രീകളുടെ നേതൃത്വത്തിൽ യഥാർത്ഥമോ സാങ്കല്പികമോ ആയി നടന്ന പ്രതിഷേധത്തിന് അന്നത്തെ കേരളീയ സമൂഹം സാക്ഷ്യം വഹിച്ചിരുന്നു! "നാമിങ്ങനെ നതാംഗിത്വവും അലസഗാമിനിത്വവും മത്തേഭഗാമിനിത്വവും നടിച്ചിരു ന്നാൽ പോരാ. ആദ്യമായി പുരുഷന്മാരുടെ പ്രകൃതിവിരുദ്ധമായ കാമപൂ രണത്തെ തടയണം." ഇവ്വിധം ആഹ്വാനം ചെയ്ത 'പ്രേമസമിതി സമ്മേ ളനം' സമാപിച്ചതാകട്ടെ ഇന്നുപോലും അമ്പരപ്പുളവാക്കുംവിധം മുഷ്ടി മൈഥുന നാശത്ത്ക്കും ബാലപ്രിയ നാശത്ത്ക്കും ജെയ് വിളിച്ചുകൊ ണ്ടാണ് (*തീപ്പൊരി,* വാല്യം 1 നമ്പർ 2, 1934).

ആയിരത്തിത്തൊള്ളായിരിത്തി എഴുപതുകൾ മുതലാണ് അദൃശ്യ രായിരിക്കാൻ ശിക്ഷിക്കപ്പെട്ട ഏകലിംഗ തല്പരർ സ്വന്തം ലൈംഗിക സ്വത്വം തുറന്ന് പ്രഖ്യാപിക്കാൻ കഴിയുംവിധം സ്വതന്ത്രരാവുന്നത്. അതോടെയാണ് ഞങ്ങളുടെ ലിംഗപദവി ഞങ്ങൾ തന്നെ തീരുമാനിക്കു മെന്ന അവരുടെ പ്രഖ്യാപനം പുറത്തുവന്നത്. 1992 ൽ ഡെൽഹിയിൽ ഏകലിംഗ സമൂഹത്തിനെതിരെ നടന്ന ആക്രമണത്തിനെതിരെ അവർ സംഘടിപ്പിച്ച റാലിയാണ് "ലോകത്തെങ്ങുമുള്ള ഏകലിംഗ സഹജരേ നിങ്ങളൊന്നിക്കൂ നിങ്ങൾക്ക് നഷ്ടപ്പെടാൻ കൈവിലങ്ങുകൾ മാത്രം" എന്ന മുദ്രാവാക്യം മുഴക്കിയത്. 2004 ൽ ബോംബെയിൽ നടന്ന ലോക സോഷ്യൽ ഫോറത്തിൽ അവരുടെ സജീവ സാന്നിദ്ധ്യവും 'സർവ്വരും വ്യത്യസ്തരാണ് എന്നാൽ സർവ്വരും തുല്യരുമാണ്' എന്ന അവരുടെ മുദ്രാവാക്യവും ജനാധിപത്യവാദികളെയാകെ ആകർഷിക്കുംവിധം ശ്രദ്ധേ യമായിരുന്നു. ഉഭയലിംഗവിഭാഗക്കാർക്ക് അന്യമായ രതിയുടെ വേറൊരു ഭാഷയാണ് അവർ ആവിഷ്കരിച്ചുകൊണ്ടിരിക്കുന്നത്. പരിമിതികൾ എന്നോ സാദ്ധ്യതകൾ എന്നോ മാത്രം വിശേഷിപ്പിക്കാൻ കഴിയാത്ത അവ രുടെ ലൈംഗിക അഭിലാഷങ്ങൾക്കുകൂടി അനന്തവിസ്തൃതമായ ഈ പ്രപഞ്ചത്തിൽ ഒരിടം ഇല്ലാതെ പോകുന്നത് ഒരുവിധേനയും മനുഷ്യനീ തിയുമായി പൊരുത്തപ്പെടുകയില്ല. പാപമായി മതവും കുറ്റകൃത്യമായി നിയമവും മാനസിക വൈകൃതമായി പരമ്പരാഗത മനഃശാസ്ത്രവും

ഹോർമോൺ തകരാറായി വൈദ്യശാസ്ത്രവും സ്വന്തം കുടുംബത്തിന കത്തെ അഭിമാനക്ഷതമായി ഉഭയലിംഗ കുടുംബങ്ങളും പരസ്പരം മത്സ രിച്ച് ആക്രമിക്കുന്ന ഏകലിംഗ ജീവിതത്തിനും ഈ ഭൂമിയിൽ മറ്റുള്ള വർക്കുള്ളതുപോലെ സ്വന്തമായ ജീവിതത്തിന് അവകാശമുണ്ട്.

1894 ൽ വിയന്നയിലെ മനോരോഗ ചികിത്സകനായ റിച്ചാർഡ് ക്രാഫ്റ്റ് എബ്ബിങ് രചിച്ച *സൈക്കോപാത്തിയ സെക്സ്വാലിസ്* എന്ന ഗ്രന്ഥത്തിൽ ഏകലിംഗ ജീവികളുടെ ലൈംഗികതയെ ഓക്കാനമുണ്ടാക്കുന്ന തരത്തി ലുള്ള ലൈംഗിക വൈകൃതങ്ങൾക്കൊപ്പമാണ് ചേർത്തിരിക്കുന്നത്. സ്വവർഗ ഭീതി എന്ന പദം 1972 ൽ ജോർജ്ജ് വിൻസ് ബർഗ്ഗാണ് ആദ്യ മായി ഉപയോഗിക്കുന്നത്. യഥാർത്ഥ ഭീതിയും (ഫോബിയ)സ്വവർഗ്ഗഭീ തിയും (ഹോമോഫോബിയ)തമ്മിലുള്ള മൗലികമായ വ്യത്യാസങ്ങൾ അദ്ദേഹം അക്കമിട്ട് നിരത്തിയിട്ടുണ്ട്. യഥാർത്ഥ ഭീതിക്ക് ഒരു രാഷ്ട്രീയ അജണ്ടയുമില്ല. അത് വെറും പേടിയിൽ അവസാനിക്കും. എന്നാൽ സ്വവർഗ്ഗഭീതിക്ക് രാഷ്ട്രീയ അജണ്ടയുണ്ട്. അത് പേടിയിൽ അവസാനി ക്കുന്നതിനു പകരം വെറുപ്പിലും ദേഷ്യത്തിലും കിടന്ന് തിളയ്ക്കും! ഇസ്ലാം മതവിശ്വാസിയും ഏകലിംഗ തല്പരനുമായ അലി പോട്ടിയ തന്റെ മതസ്വത്വവും (ഇസ്ലാം)ലിംഗസ്വത്വവും (ഏകലിംഗത്വം) തമ്മിലുള്ള സംഘർഷങ്ങൾ വ്യക്തമാക്കിയ ശേഷം ഒടുവിൽ പ്രഖ്യാപിക്കുന്നത്, "ഞാനിപ്പോൾ വിശ്വസിക്കുന്നത് മതമനുശാസിക്കുന്ന ആദ്ധ്യാത്മികത ത്വങ്ങളിലല്ലെന്നും മറിച്ച് സ്വന്തം ലിംഗത്തിൽപ്പെട്ട പുരുഷന്മാരോടുള്ള താല്പര്യം മറച്ചുവയ്ക്കാത്ത എന്റെ ശരീരത്തിന്റെ ഭൗതിക സന്ദേശ ത്തിലാണെ"ന്നുമാണ്. ആ ശരീര സന്ദേശത്തിനനുസരിച്ച് ജീവിക്കാനുള്ള അലിയുടെയും ജെറീനയുടെയും സ്വാതന്ത്ര്യം ആദർശവല്ക്കരണ ത്തിനും അധമവല്ക്കരണത്തിനുമപ്പുറം അവരുടെ സത്യമായും അവ രിൽപ്പെടാത്തവരുടെ അനുഭവസത്യമല്ലാതായും പരസ്പരം തിരിച്ചറിഞ്ഞു കൊണ്ടുതന്നെ, സൗഹൃദത്തോടെയും സംവാദാത്മകതയോടെയും തുട രുകയാണ് വേണ്ടത്.

മൂന്നാംലിംഗ ഗണത്തിന്റെ ജന്മാവകാശങ്ങൾ

പി പി സത്യൻ

പ്രാന്തവൽക്കൃതരുടെ ഗണമായ മൂന്നാംലിംഗ ഗണത്തിന് അനുകൂലമായി സുപ്രീംകോടതി വിധി പ്രസ്താവിച്ചിരിക്കുന്നു. മൂന്നാംലിംഗ ഗണത്തിന് അഥവാ മൂന്നാം ജന്മശരീരത്തിന് ഏതൊരാൾക്കുമെന്നപോലെ അന്തസ്സോടെ ജീവിക്കാനും തൊഴിൽചെയ്യാനും വിവാഹബന്ധത്തിലേർപ്പെടാനും ഏർപ്പെടാതിരിക്കാനും ഇനിമേൽ കഴിയുമെന്ന് പ്രതീക്ഷിക്കാം. ന്യൂനപക്ഷ വിഭാഗങ്ങളെപ്പോലെ ഇവരുടെയും അവകാശങ്ങൾ ഉറപ്പ് വരുത്തണമെന്നാണ് സുപ്രീം കോടതി നിർദ്ദേശിച്ചിരിക്കുന്നത്. ഇന്ത്യൻ ജുഡീഷ്യറിയുടെ ചരിത്രത്തിൽ നിർണ്ണായകമായ ഒരു വിധിയാണിത്. ഇന്ത്യൻ സമൂഹത്തിൽ വർഗ്ഗാധിപത്യം ചെലുത്തുന്ന പുത്തൻ ഫാസിസ്റ്റ് പ്രത്യയശാസ്ത്രത്തിന് ഒരിക്കലും അംഗീകരിക്കാൻ കഴിയാത്ത നടപടിയാണ് സുപ്രീംകോടതി സ്വീകരിച്ചിട്ടുള്ളത് എന്നത് ജനാധിപത്യവാദികളെ മുഴുവൻ ആഹ്ലാദിപ്പിക്കുന്നതാണ്. എന്നാൽ നമ്മുടെ പൊതുസമൂഹത്തിൽ വ്യാപനം ചെയ്യപ്പെട്ടിരിക്കുന്നത് ഫാസിസ്റ്റ് ധാരണകൾ തന്നെയാണ്. അതുകൊണ്ടാണ് പൊതുജീവിതത്തിൽ മൂന്നാംലിംഗ ഗണം ആക്ഷേപിക്കപ്പെടുന്നതും അപമാനിക്കപ്പെടുന്നതും ചൂഷണം ചെയ്യപ്പെടുന്നതും. ഭിന്ന അഭിരുചികളും ആഭിമുഖ്യങ്ങളും അംഗീകരിക്കപ്പെടുമ്പോഴാണ് യഥാർത്ഥത്തിൽ ജനാധിപത്യം നിലനില്ക്കുന്നത് എന്ന യാഥാർത്ഥ്യം സുപ്രീംകോടതി തിരിച്ചറിഞ്ഞിട്ടും പൊതുസമൂഹം അതിനെ സ്വീകരിക്കാൻ തയ്യാറായിട്ടുണ്ട് എന്ന് പറയാൻ കഴിയില്ല.

ഹിജഡ, നപുംസകം തുടങ്ങിയവ നമുക്ക് വെറുപ്പുള്ളവരെ ആക്ഷേപിക്കാൻ ഉപയോഗിക്കുന്ന പദങ്ങളാണിന്നും. ഇത് നമ്മുടെ സാംസ്കാരിക അധഃപതനത്തെയും ലൈംഗികവിദ്യാഭ്യാസത്തിന്റെ അഭാവത്തെയും ആണ് സൂചിപ്പിക്കുന്നത്. നമുക്ക് ലൈംഗിക വിദ്യാഭ്യാസത്തിന്റെ വലിയൊരു കുറവുണ്ട്. ലൈംഗിക വിദ്യാഭ്യാസമെന്നാൽ പാശ്ചാ

തൃശാസ്ത്രത്തിലധിഷ്ഠിതമായ ലൈംഗിക വിദ്യാഭ്യാസമല്ല. നിലവിലുള്ള ജീവശാസ്ത്ര സങ്കല്പനങ്ങളും മനഃശാസ്ത്ര നിഗമനങ്ങളും ഒരുപോലെ പങ്കുവയ്ക്കുന്നത് പുരുഷാധിഷ്ഠിതമായ ലൈംഗിക കാഴ്ചപ്പാടുകളെയാണ്. മനുഷ്യശരീരത്തിന്റെ ലൈംഗിക അഭിലാഷങ്ങളെ മനുഷ്യന്റെ ജീവിതാഭിമുഖ്യമായും ജീവിതദർശനമായും കാണുന്ന ഒരു സമീപനമാണ് വളർന്നുവരേണ്ടത്. ഈയിടെ മാതാ അമൃതാനന്ദമയിയെ അനുകൂലിക്കുന്നവർ അടിച്ചിറക്കിയ ഒരു നോട്ടീസും ഇടതുപക്ഷക്കാരെയും യുക്തിവാദികളെയും നപുംസകങ്ങളെന്നാണ് വിശേഷിപ്പിച്ചത്. യഥാർത്ഥത്തിൽ നപുംസകം എന്ന സംസ്കൃതവാക്കിന്റെ അർത്ഥം പുരുഷനല്ലാത്തത് എന്നാണ്. മൂന്നാംലിംഗ ഗണത്തെ ശിവനും ദേവിയുംകൂടിച്ചേർന്ന അർദ്ധനാരീശ്വര സങ്കല്പമായി ആരാധിക്കുന്ന ഇന്ത്യയിലെ ഒരു ആൾദൈവത്തിന്റെയും അവരുടെ അനുയായികളുടെയും ബോധനിലവാരത്തെയാണ് ഇത് കാണിക്കുന്നത്.

ജൈവശാസ്ത്രപ്രതിഭാസമെന്നതിനപ്പുറം രാഷ്ട്രീയവും സാമൂഹികവുമായ കർത്തൃമണ്ഡലത്തിനകത്താണ് ലൈംഗികത പ്രവർത്തിക്കുന്നത്. മനുഷ്യരുടെ സർഗ്ഗാത്മകമായ അഭിലാഷങ്ങളെയും ആഭിമുഖ്യങ്ങളെയും നിയന്ത്രിക്കുകയും നിരോധിക്കുകയും അടിച്ചമർത്തുകയും ചെയ്തുകൊണ്ട് അപമാനവീകൃതമായ വികാരങ്ങളെയും തൃഷ്ണകളെയും സൃഷ്ടിക്കുന്ന ഒരു പ്രതിലോമ യന്ത്രമായിട്ടാണ് മുതലാളിത്ത കാലഘട്ടത്തിലെ ലൈംഗികത പ്രവർത്തിക്കുന്നത്. അത് മനുഷ്യരുടെ യഥാർത്ഥ ലൈംഗികാഭിലാഷങ്ങളെ അയഥാർത്ഥമാക്കിമാറ്റുകയും അയഥാർത്ഥമായതിനെ യഥാർത്ഥമാക്കിമാറ്റുകയും ചെയ്യുന്നു. മുതലാളിത്ത കാലഘട്ടത്തിൽ കമ്പോളവൽക്കരണത്തിന്റെ വിഭ്രമിപ്പിക്കുന്ന ലോകത്തിലേക്ക് മനുഷ്യശരീരങ്ങളെ ലൈംഗികച്ചരക്കുകളാക്കി വിറ്റഴിക്കുന്നു. ഒരധിനിവേശ യന്ത്രമായി പ്രവർത്തിക്കുന്ന ലൈംഗികത സമൂഹത്തിൽ സൃഷ്ടിക്കുന്ന കൃത്രിമമായ തൃഷ്ണകളും വ്യാമോഹങ്ങളും ആണ് ഇന്ന് നടമാടുന്ന വ്യാപകമായ ലൈംഗികാതിക്രമണങ്ങൾക്ക് കാരണം. സ്ത്രീകൾക്കെതിരായും കുട്ടികൾക്കെതിരായും ലൈംഗികത്തൊഴിലാളികൾക്കെതിരായും സ്വവർഗ്ഗാനുരാഗികൾക്കെതിരായും മൂന്നാംലിംഗ ഗണത്തിൽപ്പെട്ടവർക്കെതിരായും നടക്കുന്ന ഞെട്ടിപ്പിക്കുന്നതും തുടർന്നുവരുന്നതുമായ ആക്രമണങ്ങളെ പ്രതിരോധിക്കണമെങ്കിൽ യഥാർത്ഥ ലൈംഗികതയെയും അധിനിവേശ ശക്തികളുടെ വ്യാജ ലൈംഗികതയെയും വേർതിരിച്ചറിയേണ്ടതുണ്ട്. ജനങ്ങളുടെ ജനാധിപത്യപരമായ തെരഞ്ഞെടുപ്പുകളുടെയും(choices) ആഭിമുഖ്യങ്ങളുടെയും അഭിലാഷങ്ങളുടെയും സ്വയം നിർണ്ണയനത്തിന്റെയും സ്വാധികാരത്തിന്റെയും മണ്ഡലങ്ങളിലേക്ക് ഇടിച്ചുകയറാനും നുഴഞ്ഞുകയറാനും കടന്നാക്രമിക്കാനും മതപുരോഹിതശക്തികളും ഭരണകൂടരൂപങ്ങളും അതിന്റെ പ്രത്യയശാസ്ത്രങ്ങളും ശ്രമിക്കുമ്പോഴാണ് ലൈംഗികത ഒരു പ്രശ്നമായി ഉയർന്നുവരുന്നത്. ലൈംഗികത വർജ്ജിക്കപ്പെടേണ്ടതോ നിരോധിക്കപ്പെ

ടേണ്ടതോ ആയ ഒരു വികാരമല്ലെന്നും ലൈംഗികാഭിലാഷങ്ങൾ പ്രതിലോമകരമാവുന്നത് അത് മറ്റുള്ളവരുടെ സ്വാതന്ത്ര്യത്തിനുമേലുള്ള ഹിംസയായി മാറുമ്പോഴാണെന്നും തിരിച്ചറിയപ്പെടുന്നില്ല. ലൈംഗികതയെ ജനാധിപത്യ സങ്കല്പവുമായി ബന്ധിപ്പിക്കുമ്പോൾ മാത്രമേ ലൈംഗികാതിക്രമങ്ങളും ലൈംഗികതയുടെ കമ്പോളവല്ക്കരണവും തടയപ്പെടുകയുള്ളൂ. എന്നാലിന്ന് പരക്കേ നിലനില്ക്കുന്ന ഒരു പ്രവണതയുണ്ട്. ലൈംഗികതയെ ജനാധിപത്യ ആശയങ്ങളുമായി ബന്ധിപ്പിക്കുമ്പോൾ അല്ലെങ്കിൽ പുരുഷാധിപത്യം സൃഷ്ടിച്ച കൃത്രിമമായ സങ്കൽപ്പങ്ങളെയും ലൈംഗികാടിമത്തത്തെയും ചോദ്യം ചെയ്യുമ്പോൾ അരാജകത്വം, ലൈംഗികതയുടെ ചരക്കുവൽക്കരണം തുടങ്ങിയ വാക്കുകളുപയോഗിച്ചുകൊണ്ട് ഇത്തരം ചോദ്യം ചെയ്യലുകളെ നേരിടാൻ ശ്രമിക്കുന്നു. പുരുഷാധിഷ്ഠിത പ്രത്യയശാസ്ത്രങ്ങളെയും ലൈംഗികാടിമത്തങ്ങളെയും നവഹിന്ദുത്വത്തെയും സംരക്ഷിക്കാൻ വേണ്ടി നിയുക്തരായ ഭടന്മാരാണ് ഇങ്ങനെ ചെയ്യുന്നത്. ലൈംഗികാടിമത്തം സൃഷ്ടിച്ച സമസ്യയിൽനിന്നാണ് ലൈംഗികതയുടെ ചരക്കുവൽക്കരണം ഉണ്ടാകുന്നത് എന്ന് തിരിച്ചറിയാനുള്ള സാമാന്യബുദ്ധിയില്ലാത്തതാണ് ഇതിനൊരു കാരണം. അതുകൊണ്ടുതന്നെ ലൈംഗികതയുടെ ചരക്കുവൽക്കരണത്തിനും ലൈംഗികാതിക്രമങ്ങൾക്കും തടയിടണമെങ്കിൽ ലൈംഗികാടിമത്തത്തെയും അതിന്റെ വിവിധരൂപങ്ങളെയും ചോദ്യം ചെയ്യേണ്ടതുണ്ട്. തൊഴിൽ ചെയ്യാനുള്ള അവകാശം, ഇഷ്ടപ്പെട്ട തൊഴിൽ സ്വീകരിക്കാനുള്ള അവകാശം, വിദ്യാഭ്യാസ അവകാശം, ജീവിക്കാനുള്ള അവകാശം എന്നിവയെപ്പോലെതന്നെ മൗലികമായ ഒന്നാണ് ഒരു വ്യക്തിക്ക് തന്റെ ഇണയെ തെരഞ്ഞെടുക്കാനുള്ള അവകാശവും. ഭരണഘടന ഉറപ്പുനല്കുന്ന ഈ മൗലികാവകാശമാണ് സുപ്രീംകോടതി മേൽപ്പറഞ്ഞ വിധിയിലൂടെ ഉറപ്പിക്കുന്നത്.

ലൈംഗികത ഒരു പ്രകൃതിദത്തവും ജൈവശാസ്ത്രപരവുമായ പ്രതിഭാസമാണെന്ന ജീവശാസ്ത്രവാദികളുടെ സങ്കല്പനം ഇന്ന് കാലഹരണപ്പെട്ടിരിക്കുന്നു. ജന്റർ എന്ന പദംകൊണ്ടുദ്ദേശിക്കുന്നത് സാമൂഹികവും സാംസ്കാരികവുമായ അധികാരത്തിന്റെ ശ്രേണിബന്ധത്തെയാണ്. കുടുംബത്തിലെയും സമൂഹത്തിലെയും പദവി, അധികാരങ്ങൾ, ഉത്തരവാദിത്വങ്ങൾ, ഉടുപ്പ്, നടപ്പ്, ഭാഷ, പെരുമാറ്റം എന്നിവയെല്ലാം നിർണ്ണയിക്കുന്ന ചരിത്രത്തിലെ ആദ്യത്തെ വർഗ്ഗവിഭജനമാണത്. പ്രണയം/കാമം, ശരീരം/ആത്മാവ് എന്ന കൃത്രിമ വിഭജനത്തിലൂടെ ലൈംഗികതയെ ഒരു പ്രഹേളികയാക്കി മാറ്റിയത് ഈ പുരുഷാധിപത്യ സാമൂഹികവ്യവസ്ഥയും അതിന്റെ ആശയസംഹിതകളുമാണ്.

കൊളോണിയൽ കാലഘട്ടത്തോടെ രതിയെ സംബന്ധിച്ച പുരുഷകേന്ദ്രിത സങ്കല്പ്പങ്ങൾക്ക് കനംകൂടി. പുരുഷൻ ഒന്നാംലിംഗ ഗണവും സ്ത്രീ രണ്ടാംലിംഗ ഗണവുമായി നിർവ്വചിക്കപ്പെട്ടു. വൈദിക സങ്കല്പമനുസരിച്ച് സ്ത്രീ ഒരു സവിശേഷ സ്വത്വമല്ല. അവൾ പുരുഷന്റെ വാമ

ഭാഗമാണ്. പുരുഷൻ സ്ത്രീയുടെ പാതിയല്ല. തിരിച്ചാണ്. തികഞ്ഞ പുരുഷ കേന്ദ്രിതമായ ഈ ഫ്യൂഡൽ സങ്കല്പം സ്ത്രീയെ കേവലം മാംസപിണ്ഡമായി അപമാനവീകരിച്ച് കാണുന്നുവെന്നതിന് സംശയമില്ലല്ലോ. മൂന്നാംലോക രാജ്യം എന്ന കൊളോണിയൽ സങ്കല്പംപോലെ മൂന്നാം ലിംഗ ഗണം (Third gender) എന്ന ഒരു വിഭാഗം നിർവ്വചിക്കപ്പെട്ടു (സംസ്കൃതത്തിൽ തൃതീയ പ്രകൃതി). പാശ്ചാത്യ ശാസ്ത്രവാദത്തിലെ ജീവശാസ്ത്ര നിർണ്ണയത്വവും കൊളോണിയൽ യുക്തിയും കൂടിച്ചേർന്ന് ലൈംഗികതയെ പുരുഷ/സ്ത്രീ എന്ന ദ്വിത്വത്തിൽ കേന്ദ്രീകരിക്കുകയായിരുന്നു. ഏകഭാര്യത്വം, വിവാഹ സമ്പ്രദായം, സദാചാരനിഷ്ഠകൾ, ധർമ്മങ്ങൾ തുടങ്ങിയ പ്രകൃതിവിരുദ്ധവും സാമൂഹ്യ-രാഷ്ട്രീയ നിർമ്മിതവുമായ നിർവ്വചനങ്ങൾക്കുള്ളിൽ വളരുന്ന ലൈംഗികതയെ സ്വാഭാവികവും നിയമാനുസൃതവുമായ രതിയായും സ്വാഭാവികമായും പ്രണയാത്മകവുമായ രതിയെ പ്രകൃതിവിരുദ്ധ രതിയായും അട്ടിമറിച്ചു. ലൈംഗിക അരാജകത്വം എന്ന ഓലപ്പാമ്പുകാട്ടി ലൈംഗിക സ്വാതന്ത്ര്യത്തെയും ലൈംഗിക ജനാധിപത്യത്തെയും കുഴിച്ചുമൂടി. കമ്പോള ലൈംഗികത വളർത്തിയെടുത്തവർ തന്നെ അതിന്റെ നിഴൽ കാണിച്ച് പ്രണയാഭിലാഷങ്ങളെ അടിച്ചമർത്തി. വിക്ടോറിയൻ സദാചാരത്തിന്റെ മൂശയിൽ പുരുഷൻ/സ്ത്രീ എന്ന അമൂർത്ത സങ്കല്പനങ്ങളായി മനുഷ്യരെ വിഭജിച്ചു. യഥാർത്ഥത്തിൽ ആണും പെണ്ണും എന്നത് ഒരു വിഭജനമല്ല പരസ്പരം കൂട്ടിച്ചേർക്കലാണ്. എന്നാൽ, മതാത്മകവും പാശ്ചാത്യവുമായ യുക്തികൾ അതിനെ വിഭജനങ്ങളാക്കി നിലനിർത്തി. സൂക്ഷ്മാംശത്തിൽ വൈവിദ്ധ്യമുള്ളതും സവിശേഷവുമായ ആസക്തികളെയും ആഭിമുഖ്യത്തെയും പുരുഷ കേന്ദ്രീകൃത ശരീര നിർവ്വചനത്തിലേക്ക് വലിച്ചു മുറുക്കി. ഈ കൃത്രിമ സങ്കല്പനങ്ങൾക്കപ്പുറത്തുള്ള ലൈംഗികതയെ സംബന്ധിച്ച സങ്കല്പനമാണ് തേർഡ്ജന്റർ എന്നത്.

എന്താണ് തേർഡ്ജന്റർ

വാത്സ്യായനന്റെ *കാമസൂത്രം* സ്ത്രീ ശരീരത്തെ അതിന്റെ പ്രത്യക്ഷ രൂപമനുസരിച്ച് പലതായി വ്യാഖ്യാനിക്കുകയും വിഭജിക്കുകയും ചെയ്യുന്നു. സ്ത്രീയെ കേവലമായൊരു ഭോഗവസ്തുവായി അധപതിപ്പിക്കുന്നു. ആ നിലയ്ക്ക് *കാമസൂത്രം* ഒരസംബന്ധമാണ്. എന്നാൽ അതിനൊരു ഗുണമുണ്ട് എന്ന് പറയാതിരിക്കാനാകില്ല. ഈ അസംബന്ധ ഗ്രന്ഥം മൂന്നാംലിഗ ഗണത്തെ പണ്ടേതന്നെ തിരിച്ചറിഞ്ഞു. *തൃതീയ പ്രകൃതി* എന്നാണ് സംസ്കൃതത്തിൽ മൂന്നാംലിംഗ ഗണത്തിനു പറയുന്നത്. ലൈംഗികതയെ ശരീരശാസ്ത്രത്തിന്റെ നാലതിരിനുള്ളിൽ വിശകലനം ചെയ്യാനുള്ള ജീവശാസ്ത്രത്തിന്റെ കഴിവില്ലായ്മയിൽ നിന്നുമാണ് മനഃശ്ശാസ്ത്രമെന്ന പുതിയ ശാസ്ത്രം ഉദയം ചെയ്യുന്നത്. ഈ ആധുനിക ശാസ്ത്രങ്ങൾ പ്രകൃതി വിരുദ്ധമെന്ന് മുദ്രകുത്തിയ സ്വവർഗ്ഗാനുരാഗത്തെ *കാമസൂത്രം* തൃതീയപ്രകൃതിയിലാണ് ഉൾപ്പെടുത്തിയിട്ടുള്ളത്. ആധു

നിക ജീവശാസ്ത്രം സൗകര്യത്തിനുവേണ്ടി സാമാന്യമായി തേർഡ്ജന്റർ എന്നു വിശേഷിപ്പിക്കുന്ന ലിംഗഗണമെന്നാൽ നിരവധി ഉപഗണങ്ങൾ ചേർന്നതാണ്. ഹിജഡകൾ, നപുംസകങ്ങൾ (നപുംസകം എന്ന വാക്കിന്റെ അർത്ഥം ആണും പെണ്ണുമല്ലാത്ത എന്നല്ല, പുരുഷൻ അല്ലാത്തത് എന്നാണ്), സൈ്വരിണികൾ (lesbian) സ്വവർഗ്ഗാനുരാഗികളായ പുരുഷന്മാർ (homosexuals male), ഷണ്ഡന്മാർ (Castrated male), ഉഭയലിംഗാസക്തർ (bisexuals) എന്നിവരെല്ലാം ചേർന്ന ഒരു വിപുലമായ ഗണത്തെയാണ് മൂന്നാംലിംഗ ഗണം അഥവാ തൃതീയ പ്രകൃതി എന്നു വിശേഷിപ്പിക്കുന്നത്. ചൈനയിൽ മിംഗ് രാജവംശ കാലഘട്ടത്തിൽ 70,000 ത്തോളം നപുംസകങ്ങളുണ്ടായിരുന്നത്രെ. രാജ്ഞിമാരുടെയും അന്തഃപുര സ്ത്രീകളുടെയും ചാരിത്ര്യസംരക്ഷണത്തിനായി വരിയുടയ്ക്കപ്പെട്ട പുരുഷന്മാരെ കൊട്ടാരങ്ങളിൽ കാവൽ നിർത്തിയിരുന്നു. അർദ്ധനാരീശ്വരനായ ശിവൻ, അരവൻ, അയ്യപ്പൻ, യെല്ലമ്മ, ചിത്രാംഗദ, ശിഖണ്ഡി തുടങ്ങിയവരെല്ലാം പുരാണേതിഹാസങ്ങളിലെയും മിത്തുകളിലെയും മൂന്നാംലിംഗ ഗണക്കാരാണ്.

*കാമസൂത്ര*മനുസരിച്ച് സ്വവർഗ്ഗാനുരാഗം തൃതീയ പ്രകൃതിയിൽ പെടുന്നതാണ്. എന്നാൽ, സ്വവർഗ്ഗാനുരാഗം എന്നത് ഒരു സവിശേഷ ഗണത്തിൽ പെടുത്തേണ്ടതാണെന്ന *കാമസൂത്ര* വ്യാഖ്യാനം യാന്ത്രികമാണ്. സാധാരണ നിലയിൽ കുടുംബജീവിതം നയിക്കുന്നവരും മേൽവിവരിച്ച ജനവിഭാഗങ്ങൾക്കുമിടയിൽ നിലനില്ക്കുന്ന സ്വവർഗ്ഗാനുരാഗത്തെ ഒരു സവിശേഷ ഗണമായി വേർതിരിക്കുക പ്രയാസമാണ്. എന്നാൽ സ്വവർഗ്ഗാനുരാഗികളെന്ന നിലയിൽ ജീവിക്കാനും ആഭിമുഖ്യം പുലർത്താനുമുള്ള ഒരു വിഭാഗത്തിന്റെ അവകാശം പരിരക്ഷിക്കപ്പെടേണ്ടതുണ്ട്. സ്വവർഗ്ഗാനുരാഗം കുറ്റകൃത്യമാണെന്ന കോടതിവിധി സമീപഭാവിയിൽ പുനപരിശോധിക്കപ്പെടാനിടയുണ്ട്. വസ്തുനിഷ്ഠമായി പരിശോധിച്ചാൽ ലോകജനസംഖ്യയിലെ ഭൂരിപക്ഷവും മൂന്നാംലിംഗ ഗണത്തിലും നാലാംലിംഗ ഗണത്തിലും അഞ്ചാംഗണത്തിലും മറ്റും ഉൾപ്പെടുന്നവരാണ്. യഥാർത്ഥ സദാചാരവാദികളും (കപടസദാചാരവാദികളല്ല) ഏക പുരുഷ-പത്നീ വ്രതക്കാരും ജനസംഖ്യയിൽ ഒരു ചെറിയ ന്യൂനപക്ഷം മാത്രമാണ്.

ആൾദൈവങ്ങളുടെയും സന്യാസികളുടെയും ലൈംഗികഗണം

ആൾദൈവങ്ങളും സന്യാസികളും സന്യാസിനിമാരും പൊതുവിൽ പങ്കുവെയ്ക്കുന്ന ഒരു സവിശേഷതയുണ്ട്. ചരിത്രപരമായി ഇവരെല്ലാം വ്യവസ്ഥാപിത കുടുംബഘടനയ്ക്കുപുറത്താണ് ജീവിക്കുന്നത്. കുടുംബങ്ങൾക്ക് മാതൃകയാകാൻവേണ്ടി ജീവിക്കുന്ന ഇവർക്ക് കുടുംബമില്ല. കുടുംബഘടനയെ നിഷേധിക്കുകയെന്നത് ഒരു തെറ്റല്ല. സ്വാതന്ത്ര്യമാണ്, ബദൽ ജീവിതമാതൃകയാണ്, ജീവിതത്തിലെ സ്വയം നിർണ്ണയനമാണ്. ആൾദൈവങ്ങളും സന്യാസിമാരും മുമ്പുകാലംതൊട്ടേ ഒരു ബദൽ

ലൈംഗിക ജീവിതമാണ് നയിച്ചുപോന്നത്. ഇതിൽ ചിലർ ലൈംഗികനിരാസത്തിന്റെ ലൈംഗികതയാണ് പിന്തുടരുന്നതെങ്കിൽ മറ്റുചിലർ ലൈംഗിക ആഹ്ലാദത്തിന്റെ ജീവിതം തന്നെയാണ് പിന്തുടരുന്നത്. ലൈംഗികാഹ്ലാദത്തിന്റെ ജീവിതമായാലും ലൈംഗികനിരാസത്തിന്റെ ജീവിതമായാലും അത് മറ്റുള്ളവരുടെമേൽ അടിച്ചേല്പിക്കുമ്പോൾ അത് ലൈംഗിക അതിക്രമണമാകുന്നു. അതുകൊണ്ട് സന്യാസത്വം, കന്യകാത്വം, ബ്രഹ്മചര്യ എന്നിവ അടിച്ചേൽപ്പിക്കുന്നതും ഒരുതരത്തിലുള്ള ലൈംഗികാതിക്രമമാണ്. എല്ലാ സന്യാസമതങ്ങളും പ്രസ്ഥാനങ്ങളും ഇത്തരത്തിലുള്ള അതിക്രമങ്ങൾ നടത്തിയിരുന്നു എന്ന് പറയാൻ കഴിയില്ല. മുമ്പുകാലത്ത് മൂന്നാംലിംഗ ഗണത്തിൽപ്പെട്ടവർക്ക് പ്രത്യേകാശ്രമങ്ങൾ ഇവിടെയുണ്ടായിരുന്നു. ഉന്നതകുലജാതർക്ക് മൃഗങ്ങളിലോ താഴ്ന്നജാതിയിൽപ്പെട്ട സ്ത്രീകളിലോ ജനിക്കുന്ന കുട്ടികളാണ് നപുംസകങ്ങൾ എന്നുവിശ്വസിക്കപ്പെട്ടിരുന്നു. ഉന്നതകുലജാതർക്കിടയിൽ നപുംസകങ്ങൾ അല്ലെങ്കിൽ ഹിജഡകൾ ജനിച്ചിരുന്നെങ്കിൽ അവരെ ഭക്തിയുടെയോ സന്യാസത്വത്തിന്റെയോ വഴിയിലൂടെ തിരിച്ചുവിട്ടിരുന്നു. എന്നാൽ, താഴ്ന്ന കുടുംബത്തിൽ മൂന്നാംലിംഗ ഗണത്തിൽപ്പെട്ടവർ ജനിച്ചാൽ അവരെ പൊതുവിൽ പുറന്തള്ളുന്ന ഏർപ്പാടാണുണ്ടായിരുന്നത്. ഹിജഡ സമൂഹങ്ങളെല്ലാം സാമൂഹ്യമായും സാമ്പത്തികമായും പിന്നോക്കം നില്ക്കുന്നവരായി മാറിയത് എന്തുകൊണ്ടാണെന്ന് പരിശോധിക്കപ്പെടേണ്ടതാണ്. എന്തുകൊണ്ടാണ് ദ്രാവിഡ സമൂഹത്തിൽ കൂടുതൽ ഹിജഡകൾ ഉണ്ടായതെന്നും വിലയിരുത്തപ്പെട്ടിട്ടില്ല. ചരിത്രപരവും വർഗ്ഗപരവുമായ വിശകലന ഉപാധികളാണ് ഇവിടെ ഉയർന്നുവരേണ്ടത്. ഭക്തിയുടെയും ആത്മീയതയുടെയും മറവിൽ ഉന്നതകുലജാതർക്കിടയിലെ മൂന്നാംലിംഗ സ്വത്വം മറച്ചുവെയ്ക്കാൻ കഴിഞ്ഞിരുന്നുവെന്നതാണ് യാഥാർത്ഥ്യം. താഴ്ന്ന ജാതിയിൽപ്പെട്ടവർക്ക് പൗരോഹിത്യത്തിന്റെയും മറ്റും അധികാരങ്ങളില്ലാതിരുന്നതിനാൽ അവർക്കിടയിലെ മൂന്നാംലിംഗ ഗണക്കാർ മൂന്നാംലിംഗ ഗണമായിത്തന്നെ നിലനിന്നു.

ക്രൈസ്തവ മതം ഉടലെടുക്കുന്നതിനുമുമ്പ് ലോകത്തിന്റെ പലഭാഗങ്ങളിൽ നിലനിന്ന ഷാമാനിസവും ആൾദൈവമതങ്ങളും മൂന്നാംലിംഗ ഗണത്തിൽപ്പെട്ടവരുടെ പ്രസ്ഥാനങ്ങളായിരുന്നു. ദൈവാവതാരങ്ങളാണെന്നവകാശപ്പെടുക, ആത്മാക്കളുമായി സംസാരിക്കാൻ കഴിയുന്നവരെന്ന് ആളുകളെ വിശ്വസിപ്പിക്കുക തുടങ്ങിയവയാണ് ഈ വിഭാഗങ്ങളുടെ സവിശേഷത. വിവാഹം, കുടുംബജീവിതം എന്നിവയിൽ വിശ്വാസമില്ലാതിരിക്കുക, വിവാഹനിഷ്ഠമായ ലൈംഗികജീവിതം ഉപേക്ഷിക്കുക, പുരുഷൻ/സ്ത്രീ സ്വത്വത്തെ നിഷേധിച്ചുകൊണ്ട് ലിംഗാതീതമായ അഥവാ ലിംഗമിശ്രിതമായ ദൈവരൂപങ്ങളെന്നും മാന്ത്രികരെന്നും അവകാശപ്പെടുക, മുടി നീട്ടി വളർത്തുകയോ, മുടി മൊട്ടയടിക്കുകയോ ചെയ്യുക, അർദ്ധനഗ്നരായി അല്ലെങ്കിൽ ലിംഗാതീത (cross-dressing) വസ്ത്രം ധരിക്കുക എന്നിവയെല്ലാം ആൾ ദൈവങ്ങളുടെയും ഷാമാനിസത്തിന്റെയും പ്രത്യേ

കതകളാണ്. മാത്രമല്ല, ഇവരെല്ലാം കുടുംബകേന്ദ്രിതവും ദാമ്പത്യനിഷ്ഠവുമായ ലൈംഗികജീവിതത്തെ നിരാകരിക്കുകയും ചെയ്യുന്നു. എതിർലിംഗബന്ധിതമായ രതിയും നിരാകരിക്കുകയെന്നതാണ് എല്ലാ സവിശേഷ ലിംഗ ഗണങ്ങളുടെയും അടിസ്ഥാന സ്വഭാവം. ആൾദൈവങ്ങളും മന്ത്രവാദികളും മറ്റും അനിയന്ത്രിതമായ ലൈംഗികത ആഘോഷിക്കുകയും (ഓഷോയുടെ സിദ്ധാന്തം) ലൈംഗികത വർജ്ജിക്കുന്നതിനുപകരം ദൈവമാർഗ്ഗമായി (God through sex) അവതരിപ്പിക്കുകയും ചെയ്യുന്നു. ഇവരിൽനിന്നും തികച്ചും വ്യത്യസ്തരായി ലൈംഗികതയെ തന്നെ വർജിക്കുന്ന ബ്രഹ്മചാരികളായ സന്യാസികളും വ്യവസ്ഥാപിത കുടുംബ-ലൈംഗിക ക്രമത്തെ നിരാകരിക്കുന്നതിനാൽ മറ്റൊരു തരത്തിലുള്ള ലിംഗ ഗണമാണ് എന്നു മനസ്സിലാക്കാൻ പ്രയാസമില്ല. ബദൽ ലിംഗഗണം (Alternative gender) എന്ന പേരുകൂടി മൂന്നാംലിംഗ ഗണത്തിനുണ്ട്. ഇത്തരത്തിൽ വ്യവസ്ഥാപിത പുരുഷ സ്ത്രീ ബന്ധത്തെ വിഛേദിക്കുന്നവരുടെ ഗണം വിപുലമാവുമ്പോൾ മൂന്നാംഗണത്തിനുമപ്പുറം നാല്, അഞ്ച് എന്നിങ്ങനെ ഗണം വളരുമ്പോൾ ലൈംഗികതയെക്കുറിച്ചുള്ള പുരുഷാധിഷ്ഠിത സങ്കല്പങ്ങളാണ് ചോദ്യം ചെയ്യപ്പെടുന്നത്. ബദൽ ലൈംഗികത വളരുന്നതിന്റെ ഭരണഘടനാപരവും ജനാധിപത്യപരവുമായ അംഗീകാരമാണ് സുപ്രീംകോടതി നടത്തിയത്.

പ്രണയം, രതി, ജൈവശരീരം, അജൈവശരീരം

ജൈവശരീരവും (പ്രത്യക്ഷശരീരം) അജൈവശരീരവും (പരോക്ഷ ശരീരം അഥവാ മനഃശാസ്ത്ര ശരീരവും- psychological body അംഗരഹിത ശരീര- - body without organs - ദെലേസ്) വും തമ്മിലുള്ള വൈരുദ്ധ്യമാണ് മനുഷ്യസമൂഹം അഭിമുഖീകരിക്കുന്ന ലൈംഗിക പ്രശ്നത്തിന്റെ ആസ്പദം. പ്രകൃതി നിയമങ്ങൾക്ക് വിരുദ്ധമായ വിവാഹം, ഏക ഭാര്യത്വം, സദാചാരനിഷ്ഠ, ബ്രഹ്മചാരിത്വം, ചാരിത്ര്യം, സങ്കൽപ്പം എന്നിവയെല്ലാം പ്രകൃതിദത്തവും സ്വാഭാവികവുമായ രീതികളായി സ്വീകരിക്കേണ്ടിവരുന്ന സമസ്യയ്ക്കുള്ളിലേക്ക് മനുഷ്യവംശത്തെ കുരുക്കിയിടുന്നത് മേൽപ്പറഞ്ഞ വൈരുദ്ധ്യമാണ്.

പ്രത്യക്ഷ ശരീര (physical body) ത്തിന്റെ ചോദനകളെ സംതൃപ്തമാക്കുന്നതാണ് മറ്റു ജീവജാലങ്ങളുടെ രതിയെങ്കിൽ മനുഷ്യരുടേത് ജൈവശരീരത്തിനപ്പുറത്തേക്ക് വളരുന്നവയാണ്. ഇതാണ് പ്രണയത്തിന്റെയും ഭാവനാത്മകതയുടെയും ജൈവശരീരാതീതമായ (ലെസ്ബിയൻ, ഗേ, ഉഭയ ലൈംഗികത, ട്രാൻസ്ജന്റർ) ബന്ധങ്ങളെയും സൃഷ്ടിച്ചത്. പ്രത്യക്ഷത്തിൽ സ്ത്രീശരീരമായിരിക്കുമ്പോഴും പുരുഷ ശരീരസദൃശമായ കാമനകളും തിരിച്ചുമുള്ള പ്രവണതകൾ അന്തർഭവിതമായ മനുഷ്യശരീരത്തിന്റെയും രതി ചോദനകളുടെയും ജൈവവൈവിദ്ധ്യം തിരിച്ചറിയപ്പെടാത്ത സമൂഹമാണ് നമ്മുടേത്. ലൈംഗികത അതിന്റെ എതിർലിംഗത്തോടു കാണിക്കുന്ന ആഭിമുഖ്യവും സമാനലിംഗത്തോടു

കാണിക്കുന്ന ആഭിമുഖ്യവും ഇടകലർന്നതാണത്. ആഹാരം കഴിക്കുന്നതിന്റെ ആനന്ദവും ആഹാരം വർജ്ജിക്കുന്നതിന്റെ അനുഭൂതിയും പോലെ തന്നെ ലൗകികതയുടെയും സന്ന്യാസത്തിന്റെയും ഭിന്നാഭിമുഖ്യങ്ങളും നിലനില്ക്കുന്ന യാഥാർത്ഥ്യമാണ്. ധ്യാനാത്മകരതിയുടെ താന്ത്രികഭാവങ്ങൾക്കും ഭിന്നരതിയുടെ തീവ്രാനുരാഗങ്ങൾക്കും ഇടമുള്ള സമൂഹമായിരുന്നു കൊളോണിയൽ കാലഘട്ടത്തിനു മുമ്പുള്ള ഇന്ത്യൻ സമൂഹം. പുരുഷാധിഷ്ഠിതത്വവും ബ്രാഹ്മണിക്കൽ മേധാവിത്വവും മറ്റനേകം അധിനിവേശ രൂപങ്ങളും നിലനിൽക്കവേ തന്നെ വ്യത്യസ്ത ലൈംഗികതയെക്കുറിച്ച് സംസാരിക്കാനും ആവിഷ്ക്കരിക്കാനും ഒരിടം പരിമിതികളോടെയാണെങ്കിലും നമുക്കുണ്ടായിരുന്നു. എന്നാൽ, സദാചാരവാദത്തിന്റെയും പുരുഷ കേന്ദ്രിതമായ ഏകമുഖലൈംഗികതയുടെയും ജൈവശാസ്ത്രവാദത്തിന്റെയും വികലമായ സംയോജനത്തിലൂടെ അപമാനവീകരിക്കപ്പെട്ട ഒരു ലൈംഗികത നമ്മുടെമേൽ അടിച്ചേല്പിക്കപ്പെട്ടു.

പ്രത്യുല്പാദനം, സന്തുഷ്ട കുടുംബം, രതിമൂർച്ച, പാതിവ്രത്യം തുടങ്ങിയ സങ്കൽപ്പനങ്ങളുടെ മുകളിൽ കറങ്ങുന്ന പരീക്ഷണമായി ലൈംഗികത മാറി. ലൈംഗിക മർദ്ദനങ്ങളും അടിമത്തവും ബ്രാഹ്മണാധിപത്യവും നിലനിന്നിരുന്നെങ്കിൽ പോലും തൃത്രീയ പ്രകൃതികളെ നാം ബ്രിട്ടീഷുകാരെപ്പോലെ കുറ്റവാളികളായി മുദ്രകുത്തിയിരുന്നില്ല. ഫ്യൂഡൽ-രാജവ്യവസ്ഥകളുടെ അധിനിവേശ മൂല്യങ്ങളും പുരുഷാധികാര പ്രമത്തതയും ഉൾച്ചേർന്നതാണെങ്കിലും ഏഷ്യനാഫ്രിക്കൻ രാജ്യങ്ങളിലും മറ്റും ഭിന്നലൈംഗികതയുടെ അസ്തിത്വം അംഗീകരിക്കപ്പെട്ടിരുന്നു. ഗോത്ര വർഗ്ഗങ്ങളുൾപ്പെടെയുള്ള വിപുലമായ ജനജീവിത ശൃംഖലകളിലെ ലൈംഗിക സങ്കൽപ്പം ആധുനിക കൊളോണിയൽ കാലഘട്ടത്തിലെ വിക്ടോറിയൻ സദാചാരസങ്കല്പങ്ങളിൽ നിന്നും വ്യത്യസ്തമായി നിലനിന്നിരുന്നു. കൊളോണിയൽ ആധിപത്യമാണ് എതിർലിംഗലൈംഗികത (heterogexuality)യെന്ന ഏകമുഖ രതി സങ്കല്പത്തെ അടിച്ചേൽപ്പിച്ചത്. എന്നാൽ കൊളോണിയൽ നിയമങ്ങൾക്ക് ചില പുരോഗമന വശങ്ങളുണ്ടായിരുന്നുവെന്നത് നിഷേധിക്കാൻ വയ്യ. ശൈശവ വിവാഹം, സതി, വിധവാ വിവാഹനിരോധനം, ദേവദാസി സമ്പ്രദായം തുടങ്ങിയ ലൈംഗികതയുമായി ബന്ധപ്പെട്ട പല അപമാനവീകരിക്കപ്പെട്ട രീതികളും നിയമവിരുദ്ധമാക്കിയത് ഈ പുരോഗമനവശമാണ് കാണിക്കുന്നത്. അതിന്റെ തുടർച്ച തന്നെയാണ് ഇപ്പോഴത്തെ കോടതി വിധിയും. മാത്രമല്ല, സ്ത്രീസമത്വാശയങ്ങൾ, LGBT (ലെസ്ബിയൻ, ഗേ, ഉഭയലൈംഗികത, ട്രാൻസ്ജന്റർ) പ്രസ്ഥാനങ്ങൾ, ഫെമിനിസം, വിവാഹമോചനം (divorce), കുടുംബാസൂത്രണം, സ്ത്രീപീഡനത്തിനെതിരായ പ്രസ്ഥാനം തുടങ്ങിയ അനേകം സംഭാവനകൾ പാശ്ചാത്യരുടെ പിൻബലത്തിലാണ് ലോകത്ത് വളർന്നുവന്നത്. എന്നാൽ, ഇത്തരം ആശയങ്ങളും പ്രസ്ഥാനങ്ങളും രൂപം കൊള്ളുന്നതിനുമുമ്പുതന്നെ വിക്ടോറിയൻ സദാചാര സങ്കൽപ്പങ്ങളും അതിനനുസൃതമായ വിദ്യാഭ്യാസരീതികളും ആൺ-പെൺ ബന്ധത്തെ

സംബന്ധിച്ച മതാത്മക സമീപനങ്ങളും നമ്മുടെ സമൂഹത്തിൽ അരക്കിട്ടുറപ്പിച്ചു കഴിഞ്ഞിരുന്നു. അതുകൊണ്ടുതന്നെ പാശ്ചാത്യരുടെ പുരോഗമനപരമായ സംഭാവനകളുടെ ഗുണഫലമനുഭവിക്കാൻ നമ്മുടെ സമൂഹത്തിനു കഴിഞ്ഞില്ല. ലൈംഗികത കുറ്റവും പാപവുമാണെന്നും ശരീരബന്ധിതമായ പ്രണയമെന്നാൽ മാംസബന്ധിതമാണെന്നും നമ്മൾ ധരിച്ചു. ജൈവ-അജൈവ മിശ്രിതമായ അഥവാ പ്രത്യക്ഷ ശരീരവും പരോക്ഷ ശരീരവും കൂടിച്ചേർന്ന ശരീരം തന്നെയാണ് ആത്മാനുഭൂതി എന്ന പ്രതീതി മനുഷ്യനിലുണർത്തുന്നത് എന്ന് തിരിച്ചറിയാൻ നമുക്ക് കഴിഞ്ഞില്ല. ജീവശാസ്ത്രത്തിൽ വ്യത്യസ്ത അവയവങ്ങളായി വിശദീകരിക്കപ്പെടുന്ന മനുഷ്യരുടെ മൂർത്ത ശരീരത്തിന്റെ സങ്കീർണ്ണമായ പ്രവർത്തനത്തെയാണ് അഥവാ പ്രവർത്തനഫലത്തെയാണ് പരോക്ഷ ശരീരം അഥവാ സൈക്കോളജിക്കൽ ബോഡി എന്നുവിളിക്കുന്നത്. എന്നാൽ, ആധുനിക ജീവശാസ്ത്രത്തിനും മനഃശാസ്ത്രത്തിനും മനുഷ്യശരീരത്തിന്റെ അത്ഭുതകരമായ ഈ അന്തഃസ്ഥിത സമ്മേളനത്തെ വിശദീകരിക്കാൻ ഇപ്പോഴും കഴിയുന്നില്ല. മൂന്നാംലിംഗ ഗണം തുടങ്ങിയ മനുഷ്യരുടെ ഭിന്ന ലൈംഗിക പ്രതിഭാസങ്ങളെക്കുറിച്ച് ജീവശാസ്ത്രവാദികൾക്ക് വളരെ ഉപരിപ്ലവമായ കാര്യങ്ങൾ മാത്രമേ അറിയുകയുള്ളൂ. ജീവശാസ്ത്രത്തിന് ലൈംഗികതയുടെ പ്രത്യുല്പാദനപരവും പ്രത്യക്ഷ ശരീരാധിഷ്ഠിതവുമായ കാര്യങ്ങൾ മാത്രമേ വിശദീകരിക്കാൻ കഴിയുകയുള്ളൂ. ജീവശാസ്ത്രത്തിന്റെ ഈ രംഗത്തുള്ള പരാജയത്തിൽനിന്ന് അല്ലെങ്കിൽ പരിമിതിയിൽനിന്നാണ് മനഃശാസ്ത്രം എന്ന മറ്റൊരു ശാസ്ത്രം രൂപംകൊള്ളുന്നത്. മനഃശാസ്ത്രത്തിനും ലൈംഗികതയുടെയും ലൈംഗികാഭിമുഖ്യങ്ങളുടെയും സാമൂഹ്യശാസ്ത്രപരവും രാഷ്ട്രീയവുമായ മാനങ്ങൾ വിശകലനം ചെയ്യാൻ കഴിയുകയില്ല. അത് നിലനിൽക്കുന്ന പ്രതിലോമ ലൈംഗികതയുടെ അധികാര യന്ത്രത്തിനനുസരിച്ച് ലൈംഗികതയെ വിശകലനം ചെയ്യുന്നു. പുരുഷാധിഷ്ഠിതമായ കുടുംബഘടനയ്ക്കുള്ളിലെ ഒരു രഹസ്യവിഷയമായി അത് മാറി. വിവാഹപൂർവ്വബന്ധങ്ങളും വിവാഹേതരബന്ധങ്ങളും കുറ്റകരമായി. ഭിന്ന ലൈംഗികതൃഷ്ണകൾ ചികിത്സിച്ചു മാറ്റേണ്ടതാണെന്നു വ്യാഖ്യാനിക്കപ്പെട്ടു. ഭർത്താവിനെ സംതൃപ്തിപ്പെടുത്തുന്ന ഭാര്യയുടെ ധർമ്മമായി സ്ത്രീ ലൈംഗികത ഉറപ്പിക്കപ്പെട്ടു. അങ്ങനെ മനഃശാസ്ത്രം ലൈംഗികതയെ അധികാരഘടനയുടെ പരമിത വൃത്തത്തിൽ ഒതുക്കി.

ശരീരത്തിനുമുകളിൽ ഒരാത്മാവിനെ കൃത്രിമമായി പ്രതിഷ്ഠിക്കുന്നതിന്റെ ഭാഗമായിട്ടാണ് യഥാർത്ഥ സ്ത്രീ പുരുഷ ബന്ധം സ്വർഗ്ഗത്തിൽ മാത്രമേ നടക്കുകയുള്ളൂവെന്ന വിശ്വാസം നിലവിൽ വരുന്നത്. അങ്ങനെ ആത്മാവിൽ കേന്ദ്രീകരിക്കുന്ന ലൈംഗിക സങ്കല്പത്തിന് ആത്മീയവാദികൾ അടിത്തറയിട്ടപ്പോൾ ശരീരത്തെ അഥവാ പ്രത്യക്ഷശരീരത്തെ മാത്രം കേന്ദ്രീകരിച്ചുകൊണ്ട് ശരീരമാത്രവാദികളും അവരുടെ ലൈംഗിക സങ്കല്പങ്ങൾക്ക് രൂപംകൊടുത്തു. നേരത്തേ പറഞ്ഞ പാശ്ചാത്യശാസ്ത്ര

ങ്ങളുടെയും പാശ്ചാത്യയുക്തികളുടെയും പരിമിതികൾ തന്നെയാണ് കേവലശരീരവാദികൾക്കുമുള്ളത്. വിവാഹവും പ്രണയവും സ്വർഗ്ഗത്തിൽ മാത്രമേ പൂർണ്ണമായും സാക്ഷാത്ക്കരിക്കുകയുള്ളൂവെങ്കിൽ ഭൂമിയിൽ സാദ്ധ്യമാകുന്നത് ചിലർക്ക് അമിതഭോഗ സ്വാതന്ത്ര്യവും മറ്റ് ചിലർക്ക് ആജീവനാന്ത കന്യകാത്വവും ബ്രഹ്മചര്യത്വവും വേറെ ചിലർക്ക് ഏക ഭാര്യാത്വവുമാണ് എന്നുവന്നു. പതിവ്രതമാരായ പത്നിമാരെയും (കുടുംബശ്രീ) ആജീവനാന്ത കന്യകകളായ സോദരിമാരെയും സൃഷ്ടിച്ച പൗരോഹിത്യം തന്നെയാണ് വെപ്പാട്ടിമാരെയും ദേവദാസികളെയും സൃഷ്ടിച്ചത്. അവർ തന്നെയാണ് അന്തപ്പുരങ്ങളിൽ സ്ത്രീകൾക്ക് കാവൽനില്ക്കാൻ വേണ്ടി പുംസകങ്ങളെ വരിയുടച്ച് നപുംസകങ്ങളാക്കിയത്. സ്വന്തം കുടുംബത്തിൽ പതിവ്രതകളെ സൃഷ്ടിച്ചവർതന്നെയാണ് ഇരുട്ടിന്റെയും സംഹിതകളുടെയും മറവിൽ താത്രിക്കുട്ടിമാരെയും സൃഷ്ടിച്ചത്. പെൺഗന്ധമേൽക്കാതെ ഋഷ്യശൃംഗനെ വളർത്തിയ സംസ്കാരം തന്നെയാണ് താത്രിക്കുട്ടിയുടെ പിതാവിനെ കാമാന്ധനാക്കിയത്. സ്വന്തം ലിംഗസ്വത്വം മറച്ചുവെക്കാൻ വൈദിക വിധിപ്രകാരം നിത്യവും കോണകം മുറുക്കിയുടുത്ത കരങ്ങൾ തന്നെയാണ് മാറുമറയ്ക്കൽ സമരകാലത്ത് സ്ത്രീകളുടെ മാർക്കച്ച വലിച്ചുകീറിയെറിഞ്ഞത്. ലൈംഗിക അഭിലാഷങ്ങളെ കൃത്രിമമായി അമർത്തിവയ്ക്കുകയും കോടാനുകോടി സ്ത്രീകളെ ദൈവത്തിന്റെ മണവാട്ടിയായി ബലിയർപ്പിക്കുകയും ചെയ്യുന്ന പൗരോഹിത്യം മൂന്നാംലിംഗ ഗണത്തിന്റെ അവകാശങ്ങളെ എതിർക്കുന്നത് അത്ഭുതകരമാണ്. സ്വർഗ്ഗത്തിലെ സിംഹാസനത്തിനുവേണ്ടി ജീവിതം മുഴുവൻ ബ്രഹ്മചാരികളായി ജീവിക്കുന്ന മൂഢത്വം മറ്റാർക്കും ദ്രോഹം ചെയ്യാതെ സ്വന്തം ആഭിമുഖ്യങ്ങൾക്കനുസൃതമായി ജീവിക്കാനുള്ള മറ്റുമനുഷ്യരുടെ ജനകീയാധികാരത്തെ അംഗീകരിച്ച കോടതിവിധിയോട് വിയോജിക്കുന്നത് അത്ഭുതകരമാണ്. പൊതുവിൽ മതവാദികൾ ഈ വിധിയെ അംഗീകരിക്കുന്നില്ല എന്നത് ശ്രദ്ധേയമാണ്. എന്നാൽ സവിശേഷ ലൈംഗികതയെ അംഗീകരിക്കാൻ സുപ്രീംകോടതി കാണിച്ച ആർജ്ജവം ജനാധിപത്യവാദികളെ മുഴുവൻ ആഹ്ലാദിപ്പിക്കുന്നതാണ് എന്നതിന് സംശയമില്ല.

മാർക്സിസവും എൽ ജി ബി ടി വിമോചനവും

പി എസ് പൂഴനാട്

"Philosophy and the study of the actual world have the same relation to one another as masterbation and sexual love" - Marx, Engels (*The German Ideology*)

LGBT (lesbian, gay, bisexual, transgender) വിഭാഗങ്ങളുടെ ലൈംഗിക പരിഗണനകളെ ക്രിമിനൽ കുറ്റകൃത്യമായി കണക്കിലെടുത്തുകൊണ്ടുള്ള സുപ്രീംകോടതിയുടെ വിധിപ്രഖ്യാപനത്തെത്തുടർന്ന്, വ്യത്യസ്ത വിതാനങ്ങളിൽ ചർച്ചകളും സംവാദങ്ങളും കൊഴുത്തുകൊണ്ടിരിക്കുകയാണ്. ഒരുഭാഗത്ത് ഫ്യൂഡൽ മൂല്യസങ്കൽപ്പനങ്ങളുടേയും മതാത്മകതയുടേയും പ്രതിലോമ ബോധപരിസരങ്ങളും മറുഭാഗത്ത് നിയോലിബറൽ മുതലാളിത്തത്തിന്റെ യുക്തിബോധങ്ങളും പരസ്പരം കെട്ടിപ്പുണർന്നുകൊണ്ടും ചിലനേരങ്ങളിൽ എതിരിട്ടുകൊണ്ടുമാണ് മുഖ്യധാരയിൽ സംവാദങ്ങൾ തളിർക്കുന്നത്. എൽ ജി ബി ടി ലൈംഗികതയെ, ഒരു ലൈംഗികമനോരോഗമെന്ന നിലയിലും പ്രകൃതി വിരുദ്ധതയുടെ കൊടിയടയാളമായും ധാർമ്മികതയുടേയും സദാചാരത്തിന്റേയും അന്തകനുമായിട്ടാണ് മുഖ്യധാര പൊതുബോധം പൊതുവേ പരിഗണിക്കുന്നത്. അതുകൊണ്ടുതന്നെ എൽ ജി ബി ടി വിഭാഗങ്ങൾ നാടുകടത്തപ്പെടേണ്ട സാമൂഹ്യ വൈകൃതങ്ങളാണെന്നാണ് അക്കൂട്ടർ വാദിച്ചുറപ്പിച്ചുകൊണ്ടിരിക്കുന്നത്. മറുഭാഗത്താകട്ടെ നിയോലിബറൽ മുതലാളിത്തത്തിന്റെ ചരക്കു വിപണിയിലെ മറ്റൊരു വിഭവസമൃദ്ധമായ ഉൽപ്പന്നമെന്ന നിലയിൽ എൽ ജി ബി ടി ലൈംഗികതയെ വെട്ടിച്ചുരുക്കി അവതരിപ്പിക്കാനും ആഘോഷിക്കാനുമുള്ള തീവ്രശ്രമങ്ങളും മാധ്യമ കാർമ്മികത്വത്തിൽ തകൃതിയായി നടക്കുന്നുണ്ട്. ഇത്തരം നിലപാടുകൾക്കിടയിൽവെച്ച് യഥാർത്ഥത്തിൽ എന്താണ് മുങ്ങിച്ചത്തുപോകുന്നത്? എന്തുകൊണ്ടാണ് ലിംഗന്യൂന

പക്ഷങ്ങൾ ഒരു മഹാപാതകമായി ചരിത്രത്തിന്റെ സമൂർത്തതകളിൽ നിലകൊള്ളുന്നത്? വ്യത്യസ്തതകളുടെ ആഘോഷങ്ങൾക്കുവേണ്ടി വളരെ ആവേശപൂർവ്വം വാദിക്കുന്നവർപോലും ലൈംഗിക വ്യത്യാസങ്ങളുടെയും വൈവിദ്ധ്യങ്ങളുടെയും പ്രശ്നമണ്ഡലങ്ങളെ അതർഹിക്കും വിധം അഭിസംബോധന ചെയ്യാൻ എന്തുകൊണ്ടാണ് അറച്ചുനിൽക്കുന്നത്. അടിച്ചമർത്തപ്പെടലിന് വിധേയമാക്കപ്പെടുന്ന സർവ്വവിധ വിഭാഗങ്ങളുടെയും മോചനത്തിലൂടെ മാത്രമേ യഥാർത്ഥ വിമോചനത്തിന്റെ വാതിലുകൾ തുറക്കപ്പെടുകയുള്ളൂ എന്ന് നീറ്റലോടെ തിരിച്ചറിയുന്ന മാർക്സിസ്റ്റ് സൈദ്ധാന്തിക പ്രയോഗത്തിന് (Marxist Praxis) അതുകൊണ്ടുതന്നെ എൽ ജി ബി ടി വിഭാഗങ്ങൾ നേരിടുന്ന അടിച്ചമർത്തലിനെതിരെ എങ്ങനെയാണ് അകന്നുനിൽക്കാൻ കഴിയുന്നത്? ഒരുതരത്തിലും അകന്നുനിൽക്കാൻ കഴിയില്ലെന്ന ധീരമായ പ്രഖ്യാപനമാണ് സുപ്രീംകോടതി വിധിയെ തള്ളിക്കളഞ്ഞുകൊണ്ട് സി പി ഐ (എം)യിൽ നിന്നും അഖിലേന്ത്യ ജനാധിപത്യ മഹിളാ അസോസിയേഷനിൽ നിന്നും എല്ലാ ഫ്യൂഡൽ -മതബോദ്ധ്യങ്ങളെയും അരിഞ്ഞുവീഴ്ത്തിക്കൊണ്ട് പുറത്തുവന്നിട്ടുള്ളത്.

എൽ ജി ബി ടി വിമോചനമെന്ന മുദ്രാവാക്യം അതിന്റെ സമൂർത്തത കൈവരിക്കുന്ന ചരിത്ര ഘട്ടങ്ങൾക്കുമുമ്പാണ് മാർക്സും എംഗൽസും ജീവിച്ചിരുന്നതെന്നത് യാഥാർത്ഥ്യമാണ്. എന്നാൽ സർവ്വവിധ അടിച്ചമർത്തലുകൾക്കുമെതിരെ പൊരുതി പോരാടാനുള്ള ഒരു സൈദ്ധാന്തിക പരിപ്രേക്ഷ്യം അടിച്ചമർത്തലിന് വിധേയമാകുന്ന സർവ്വവിധ വിഭാഗങ്ങൾക്കും ധീരമായി സമ്മാനിച്ചുകൊണ്ടാണ് മാർക്സും എംഗൽസും ചരിത്രത്തിന്റെ സമൂർത്തതയിലേക്ക് യാത്രയായത്. അടിച്ചമർത്തലുകൾക്കും ചൂഷണങ്ങൾക്കും വിധേയമാകുന്ന വിഭാഗങ്ങൾ ഭരണകൂടത്തിന്റെ നിയന്ത്രണമേറ്റെടുക്കുകയും തങ്ങളുടെ താല്പര്യങ്ങൾക്കനുസൃതമായി ആ ഭരണകൂടത്തെയും അതിന്റെ സാമൂഹ്യ സ്ഥാപനങ്ങളേയും ഉടച്ചുവാർക്കുകയും ചെയ്യുന്ന സൈദ്ധാന്തിക പ്രയോഗത്തിന്റെ ചുരുക്കെഴുത്താണ് മാർക്സിസം. വർഗ്ഗവിഭജനത്തിന്റെ അടരുകൾക്കിടയിൽ വെച്ചാണ് സമൂഹത്തിന്റെ നിത്യസാന്നിദ്ധ്യമായി അടിച്ചമർത്തലുകളും ചൂഷണങ്ങളും കൊടിപറത്തുന്നതെന്നാണ് അതിന്റെ പ്രഖ്യാപിതമായ നിലപാട്. അതുകൊണ്ടുതന്നെ സാമൂഹ്യാധികാരം കൈയാളുന്ന ഭരണവർഗ്ഗത്തിന് അതിന്റെ ആധിപത്യവും അധീശത്വവും നിലനിർത്തുന്നതിന് അടിച്ചമർത്തലും ചൂഷണവും നിർബാധം തുടരേണ്ടതുണ്ട്. അടിച്ചമർത്തപ്പെടുന്നവരുടെയും ചൂഷണത്തിന് വിധേയമാക്കപ്പെടുന്നവരുടേയും വർഗ്ഗപരമായ ഐക്യനിര ഉയർന്നുവരുന്നതോടെ ഭരണകൂടം പ്രതിസന്ധികളിലേക്ക് എടുത്തെറിയപ്പെടും. എന്നാൽ ഇത്തരമൊരു ഐക്യനിരയെ അത് തകർത്തുതരിപ്പണമാക്കുന്നത് അടിച്ചമർത്തിലിന് വിധേയമാകുന്ന വിഭാഗങ്ങളെ തമ്മിൽ പരസ്പരം അടർത്തിമാറ്റിക്കൊണ്ടാണ്. അത് സ്ത്രീയെ പുരുഷനെതിരെയും പുരുഷനെ സ്ത്രീക്കെതിരെയും നിരന്തരം

പ്രതിഷ്ഠിച്ചുകൊണ്ടിരിക്കും. കറുത്തവരെ വെളുത്തവർക്കെതിരെയും വെളുത്തവരെ കറുത്തവർക്കെതിരെയും അത് ആട്ടിത്തെളിക്കും. അതുപോലെ എൽ ജി ബി ടി വിഭാഗങ്ങളെ മുഖ്യധാര എതിർചേരിയിൽ സ്ഥാനപ്പെടുത്തും. ഇത്തരത്തിലുള്ള ആഴത്തിലുള്ള വിഭജനങ്ങൾ - ജാതിയുടെയും നിറത്തിന്റേയും ലിംഗത്തിന്റേയും ലൈംഗികാഭിരുചിയുടെയും തുടങ്ങി-ഒരായിരം മണ്ഡലങ്ങളിൽ അവിരാമമായി നിലനിർത്തിക്കൊണ്ടുമാത്രമേ ഭരണവർഗ്ഗ പ്രത്യയശാസ്ത്രത്തിന് സുഗമമായി മുന്നോട്ടുകുതിക്കാനാവൂ. അതുകൊണ്ടുതന്നെ വർഗൈക്യത്തെ സ്വത്വകേന്ദ്രീകൃതമായി പിളർക്കുന്നത് ഓരോ വിഭാഗത്തെയും വെവ്വേറെ ആക്രമിച്ചു കീഴടക്കാനാണെന്നുള്ള ഫ്രെഡ്രിക് ഡഗ്ലസിന്റെ നിരീക്ഷണം ഏറെ പ്രസക്തമാണ്.

നിയോലിബറൽ കാലഘട്ടത്തിന്റെ വസ്തുനിഷ്ഠതയെ അതിന്റെ സമഗ്രതയിൽ ഉൾക്കൊണ്ടുകൊണ്ട് എൽ ജി ബി ടി വിമോചനത്തിന്റെ രാഷ്ട്രീയ സൈദ്ധാന്തിക പരിപ്രേക്ഷ്യംരൂപപ്പെടുത്തി യെടുക്കുകയെന്നത് ഇനിയും കടമ്പകൾ ഏറെ കടക്കേണ്ട ഒരു പ്രശ്നഭൂമികയാണ്. എന്നാൽ അത്തരമൊരു രാഷ്ട്രീയ സൈദ്ധാന്തിക പരിപ്രേക്ഷ്യം രൂപപ്പെടുത്തിയെടുക്കുന്നതിനാവശ്യമായ വിഭവങ്ങൾ സമ്മാനിക്കാൻ മാർക്സിസത്തിനല്ലാതെ മറ്റൊരു ദാർശനിക പദ്ധതിയുടെയും രീതിശാസ്ത്രത്തിന് ഒരിക്കലും കഴിയില്ലെന്നതും യാഥാർത്ഥ്യമാണ്. ചരിത്രപരവും വൈരുദ്ധ്യാധിഷ്ഠിതവുമായ ഭൗതികവാദത്തെ സംബന്ധിച്ചിടത്തോളം ജനജീവിതത്തിന്റെ അഭിലാഷങ്ങളെയും മനോഭാവങ്ങളെയും നിലപാടുകളെയും അഭിവാഞ്ഛകളെയും രൂപപ്പെടുത്തുന്നത് പ്രസ്തുത ജനജീവിതങ്ങൾ രൂപപ്പെടുന്ന ചരിത്രകാലഘട്ടമാണ്. ജനജീവിതത്തിന്റെ ഭൗതിക പരിസങ്ങളാണ് അവരുടെ മനോമണ്ഡലങ്ങളുടെ സമീപനങ്ങളെ രൂപപ്പെടുത്തി യെടുക്കുന്നത്. അതുകൊണ്ടുതന്നെ മറ്റെന്തിനെയു മെന്നപോലെ ലൈംഗികതയും ഉറപ്പിച്ചു നിറുത്തപ്പെട്ട ഒരു മനോ വ്യവഹാരമല്ല; മറിച്ച് ചരിത്രശക്തികൾക്കനുസരിച്ച് നിരന്തരം മാറിക്കൊണ്ടിരിക്കുന്ന ഭൗതിക യാഥാർത്ഥ്യത്തിന്റെ സങ്കീർണ്ണതകൾ പേറുന്ന ഒരു ജൈവാവിഷ്കാര മാണത്.

സ്വവർഗ്ഗലൈംഗികത എല്ലാക്കാലത്തും മനുഷ്യജീവിതത്തിന്റെ ഭാഗമായി നിലകൊണ്ടിട്ടുള്ളത് ചരിത്രയാഥാർത്ഥ്യമാണ്. അതുകൊണ്ടുതന്നെ സ്വവർഗ്ഗലൈംഗികത മനുഷ്യമനോഭാവത്തിന് അന്യമാണെന്നും അത് 'പ്രകൃതി വിരുദ്ധ'മാണെന്നുമുള്ള യാഥാസ്ഥിതിക വാദഗതികൾ മനുഷ്യവംശത്തിന്റെ ചരിത്ര നേർക്കാഴ്ചകളുമായി ഒരിക്കലും പൊരുത്തപ്പെട്ടുപോകുന്നില്ല. പൗരാണിക ഗ്രീസിൽ വിശേഷിച്ചും ഏഥൻസിൽ, പുരുഷന്മാർ തമ്മിലുള്ള ലൈംഗികതയ്ക്ക് വലിയ തരത്തിലുള്ള സ്വീകാര്യതയാണ് ലഭിച്ചിരുന്നത്. മാത്രമല്ല, അത് പലപ്പോഴും പ്രകീർത്തിക്കപ്പെടുകയും ചെയ്തിരുന്നു. പല പൗരാണിക സാംസ്കാരിക മണ്ഡല

ങ്ങളിലും ലൈംഗികതയെ സംബന്ധിച്ചുള്ള കർക്കശമായ നിയന്ത്രണങ്ങളും നിയമാവലികളും നിലനിന്നിരുന്നെങ്കിലും ഗ്രീസിന്റെ അവസ്ഥാവിശേഷങ്ങൾ ഏറെ വ്യത്യസ്തമായിരുന്നു എന്ന് തെളിയിക്കപ്പെട്ടിട്ടുണ്ട്. ലൈംഗികതയുടെ ചരിത്രത്തെക്കുറിച്ച് ആധികാരികമായ പഠനങ്ങൾ നടത്തിയിട്ടുള്ള പ്രശസ്ത ചിന്തകനായ മിഷേൽ ഫുക്കോ സൂചിപ്പിക്കുന്നത്, ഗ്രീക്കുകാർ ലൈംഗികതയെ കണ്ടിരുന്നത് വിശപ്പും ദാഹവും പോലെ ശമിപ്പിക്കേണ്ട മറ്റൊരു ജൈവചോദനയായിട്ടാണെന്നാണ്. പൗരാണിക ഗ്രീക്ക് എഴുത്തുകാരി സാഫോയുടെ കവിതകൾ സ്ത്രീകളോടുള്ള ലൈംഗികാർഷണത്തിന്റെ സാക്ഷാത്ക്കാരങ്ങളായിരുന്നെന്നും നിരീക്ഷിക്കപ്പെട്ടിട്ടുണ്ട്. അതായത് മനുഷ്യസമൂഹം നിലനിന്നതും നിലനിൽക്കുന്നതുമായ എല്ലാ സാമൂഹ്യാവസ്ഥകളിലും സ്വവർഗ്ഗ ലൈംഗികത പ്രസ്തുത ചരിത്ര സാഹചര്യത്തിന്റെ പരിമിതികൾക്കും സാദ്ധ്യതകൾക്കും അകത്തുവച്ച് ചിറകുവിടർത്തിയിട്ടുണ്ട്.

ക്രൈസ്തവ മതബോധത്തിന്റെ ആധിപത്യ അധികാരരൂപങ്ങൾ കൊടുമ്പിരി കൊണ്ടിരുന്ന മദ്ധ്യകാല യൂറോപ്പിൽപ്പോലും ഏകദേശം പന്ത്രണ്ടാം നൂറ്റാണ്ടിന്റെ അവസാനംവരെ സ്വവർഗ്ഗലൈംഗികതയെ സഹിഷ്ണുതയോടെയാണ് കൈകാര്യം ചെയ്തിരുന്നത്. എന്നാൽ 1179 ൽ മതാധികാര കൗൺസിൽ പുരുഷന്മാർ തമ്മിലുള്ള ലൈംഗികതയെ പുച്ഛിച്ചു തള്ളുകയും തുടർന്നുള്ള നൂറ്റാണ്ടുകളിൽ ഫ്യൂഡൽ യൂറോപ്പിൽ ആകമാനം സ്വവർഗ്ഗലൈംഗികത മരണശിക്ഷ ലഭിക്കുന്ന ക്രൂരകൃത്യമായി അവതരിപ്പിക്കപ്പെടുകയും ചെയ്തു. നവോത്ഥാനത്തിന്റേയും ജ്ഞാനോദയത്തിന്റേയും തിളച്ചുമറിഞ്ഞ വിചാരപ്രക്ഷുബ്ധത, ഫ്യൂഡൽ യൂറോപ്പിൽ നിലയുറപ്പിച്ചിരുന്ന സ്വവർഗ്ഗലൈംഗിക-വിരുദ്ധതയുടെ മണ്ഡലങ്ങളേയും ഇളക്കിമറിച്ചു. പതിനെട്ടാം നൂറ്റാണ്ടോടെ ജ്ഞാനോദയ പ്രബുദ്ധതയുടെ ചിന്താസരണികൾ വ്യക്തികളുടെ സ്വകാര്യ ജീവിതത്തിനുമേലുള്ള ഭരണകൂടത്തിന്റെ ഇടപെടലിനെതിരെ ആഞ്ഞടിക്കാൻ തുടങ്ങി. തുടർന്ന് 1791 ൽ, ഫ്രഞ്ചുവിപ്ലവം പോലും നടക്കുന്നതിന് മുന്നേ, ഫ്രാൻസിന്റെ ഭരണകൂടം സ്വവർഗ്ഗലൈംഗികതയെ കുറ്റവിമുക്തമാക്കി. ഇതിന്റെ അലയൊലികൾ യൂറോപ്പിന്റെ വ്യത്യസ്ത ഇടങ്ങളിൽ വ്യത്യസ്ത തലങ്ങളിലുള്ള ചലനങ്ങൾക്ക് വഴിതെളിച്ചു. സ്വവർഗ്ഗലൈംഗികതയെ കുറ്റവിമുക്തമാക്കിയ നടപടിയെ സാധൂകരിച്ചുകൊണ്ട് അതുമായി ബന്ധപ്പെട്ടുള്ള ഒരു ലിബറൽ ജ്ഞാനസിദ്ധാന്തം ജോൺ സ്റ്റുവർട്ട് മിൽ മുന്നോട്ടുവച്ചു. ഒരു പ്രവർത്തനം ആ പ്രവർത്തനത്തെ ഇഷ്ടപ്പെടാത്ത മറ്റൊരാൾക്ക് ഹാനികരമായി തീരാത്തിടത്തോളം കാലം അത്തരം പ്രവർത്തനങ്ങളെ ഭരണകൂടം നിയമംകൊണ്ട് നിയന്ത്രിക്കേണ്ട യാതൊരു ആവശ്യവുമില്ലെന്നാണ് ജോൺ സ്റ്റുവർട്ട് മിൽ വാദിച്ചുറപ്പിച്ചത്. ഇങ്ങനെ ഒരുഭാഗത്ത് ലിബറൽ വാദഗതികൾ ശക്തിപ്പെടുമ്പോൾ മറുഭാഗത്ത് വ്യാവസായിക വിപ്ലവത്തിന്റെ ചരിത്രസമൂർത്തതയിലേക്ക് യൂറോപ്യൻ സമൂഹം എത്തപ്പെട്ടുകഴിഞ്ഞിരുന്നു.

വ്യാവസായിക വിപ്ലവം അതിന്റെ ശക്തി സംഭരിച്ചത് ബൂർഷ്വാ കുടുംബഘടനയുടെ മാതൃകകളെ നിരന്തരം ഉൽപ്പാദിപ്പിച്ചും പുനരുൽപ്പാദിപ്പിച്ചുകൊണ്ടുമായിരുന്നു. ഈ ബൂർഷ്വാ കുടുംബഘടന അതിന്റെ ചിറകുകൾ വിടർത്തിത്തുടങ്ങിയത് 14 ഉം 15 ഉം നൂറ്റാണ്ടുകളോടെയാണ്. ഈ ബൂർഷ്വാ കുടുംബഘടനയാണ് സ്ത്രീയും പുരുഷനും തമ്മിലുള്ള വൈവാഹിക-ലൈംഗിക ബന്ധത്തെ സുദൃഢമാക്കിത്തീർത്തത്. അതിന്റെ അടിത്തറതന്നെ സ്ത്രീയും പുരുഷനും തമ്മിലുള്ള വൈവാഹിക ബന്ധങ്ങളുടേയും വളരെ കൃത്യമായ ലിംഗകേന്ദ്രീകൃത കടമകളുടെയും പുരുഷാധിപത്യത്തിന്റെയും കരിങ്കൽ ക്കെട്ടുകൾ കൊണ്ടാണ് പടുത്തുയർത്തപ്പെട്ടിട്ടുള്ളത്. ഈയൊരു കുടുംബമാതൃകയെ ജനസമൂഹത്തിന്റെയാകെ കുടംബമാതൃകയാക്കി പരിവർത്തിപ്പിച്ചത് യഥാർത്ഥത്തിൽ വ്യാവസായിക വിപ്ലവാനന്തര കാലഘട്ടമായിരുന്നു. ഈയൊരു കുടുംബഘടനക്കുള്ളിൽ സ്ത്രീകളെ കൂലിരഹിത തൊഴിലാളികളാക്കി വെട്ടിച്ചുരുക്കാനും കുട്ടികളുടെ വളർത്തൽ പ്രക്രിയയുമായി സ്ത്രീജീവിതങ്ങളെ ബന്ധിപ്പിച്ചിടാനും എളുപ്പത്തിൽ കഴിയും. ഇങ്ങനെ മുതലാളിത്ത ഉല്പാദനവിതരണത്തിനാവശ്യമായ തൊഴിൽശക്തിയെ വളരെ തുച്ഛമായ കൂലിക്ക് പ്രസ്തുത ബുർഷ്വാ കുടുംബഘടനയിലൂടെ മുതലാളിത്തത്തിന് വളരെ എളുപ്പത്തിൽ പുനരുല്പാദിപ്പിക്കാൻ കഴിയും. യഥാർത്ഥത്തിൽ മുതലാളിത്ത വർഗ്ഗഘടനയുടെ ഉല്പാദന-പുനരുല്പാദനത്തിന്റെ ഏറ്റവും ശക്തിയുറ്റ കേന്ദ്രമായി ബൂർഷ്വാ- ന്യൂക്ലിയർ കുടുംബഘടനയെയും അതിനുള്ളിലെ ശ്രേണിബദ്ധമായ ആധിപത്യ വിധേയത്വബന്ധ ഘടനകളേയും നിലനിർത്തേണ്ടത് മുതലാളിത്ത വർഗ്ഗഘടനയുടെ നിലനില്പിനും അതിജീവനത്തിനും അനിവാര്യമാണ്. ഇത്തരമൊരു വർഗ്ഗഘടനയുടെ അടിത്തറയായി വർത്തിക്കുന്നത് സ്ത്രീയും പുരുഷനും തമ്മിലുള്ള ലൈംഗിക ബന്ധവും അതിലൂടെ പുനരുല്പ്പാദിപ്പിക്കപ്പെടുന്ന തൊഴിൽശക്തിയുമാണ്. അതുകൊണ്ടുതന്നെ സ്ത്രീയും പുരുഷനും തമ്മിലുള്ള ലൈംഗികബന്ധകല്പനകൾക്ക് മറുഭാഗത്ത് നിലകൊള്ളുന്ന മറ്റെല്ലാ ലൈംഗികാഭിരുചികളേയും ചവിട്ടി പുറത്താക്കികൊണ്ടു മാത്രമേ മുതലാളിത്ത വർഗ്ഗഘടനാസംവിധാനത്തിന് സ്വയം പുനരുല്പാദിപ്പിക്കാനും നിലനില്ക്കാനും കഴിയൂ. അങ്ങനെയാണ് മുതലാളിത്ത വർഗ്ഗഘടനയുടെ അടിസ്ഥാന ഘടകങ്ങളിലൊന്നായ ബൂർഷ്വാ-ന്യൂക്ലിയർ കുടുംബഘടന പ്രാന്തവൽക്കരിച്ച മറ്റൊരു ലൈംഗികവിഭാഗം മുതലാളിത്ത കുടുംബഘടനയ്ക്ക് പുറത്ത് രൂപംകൊള്ളുന്നത്. സ്വവർഗ്ഗരതിക്കാർ (homosexuals) എന്ന പദംതന്നെ ഉദയം കൊള്ളുന്നത് പത്തൊമ്പതാം നൂറ്റാണ്ടിന്റെ പകുതിയോടെയാണെന്നതും അതീവശ്രദ്ധേയമാണ്. ലോകപ്രശസ്ത ലെസ്ബിയൻ മാർക്സിസ്റ്റു ചിന്തകയായ ഷെറി വോൾഫ് വളരെ കൃത്യമായി ചൂണ്ടിക്കാട്ടുന്നതുപോലെ, ഇത്തരം ലൈംഗിക ന്യൂനപക്ഷവിഭാഗങ്ങൾക്ക്- എൽ ജി ബി ടി വിഭാഗങ്ങൾക്ക് - മുതലാളിത്തക്രമത്തിനുള്ളിൽ ഉല്പാദനത്തിന്റേയോ പുനരുല്പാദനത്തിന്റെയോ യാതൊരുവിധ പങ്കും നിർവ്വ

ഹിക്കാനില്ല. അടിച്ചമർത്തലിന് വിധേയമാകുന്ന മറ്റ് വിഭാഗങ്ങൾക്ക്- സ്ത്രീകളായാലും കറുത്തവരായാലും ദളിതരായാലും- മുതലാളിത്ത ഉല്പാദന പുനരുൽപ്പാദന പ്രക്രിയയ്ക്ക് അവരുടേതായ സംഭാവനകൾ നിരന്തരം നിർവ്വഹിക്കാനുണ്ട്. അതുകൊണ്ടുതന്നെ ലൈംഗിക ന്യൂനപക്ഷങ്ങൾക്കെതിരെയുള്ള അടിച്ചമർത്തൽ മറ്റു വിഭാഗങ്ങൾക്കെതിരായ അടിച്ചമർത്തലുകളേക്കാൾ അതീവ ഗൗരവ മാർന്ന ഒരു പ്രശ്ന പരിസരം സൃഷ്ടിക്കുന്നുണ്ട്.

ജർമ്മൻ സോഷ്യലിസ്റ്റുകളും സ്വവർഗ്ഗരതിയും

പത്തൊമ്പതാം നൂറ്റാണ്ടിന്റെ പകുതിയോടെ മുതലാളിത്ത രാജ്യങ്ങളെല്ലാം സ്വവർഗ്ഗലൈംഗികതയെ ക്രിമിനൽ കുറ്റകൃത്യമായി കണക്കാക്കിക്കൊണ്ടുള്ള നിയമനിർമ്മാണങ്ങളുടെ പടപ്പുറപ്പാടിലായിരുന്നു. അതിന്റെ ഏറ്റവും പ്രകടവും വേദനാജനകവുമായ ആവിഷ്കാരമായിരുന്നു ലോകപ്രശസ്ത ഐറിഷ് എഴുത്തകാരനായിരുന്ന ഓസ്കാർ വൈൽഡിനെതിരെ സ്വവർഗ്ഗരതിയുടെ പേരിൽ 1895 ൽ നടന്ന കുറ്റവിചാരണ. ഇത് അന്ന് നിലവിലുണ്ടായിരുന്ന പുരോഗമന വിപ്ലവ പ്രസ്ഥാനങ്ങളെയും സോഷ്യലിസ്റ്റുകളെയും പിടിച്ചുകുലുക്കി. പ്രസ്തുത ചരിത്രഘട്ടത്തിൽ, ജർമ്മൻ കമ്യൂണിസ്റ്റ് പാർട്ടിയുടെ ആദ്യരൂപമായിരുന്ന സോഷ്യൽ ഡെമോക്രാറ്റിക് പാർട്ടിയിലെ പ്രമുഖർ സ്വവർഗ്ഗലൈംഗികതയുമായി ബന്ധപ്പെട്ട പ്രശ്നപരിസരങ്ങളെ സസൂക്ഷ്മം നിരീക്ഷിക്കുകയും അതിൽ ധീരമായി ഇടപെടുകയും ചെയ്തു. സോഷ്യൽ ഡെമോക്രാറ്റിക് പാർട്ടിയുടെ മുഖപത്രത്തിന്റെ താളുകളിൽ സ്വവർഗ്ഗലൈംഗികതയുടെ പ്രശ്നമണ്ഡലങ്ങൾ വളരെ പ്രാധാന്യത്തോടെ പ്രസിദ്ധീകരിക്കപ്പെട്ടു. ഓസ്കാർ വൈൽഡിന്റെ വിചാരണ വേളയിൽ പ്രസ്തുത വിഷയത്തെ കീറിപ്പിളർന്നുകൊണ്ട് സോഷ്യൽ ഡെമോക്രാറ്റിക് പാർട്ടിയിലെ പ്രമുഖനും സോഷ്യലിസ്റ്റുമായ എഡ്വേർഡ് ബേൺസ്റ്റീൻ മുഖപത്രത്തിലെ ലേഖനങ്ങളിലൂടെ ആഞ്ഞടിച്ചു. സ്വവർഗ്ഗലൈംഗികത പ്രകൃതി വിരുദ്ധമാണെന്ന വാദഗതിയുടെ പൊള്ളത്തരങ്ങളെ അത്തരം ലേഖനങ്ങളിലൂടെ ബേൺസ്റ്റീൻ അരിഞ്ഞുവീഴ്ത്തി. ലോകചരിത്രത്തിലാദ്യമായി സ്വവർഗ്ഗരതിക്കാരുടെ അവകാശങ്ങൾക്കുവേണ്ടി പാർലമെന്റിൽ വാദിക്കുന്നത് ലോകപ്രശസ്ത മാർക്സിസ്റ്റ് പ്രക്ഷോഭകാരിയും സോഷ്യൽ ഡെമോക്രാറ്റിക് പാർട്ടി നേതാവുമായ ആഗസ്ത് ബെബെൽ ആയിരുന്നു. 1898 ൽ ജർമ്മൻ റൈഖ് സ്താഗിനുള്ളിലായിരുന്നു അത്. സോഷ്യൽ ഡെമോക്രാറ്റിക് പാർട്ടിയിലെ മറ്റു നേതാക്കളായിരുന്ന കാൾ കൗട്സ്കിയും റുഡോൾഫ് ഹിൽഫെർഡിങ്ങും, ജർമ്മനിയിൽ നിലവിലിരുന്ന സ്വവർഗ്ഗരതി-വിരുദ്ധ നിയമങ്ങളെ ഉപേക്ഷിക്കണമെന്ന് ആവശ്യപ്പെട്ടുകൊണ്ടുള്ള നിവേദനത്തിൽ ഒപ്പുവയ്ക്കുകയും നിവേദനം തൊഴിലാളികൾക്കിടയിൽ വിതരണം ചെയ്യുകയും ആയിരക്കണക്കിന് തൊഴിലാളികളെ ഒപ്പുവയ്ക്കാൻ പ്രേരിപ്പിക്കുകയും ചെയ്തു.

ലോകത്ത് ആദ്യമായി രൂപംകൊള്ളുന്ന സ്വവർഗ്ഗരതിക്കാരുടെ പ്രസ്ഥാനമായിരുന്നു The Scientific Humanitarian Committee. സോഷ്യലിസ്റ്റും സോഷ്യൽ ഡെമോക്രാറ്റിക് പാർട്ടി അംഗവുമായ മാഗ്നസ് ഹേഴ്ഷ്ഫെൽഡായിരുന്നു പ്രസ്ഥാനത്തിന്റെ സ്ഥാപകൻ. നാസികളുടെ ഏറ്റവും പ്രാകൃതകൃത്യമായിരുന്ന പുസ്തകം അഗ്നിക്കിരയാക്കൽ പരിപാടി ആദ്യമായി അരങ്ങേറുന്നത് മാഗ്നസ് ഹേഴ്ഷ്ഫെൽഡിന്റെ Institute for Sexual Science നെ ആക്രമിച്ചുകൊണ്ടായിരുന്നു എന്നത് പിന്നീടുള്ള ചരിത്രം. The Scientific Humanitarian Committee സ്വരൂപിച്ചെടുത്തിട്ടുള്ള പുസ്തകങ്ങളിൽ നിന്നും നിലപാടുകളിൽ നിന്നും രേഖകളിൽ നിന്നും ആവേശം ഉൾക്കൊണ്ടുകൊണ്ടായിരുന്നു സ്വവർഗ്ഗരതിക്കാരുടെ പ്രശ്നപരിസരങ്ങളെക്കുറിച്ച് 1905 ൽ ജർമ്മൻ പാർലമെന്റിൽ നടന്ന സംവാദത്തിലിടപെട്ടുകൊണ്ട് സോഷ്യൽ ഡെമോക്രാറ്റിക് പാർട്ടി അംഗമായ അഗസ്റ്റ് തീലി മുപ്പത്തിരണ്ടു പേജുകൾ നീളുന്ന പ്രസംഗം നടത്തിയത്. അഗസ്റ്റ് തീലി പ്രഭാഷണത്തിൽ ഇങ്ങനെ തുറന്നടിച്ചു : “സ്വവർഗ്ഗരതി ക്രിമിനൽ കുറ്റമാണെന്ന നിയമനിർമ്മാണം അസഹിഷ്ണുതയുടെയും പൗരോഹിത്യ ക്രൂരതകളുടെയും മറനീക്കിയുള്ള പുനരവതാരമാണ്. മദ്ധ്യകാലഘട്ടത്തിലെ പ്രാകൃതാവസ്ഥകളെയാണ് ഇത് ഓർമ്മപ്പെടുത്തുന്നത്.”

റഷ്യൻ വിപ്ലവവും ലൈംഗികതയും

ലോകത്താകമാനമുള്ള അടിച്ചമർത്തപ്പെട്ടവർക്കും ചൂഷണത്തിന്റെ അഴുക്കുചാലുകളിലേക്ക് വലിച്ചെറിയപ്പെട്ടവർക്കും വിമോചനത്തിന്റെ തീ പാറുന്ന പാഠങ്ങളായിരുന്നു റഷ്യൻ വിപ്ലവം സമ്മാനിച്ചത്. ഇന്ന് കാണുന്ന ലോകം ഈ നിലയിലെങ്കിലും എത്തപ്പെടുന്നതിന് കാരണമായിത്തീർന്ന രാസത്വരകം റഷ്യൻ വിപ്ലവവും അതിനെത്തുടർന്ന് നിലവിൽ വന്ന സോവിയറ്റ് സോഷ്യലിസ്റ്റ് ചേരിയുമായിരുന്നെന്ന ചരിത്രയാഥാർത്ഥ്യത്തെ അത്രപെട്ടെന്നൊന്നും ആർക്കും മറച്ചു പിടിക്കാനാവില്ല. റഷ്യൻ വിപ്ലവം മനുഷ്യബന്ധങ്ങളിൽ വിപ്ലവകരമായ അഴിച്ചുപണിക്കാണ് അടിത്തറയിട്ടത്. മാനവവിമോചനമെന്ന മുദ്രാവാക്യത്തെ അതിന്റെ സമഗ്രതയിലും സമൂർത്തതയിലും കണ്ണിചേർക്കാനായിരുന്നു വിപ്ലവഭരണകൂടം അതിന്റെ ആദ്യനാളുകളിൽ അടരാടിയത്. കാർഷിക വ്യവസ്ഥിതിയിലും മതാത്മക അന്ധബോധത്തിലും കണ്ണിചേർക്കപ്പെട്ട് ഏറ്റവും പിന്നണിയിൽ കിടന്ന ഒരു രാജ്യത്തിനുള്ളിലാണ്, ഏറ്റവും മുന്നോക്കം നില്ക്കുന്ന മുതലാളിത്ത രാജ്യങ്ങൾക്ക് ഇന്നുപോലും സങ്കല്പിക്കാനാവാത്ത വിതാനങ്ങളിലുള്ള വിപ്ലവപരിഷ്കാരങ്ങൾക്ക് വിപ്ലവഭരണകൂടം നേതൃത്വം നൽകിയത്.

നിലവിൽ വന്ന് രണ്ട് മാസത്തിനുള്ളിൽത്തന്നെ സ്വവർഗ്ഗലൈംഗികതയ്ക്കെതിരെ നിലകൊണ്ട സർവ്വവിധ നിയമസംവിധാനങ്ങളെയും വിപ്ലവഭരണകൂടം എടുത്തുകളഞ്ഞു. ഗർഭഛിദ്രം (Abortion) നിയമ

വിധേയമാക്കപ്പെട്ടു. വിവാഹമോചനത്തിനുള്ള എല്ലാ അവകാശങ്ങളും സ്ഥാപിക്കപ്പെട്ടു. ഉഭയസമ്മതത്തോടെയുള്ള ഏതുതരത്തിലുള്ള ലൈംഗിക അഭിലാഷങ്ങളെയും വ്യക്തികളുടെ സ്വകാര്യതയുടെ പ്രശ്നമായി ചുരുക്കി. അതിൽ ഭരണകൂടം ഒരുതരത്തിലും ഇടപെടില്ല. സ്വവർഗ്ഗരതികാർക്ക് അവർ ഏതു തരത്തിലുള്ള ലൈംഗിക ജീവിതമാണോ തെരഞ്ഞെടുക്കുന്നത് അതിനനുസരിച്ച് ഭരണകൂടത്തിന്റെ യാതൊരുവിധ ഇടപെടലുകളുമില്ലാതെ സ്വതന്ത്രമായി കഴിയാം. സ്വവർഗ്ഗ വിവാഹങ്ങൾക്ക് സോവിയറ്റ് കോടതി സർവ്വവിധ നിയമസാധുതയും ഉറപ്പുവരുത്തി. 1920 കളിൽത്തന്നെ ലിംഗമാറ്റ ശസ്ത്രക്രിയയ്ക്കുള്ള എല്ലാവിധ സ്വാതന്ത്ര്യവും സംവിധാനങ്ങളും സോവിയറ്റ് ഭരണകൂടം നടപ്പിൽ വരുത്തിയിരുന്നു.

The Sexual Revolution in Russia എന്നപേരിൽ ഒരു ലഘുലേഖ 1923-ൽ റഷ്യയിൽ പ്രസിദ്ധീകരിക്കപ്പെട്ടു. Moscow Institute of Social Hygieneന്റെ ഡയറക്ടറായ ഡോ. ഗ്രിഗറി ബത്കിസായിരുന്നു ലഘുലേഖ തയ്യാറാക്കിയത്. ലൈംഗികതയുമായി ബന്ധപ്പെട്ട വിപ്ലവ ഭരണകൂടത്തിന്റെ നിലപാടുകളെ ലഘുലേഖ ഇങ്ങനെ ഉയർത്തിപ്പിടിക്കുന്നു : സ്വവർഗ്ഗരതിയെയും അതുപോലുള്ള മറ്റു തരത്തിലുള്ള ലൈംഗിക രീതികളെയും യൂറോപ്യൻ നിയമനിർമ്മാണ സഭകൾ പൊതുസദാചാരത്തിനെതിരെയുള്ള കടന്നാക്രമണങ്ങളായാണ് കാണുന്നത്. എന്നാൽ സോവിയറ്റ് ഭരണകൂടം ഇത്തരം ലൈംഗികാഭിരുചികളെ 'പ്രകൃതിപരം' എന്നു വിളിക്കപ്പെടുന്ന മറ്റു ലൈംഗികാഭിരുചികൾക്ക് സമാനമായിട്ടാണ് കണക്കാക്കുന്നത്. എല്ലാത്തരത്തിലുമുള്ള ലൈംഗികബന്ധങ്ങളും വ്യക്തികളുടെ സ്വകാര്യവിഷയങ്ങളായിരിക്കും.

ക്യൂബയും എൽ ജി ബി ടി വിമോചനവും

ഏതെങ്കിലും ജനവിഭാഗങ്ങൾ ഏതെങ്കിലും വിതാനങ്ങളിൽ അടിച്ചമർത്തലിന് വിധേയമാകുന്നുണ്ടെങ്കിൽ ആ സമൂഹത്തിന് മാനവ വിമോചനത്തിന്റേയും സമത്വത്തിന്റേയും സമഗ്രതയെ അതിന്റെ സമ്പൂർണ്ണാർത്ഥത്തിൽ മുന്നോട്ടു നയിക്കാനാവില്ല. അതുകൊണ്ടുതന്നെ അത്തരം വിഭാഗങ്ങളുടെ അവകാശങ്ങളെ ഉയർത്തിപ്പിടിക്കേണ്ടതും സമൂഹത്തിൽ ആധിപത്യം പുലർത്തുന്ന മുൻവിധികളെ അടിച്ചു തകർക്കേണ്ടതും ഒരു പുരോഗമന ഭരണകൂടത്തിന്റെ ഒഴിച്ചുനിറുത്താനാവാത്ത ലക്ഷ്യസ്ഥാനമായി മാറുന്നു. ഇന്ന് ലോകത്ത് എൽ ജി ബി ടി വിഭാഗങ്ങൾ ഏറ്റവും കൂടുതൽ അവകാശങ്ങളും അധികാരങ്ങളും സ്വാതന്ത്ര്യവും പേറുന്നത് വിപ്ലവ ക്യൂബയിലാണ്. യഥാർത്ഥത്തിൽ വിപ്ലവക്യൂബയുടെ ഉദയത്തിന് വമ്പൻ കടമകൾ നിർവ്വഹിച്ച വനിതാ പ്രസ്ഥാനത്തിന് അനുപൂരകമായിട്ടാണ് എൽ ജി ബി ടി വിമോചന പ്രസ്ഥാനവും ക്യൂബയിൽ ഉദയംകൊള്ളുന്നത്. ക്യൂബൻ വനിതാ പ്രസ്ഥാനത്തിന്റെ ഇഴപിരിക്കാനാവാത്ത കണ്ണിയായാണ് എൽ ജി ബി

ടി വിമോചന മുദ്രാവാക്യങ്ങളും മുന്നോട്ടുവയ്ക്കപ്പെട്ടത്. വനിത പ്രസ്ഥാനത്തിന്റെ മുന്നണി പോരാളിയും റൗൾ കാസ്ട്രോയുടെ സഹസഖാവുമായിരുന്ന വിൽമാ കാസ്ട്രോയുടെ സംഭാവനകൾ ഇത്തരം ഇടപെടലുകളിൽ വിലമതിക്കാനാവാത്തതായിരുന്നെന്ന് ക്യൂബൻ എൽ ജി ബി ടി വിമോചന പ്രസ്ഥാനത്തിന്റെ ഇപ്പോഴത്തെ മുന്നണി പ്പോരാളിയായ മരീല കാസ്ട്രോ നിരീക്ഷിക്കുന്നുണ്ട്. റൗൾ കാസ്ട്രോയുടെയും വിൽമാ കാസ്ട്രോയുടെയും മകളാണ് മരീല കാസ്ട്രോ. ക്യൂബയിലെ The National Centre for Sexual Education ന്റെ ഡയറക്ടർ കൂടിയാണ് മരീല.

ആദ്യഘട്ടങ്ങളിൽ ക്യൂബയിലും സ്വവർഗ്ഗലൈംഗികതയെ ഒരു മാനസിക വൈകൃതമെന്ന നിലയിൽ തന്നെയാണ് കൊണ്ടാടപ്പെട്ടിരുന്നത്. എന്നാൽ ഈ സമീപനത്തിന് കൂടുതൽകാലം പിടിച്ചുനിൽക്കാനായില്ല. മറ്റേതൊരു സ്വാഭാവിക ലൈംഗികചോദനപോലെ തന്നെ സ്വവർഗ്ഗ ലൈംഗികതയെയും പരിഗണിക്കേണ്ടതുണ്ടെന്ന ശരിയായ ബോദ്ധ്യത്തി ലേക്കാണ് ക്യൂബ പിന്നീട് മുന്നേറിയത്. ഇന്ന് എൽ ജി ബി ടി വിഭാഗങ്ങൾ വിപ്ലവ ഭരണകൂടത്തിന്റെ പല ഇടങ്ങളിൽ പല നിലകളിൽ ഉന്നത സ്ഥാനങ്ങൾ വഹിക്കുന്നുണ്ട്. മറ്റേതൊരു വിഭാഗത്തിനും ഉള്ളതുപോലെ എല്ലാ മേഖലകളിലും തുല്യ അവകാശങ്ങളും പരിഗണനകളുമാണ് നിലവിലുള്ളത്. യഥാർത്ഥത്തിൽ ലിംഗവൈവിദ്ധ്യത്തിന്റെ (gender diversity) ഉദാത്ത മാതൃകകൾ ക്യൂബ സൃഷ്ടിച്ചുകൊണ്ടിരിക്കുകയാണ്. സർവ്വവിധ ലൈംഗിക താല്പര്യങ്ങളും പരിഗണിക്കപ്പെടും. ലൈംഗിക താൽപ്പര്യങ്ങളുടെ അടിസ്ഥാനത്തിൽ ആരും അവഗണിക്കപ്പെടില്ല. ലൈംഗികതയെന്നത് വ്യക്തികളുടെ സ്വകാര്യ അനുഭവമായിരിക്കും. സ്വവർഗ്ഗലൈംഗികതയും സ്വവർഗ്ഗവിവാഹങ്ങളും ക്യൂബയിൽ നിയമവിധേയമാണ്. അമേരിക്കൻ ഭൂഖണ്ഡത്തിലിന്ന് ലിംഗമാറ്റ ശസ്ത്രക്രിയ നിയമവിധേയമായിട്ടുള്ള ഒരേയൊരു രാജ്യം ക്യൂബയാണ്. സ്വവർഗരതിക്കാരുടെ യൂണിയനുകൾക്കുവേണ്ടിയുള്ള അവകാശവും നിലനിൽക്കുന്നുണ്ട്. LGBT വിമോചനപ്രക്രിയയിൽ ഏറെ മുന്നേറാ നായിട്ടുണ്ടെങ്കിലും ഇനിയുമേറെ കടമ്പകൾ കടക്കാനുണ്ടെന്ന കാര്യവും മരീല കാസ്ട്രോ എടുത്തുപറയുന്നുണ്ട്.

ജാതിബോധവും മതബോദ്ധ്യങ്ങളും ഫ്യൂഡൽ ഉല്പാദന വിതരണ ബന്ധങ്ങളും നിയോലിബറൽ മുതലാളിത്തതാൽപ്പര്യങ്ങളും കെട്ടു പിണഞ്ഞുകിടക്കുന്ന ഇന്ത്യനവസ്ഥകളിൽ ലൈംഗികന്യൂനപക്ഷങ്ങൾ പൊതുസമൂഹത്തിൽ പ്രത്യക്ഷപ്പെടാൻ പോലും ഭയപ്പെടുന്ന അതിമാരക മായ ഒരവസ്ഥാവിശേഷമാണ് നിലനില്ക്കുന്നത്. ലൈംഗിക ന്യൂനപക്ഷ ങ്ങളുടെ ലൈംഗികതയെ ക്രിമിനൽ കുറ്റകൃത്യമായി പ്രഖ്യാപിച്ചു കൊണ്ടുള്ള സുപ്രീംകോടതി വിധിയെ തുടർന്ന്, *ടെലഗ്രാഫ്* പത്രം റിപ്പോർട്ട് ചെയ്തത് ഇന്ത്യയിൽ ഏകദേശം 12 മില്യൻ ലൈംഗിക ന്യൂനപക്ഷ ങ്ങളുടെ ലൈംഗികാവകാശങ്ങളെ ഈ വിധി പ്രതികൂലമായി ബാധിക്കു

മെന്നാണ്. 12 മില്യനോളം ലൈംഗിക ന്യൂനപക്ഷങ്ങൾ ഇന്ത്യൻ പരിതസ്ഥിതികളിൽ വ്യത്യസ്ത വിതാനങ്ങളിലുള്ള അടിച്ചമർത്തലുകൾക്ക് നിരന്തരം വിധേയമാക്കപ്പെട്ടുകൊണ്ടിരിക്കുമ്പോൾ പ്രസ്തുത പ്രശ്നപരിസരത്തെ ധീരതയോടെ ഏറ്റെടുക്കേണ്ടത് പുരോഗമന വിപ്ലവ പ്രസ്ഥാനങ്ങളുടെ ഒഴിവാക്കാനാവാത്ത കടമയായി തീർന്നിരിക്കുകയാണ്. എൽ ജി ബി ടി വിഭാഗങ്ങളുടെ വിമോചനം അതിവിശാലമായൊരു സമര സ്ഥലിയിൽ വെച്ചുമാത്രമേ സാദ്ധ്യമാവുകയുള്ളു. സോവിയറ്റ് യൂണിയനിലെയും ക്യൂബയിലെയും അനുഭവപാഠങ്ങൾ ഈയൊരു പശ്ചാത്തലത്തിൽ വിപ്ലവകാരികൾക്ക് ആവേശം പകരേണ്ടതുണ്ട്. എൽ ജി ബി ടി വിഭാഗങ്ങളുടെ വിമോചനപ്രക്രിയ മുതലാളിത്തക്രമത്തിന്റെ തകർത്തെറിയലിലൂടെ മാത്രമേ യാഥാർത്ഥ്യമാവുകയുള്ളൂ എന്ന ചരിത്രപാഠവും നിലനില്ക്കുന്നുണ്ട്. അതുകൊണ്ടുതന്നെ പുതിയൊരുലോകം കെട്ടിപ്പടുക്കുന്നതിനുള്ള വിമോചനവിപ്ലവപോരാട്ടങ്ങളിൽ അടിച്ചമർത്തലിനും ചൂഷണത്തിനും വിധേയമാകുന്ന മറ്റെല്ലാ വിഭാഗങ്ങൾക്കുമൊപ്പം എൽ ജി ബി ടി വിഭാഗങ്ങളെയും കണ്ണിചേർക്കേണ്ടത് അനിവാര്യമാണ്. പുതിയൊരു ലോകത്തെ സ്വപ്നം കാണുന്ന മാർക്സിസ്റ്റ് - ലെനിനിസ്റ്റുകൾക്കല്ലാതെ മറ്റാർക്കാണ് ആ കടമ ധീരതയോടെ നിർവ്വഹിക്കാനാവുന്നത്.

Reference

1. *Socialism and Sexuality* - Sherry Wolf (Haymarket Books, 2009)
2. *The Roots of Gay Oppression* - Norah Carlin (International Socialism Journal)
3. *Class Divisions in the Gay Community* - Peter Morgan (International Socialism Journal)
4. *Left wing Homosexuality : Emancipation, Sexual Liberation, and Identity Politics* -Jeffrey Escoffier (New Politics Magazine)
5. *On Socialism and Sex : An Introduction* - Christopher Phelps (New Politics Magazine)
6. *Can the Left Ignore Gay Liberation?* - John D'Emilio (New Politics Magazine)
7. *Socialism and Gay Liberation* : Back to the Future - Doug Ireland (New Politics Magazine)
8. *The Future of Socialism and LGBT rights in Cuba* - Interview with Mariela Castro Espin (Links : International Socialist Renewal)
9. *Sexual Self - determination in Socialist Cuba* : An interview with CENSEX director Mariela Castro Espin (Links : International Socialist Renewal)
10. *A retrograde decision* - The Hindu Editorial, Dec. 12, 2013.

ഭാഗം 2

മൂന്നാംലിംഗം: കലാ-സാഹിത്യം

ഭൂപൻ ഖഖർ: കാഴ്ചയുടെ പാപങ്ങൾ

ശിവജി പണിക്കർ

സ്വവർഗ്ഗ ലൈംഗിക യാഥാർത്ഥ്യം (Queer realism) എന്ന പദപ്രയോഗത്തിനു പിന്നിൽ രണ്ടുദ്ദേശ്യങ്ങളാണുള്ളത്. ഒന്ന്, ഭൂപൻ ഖഖറുടെ ചിത്രങ്ങൾക്ക് ഇനിയും കൈമോശം വന്നിട്ടില്ലാത്ത ആഘാതശേഷിയെയും അവയുടെ അനുഭവഘടകങ്ങളായ അസാധാരണത്വം, അപരിചിതത്വം, അസംബന്ധത, അസാംഗത്യം എന്നിവയെയും എടുത്തുപറയുക എന്നതാണ്. രണ്ട് സ്വവർഗ്ഗാനുരാഗ സത്തയോടുള്ള അപമാനജനകമായ പരമ്പരാഗത ഗൂഢാർത്ഥ പ്രയോഗങ്ങളെ ക്വീർ എന്ന പദം സൂചിപ്പിക്കുന്നതിനാലും ഇത്തരം ഗൂഢാർഥപ്രയോഗങ്ങൾക്ക് എതിരായുള്ള അസന്ദിഗ്ദ്ധ പ്രഖ്യാപനം ഒരു ആക്ടിവിസ്റ്റ് പരിപ്രേക്ഷ്യത്തിൽ ഈ പ്രയോഗത്തിന് കൈവരുന്നതിനാലുമാണ്. ഭൂപൻ ഖഖറുടെ കലയുമായി ബന്ധപ്പെട്ട് എന്നെ ഗാഢമായി അലട്ടിയ ചോദ്യങ്ങളിലൊന്ന് ആ കലയുടെ ഘടനയിൽത്തന്നെയുള്ള ലൈംഗികതയുടെ പ്രാധാന്യത്തെ മനസ്സിലാക്കുക എന്നതാണ്. കേവലം ഒരു ഗേ ആർട്ടിസ്റ്റിന്റെ അനുഭവമണ്ഡലവും കലയിലുള്ള അതിന്റെ പ്രതിഫലനവുമല്ല അന്വേഷിക്കുന്നത്. അദ്ദേഹത്തിന്റെ കലയിൽ സന്നിഹിതമായിരിക്കുന്ന വിശാല രാഷ്ട്രീയ തീരുമാനങ്ങളെ സ്പഷ്ടമാക്കുകയാണ് ഉദ്ദേശ്യം. അദ്ദേഹത്തിന്റെ ജീവിതത്തിന്റെ പല മുഖങ്ങളിൽ നിന്ന് എടുത്തുമാറ്റി പരിശോധിക്കാവുന്ന ഒരു ഭാഗം മാത്രമാണോ ലൈംഗികത എന്നും അതോ ജീവിതത്തിന്റെ മറ്റെല്ലാ വശങ്ങളെയും നിയന്ത്രിക്കുവാനുതകുംവിധം നിർണ്ണായകവും അതിപ്രധാനവുമായ ഘടകമാണോ അത് എന്നതാണ് എന്റെ അന്വേഷണം. ഖഖറുടെ ചിത്രകലാഭാഷയ്ക്ക് അദ്ദേഹത്തിന്റെ സ്വവർഗ്ഗ ലൈംഗികയുടെ പ്രത്യക്ഷീകരണം ഉണ്ടാക്കിയ വ്യത്യാസമെന്ത്? അത് അവശേഷിപ്പിച്ച അർത്ഥതലം ഏത്? എന്നീ ചോദ്യങ്ങളെയാണ് ഞാൻ അഭിസംബോധന ചെയ്യുന്നത്.

അദ്ദേഹത്തിന്റെ കലയെക്കുറിച്ച് എഴുതിയിട്ടുള്ളവർ എപ്രകാരമാണ് അതിനെ ചിത്രീകരിച്ചിട്ടുള്ളതെന്നതും എന്നെ ഉത്കണ്ഠാകുലനാക്കുന്നു. സ്മരണികകളാലും ബഹുമതി സമർപ്പണങ്ങളാലും സമകാലികർ അദ്ദേഹത്തെ എങ്ങനെയാണ് അവതരിപ്പിച്ചിട്ടുള്ളതെന്ന് പരിശോധിക്കുന്നതും താൽപ്പര്യമുളവാക്കുന്ന സംഗതികളാണ്.

ഭൂപന്റെ കലയോടുള്ള പ്രതികരണങ്ങൾ ഏറിയകൂറും ഘടനാപരമായി ആഴത്തിൽ വേരുറച്ച സ്വവർഗ്ഗഭീതിയിൽ നിന്നുരുവമെടുക്കുന്ന അവമതിയുടെയും അപമാനത്തിന്റെയും മുൻവിധിയുടെയും വിലക്ഷണമായ പ്രതിനിധാനത്തിന്റെയും പരിഹാസത്തിന്റെയും അടിസ്ഥാനത്തിലുള്ളവയായിരുന്നു. ഇതിനോടുള്ള എന്റെ വിയോജിപ്പിനെ വിശകലനം ചെയ്യുകയും എന്റെ ഉദ്ദേശ്യമാണ്. ഖഖറുടെ ചിത്രങ്ങളുടെ ഉത്ഭവകാരണവും അഥവാ മൂലകാരണവും പ്രേരകശക്തിയുമായിരുന്ന ലൈംഗിക വ്യക്തിത്വ രാഷ്ട്രീയം (സെക്ഷ്വൽ അനുഭവങ്ങൾ അല്ല) ഭിന്ന ലൈംഗികർ എതിർക്കാനുള്ള കാരണം അവരുടെ മുൻവിധികൾ മാത്രമാണെന്ന വാദത്തെ വിശകലന വിധേയമാക്കുകയാണ് എന്റെ ഉദ്യമം.

അടവുകളും തന്ത്രങ്ങളും രൂപപ്പെടുമ്പോൾ

ഖഖറുടെ പ്രാധാന്യത്തെ/സ്ഥാനത്തെ നിർണ്ണയപ്പെടുത്തുന്ന പ്രക്രിയയുടെ ചട്ടക്കൂട്ടിൽത്തന്നെ ഘടനാപരവും എന്നാൽ പൊതുവിൽ നിരുപദ്രവകരമോ സ്വയം ബോധമില്ലാത്തതോ ആയ സ്വവർഗ്ഗഭീതിയെ കണ്ടെത്തുക ആയാസകരമല്ല. ഖഖറെ വിശകലനം ചെയ്ത എഴുത്തുകാരിൽ പ്രധാനി ഗീതാ കപൂർ ആണ്. അവർ എഴുതിയ *ഭൂപൻ ഖഖർ* (എക്സിബിഷൻ കാറ്റലോഗ്) അത് പിന്നീട് സെയിന്റ് ഭൂപൻ എന്ന പേരിൽ (ഭൂപൻ എമങ് ഫ്രണ്ട്സ് എന്ന എക്സിബിഷൻ കാറ്റലോഗിൽ പ്രസിദ്ധീകരിച്ചത്) പുന:പ്രസിദ്ധീകരിച്ചിരുന്നു. 1960 ൽ അദ്ദേഹത്തിന്റെ കലയിൽ സംഭവിച്ച അതിനിർണ്ണായകമായ ഒരു വിഘടനത്തിന്റെ പശ്ചാത്തലത്തിലാണ് ഖഖർ എഴുതപ്പെട്ടിട്ടുള്ളതിലേറെയും. പാശ്ചാത്യവും സാർവ്വലൗകികവുമായി കൊണ്ടാടപ്പെട്ട ആധുനികതയുടെ ആധികാരികതയിൽ നിന്നുമുള്ള വിടുതലിന്റെ പ്രധാന പ്രയോക്താക്കളിൽ ഒരാളെന്ന നിലയിലാണ് ഖഖർ ഗണിക്കപ്പെടുന്നത്. രഞ്ജിത്ത് ഹോസ്കോടിന്റെ ദി കോസ്മിക് 'മാസോലിയം' എന്ന പ്രബന്ധം എന്റെ വാദത്തിന് ബലം നൽകുന്നു. ഫോർമലിസ്റ്റ് അവാന്ത് ഗാർഡെകളുടെ സൗന്ദര്യ (എസ്തറ്റിക്) സങ്കല്പങ്ങൾക്കെതിരായി ജനസമ്മതിയുള്ള ചിത്രകലാ ഭാഷയുടെ രണ്ടാംതരം സങ്കലന രൂപങ്ങൾ ഉപയോഗിച്ച ആദ്യ ഇന്ത്യക്കാരൻ എന്ന നിലയിൽ ഖഖറുടെ പ്രാധാന്യം വർദ്ധിക്കുകയും ചെയ്യുന്നു. ഹാസ്യാനുകരണങ്ങളിലൂടെയും പ്രച്ഛന്ന ചിത്രീകരണങ്ങളിലൂടെയും സാമ്പ്രദായിക ചിത്രഭാഷയുടെ ശുദ്ധിനിഷ്ഠയെ പിഴുതെറിയാൻ അദ്ദേഹത്തിന് ഇതിലൂടെ കഴിഞ്ഞു. സാധാരണക്കാരോട് തനിക്കുള്ള ബന്ധവും കരുതലും തന്റെ ചിത്രങ്ങളിലേക്ക് പരിഭാഷ ചെയ്യാൻ ഇതിലൂടെ ഖഖർക്ക് സാധിച്ചു. ഈ

സ്ഥിതിവിശേഷം ഉടലെടുത്തതുമുതൽ പിന്നീട് ഇന്ത്യൻ കലാകാരന്മാരിൽ ആ ജീവിതത്തെത്തന്നെ കലയിൽ പ്രത്യക്ഷീകരിക്കുന്നവരിൽ പ്രധാനിയായി ഖഖർ.

ഖഖറുടെ കലാജീവിതത്തിലെ രണ്ടാം ഘട്ടമായി കരുതപ്പെടുന്ന 1972 ലെ സൃഷ്ടികളെക്കുറിച്ച് ഗീതാ കപൂർ നടത്തിയ നിരീക്ഷണം പ്രാധാന്യമർഹിക്കുന്നു. ഈ കാലം വളരെ കൃത്യതയോടെ ഒരുതരം പ്രതിനിധാന പദ്ധതിക്ക് ഖഖർ രൂപം നല്കുന്നുണ്ട്. ഖഖറുടെ ഊന്നൽ ജനപ്രിയ സംസ്കാരത്തിന്റെ ഭാഷയിൽനിന്നും, ആ ഭാഷയ്ക്ക് അനുയോജ്യമായ വിഷയത്തിലേക്കും തുടർന്ന് ആ ഭാഷയിൽ പ്രസ്തുത വിഷയം ചിത്രീകരിക്കപ്പെടുമ്പോൾ വെളിപ്പെട്ടുവരുന്ന വിഷയ ബന്ധതയിലേക്കും നീളുന്നു.

ഈ ചരിത്രരചനകളിലൊന്നും ഖഖറുടെ ലൈംഗികതയോ അതിന്റെ രാഷ്ട്രീയമോ വിശകലനം ചെയ്യപ്പെടുന്നില്ല. കലാകാരൻ ഗേ എന്ന നിലയിലുള്ള തന്റെ വ്യക്തിത്വം തുറന്നുപറഞ്ഞ ആദ്യ ഇന്ത്യൻ ഖഖറാണെന്നുള്ളതിൽ സംശയമില്ല. എന്നാൽ അദ്ദേഹത്തിന്റെ കലയെ ഒരു പരിധിവരെ സ്വാധീനിച്ച ലൈംഗികത ന്യൂനപക്ഷരാഷ്ട്രീയത്തെയും വിശകലനം ചെയ്യുന്നതിൽ കപൂറും ഹോസ്കോട്ടും കുറ്റകരമായ വീഴ്ച വരുത്തിയിരിക്കുന്നു. ഖഖറുടെ കലയുടെ വിശകലനത്തിലും വ്യാഖ്യാനത്തിലും അദ്ദേഹത്തിന്റെ ലൈംഗികതയും കടന്നുവന്നിരുന്നുവെങ്കിൽക്കൂടി സ്വവർഗ്ഗ ലൈംഗികതയുടെ കാര്യത്തിൽ ഇവർ ക്രൂരമായ നിശ്ശബ്ദതയാണ് പുലർത്തിയത്. മൂന്നാംലോക സംസ്കാര രാഷ്ട്രീയത്തിന്റെയും പോപ്പുലർ, നരേറ്റീവ്, ലോക്കൽ, മദ്ധ്യവർഗ്ഗ രാഷ്ട്രീയത്തിന്റെയും വെളിച്ചത്തിൽ മോഡേണിസത്തിന്റെ ക്രൈസിസ് എന്ന ചട്ടക്കൂടിൽ ഖഖറെ ഒതുക്കിനിർത്തുന്നവയാണ് ഈ പഠനങ്ങളെല്ലാം. ഗേ ലിബറേഷൻ മൂവ്മെന്റിന്റെ രാഷ്ട്രീയത്തിനുള്ളിൽ നിന്ന് അദ്ദേഹത്തിന്റെ കലയെ കണ്ടില്ല എന്നതാണ് പ്രധാനം.

ഖഖറുടെ കലാചരിത്രത്തെക്കുറിച്ച് പഠിക്കുമ്പോൾ രഞ്ജിത് ഹോസ്കോട് മൂന്ന് പ്രധാന മേഖലകളായാണ് ഭൂപന്റെ ചിത്രകലാ ജീവിതത്തെ അഭിസംബോധന ചെയ്യുന്നത്. ഇതിൽ ആദ്യത്തേത് ഊന്നുന്നത് ചിത്രകാരന്റെ വ്യക്തിത്വത്തിലാണ്. രണ്ടാമത്തേതിൽ ഭൂപന്റെ പ്രതിഭയുടെയും സാമർത്ഥ്യത്തിന്റെയും കൈമാറ്റവും ഗുജറാത്തി ദേശ സംസ്കാരത്തിൽ ആഴത്തിൽ വേരൂന്നിയ ദൃശ്യാവിഷ്കാര ശൈലിയുമാണ്.

മൂന്നാമത്തേത് ഊന്നൽ നൽകുന്നത് ഇന്ത്യയിലാദ്യമായി സ്വവർഗ്ഗ ലൈംഗികതയെ കലയിൽ പ്രത്യക്ഷീകരിച്ച ഭൂപന്റെ സ്വവർഗ്ഗ വൈകൃതി നിറഞ്ഞ വ്യക്തിജീവിതത്തിനാണ്. ഹോസ്കോട്ടിന്റെ അഭിപ്രായത്തിൽ സ്വവർഗ്ഗലൈംഗികത രാഷ്ട്രീയത്തിന്റെ പൊതു അതിരിനുള്ളിൽ ഭൂപനെ തളച്ചിടുന്നത് അദ്ദേഹത്തെ പരിമിതപ്പെടുത്തലാണ്. സ്വവർഗ്ഗരാഷ്ട്രീയത്തിന്റെയോ ജനപ്രിയ സംസ്കാരത്തിന്റെയോ മാത്രം പരിധിയിൽ

ഭൂപനെ വ്യാഖ്യാനം ചെയ്യുന്ന വിമർശകർ ഒരു നിശ്ചിത പരിധിക്കുള്ളിൽ അദ്ദേഹത്തെ കൂട്ടിലടയ്ക്കുകയാണെന്ന് ഹോസ്കോട്ട് വാദിക്കുന്നുമുണ്ട്. ഗേ പൊളിറ്റിക്കൽ ആക്ടിവിസവുമായി ബന്ധപ്പെട്ടിട്ടുള്ള ഖഖറുടെ കലയും ജീവിതവും നിസംശയമായും കമിങ് ഔട്ട് ഓഫ് ക്ലോസറ്റ് എന്ന അദ്ദേഹത്തിന്റെ ചിത്രവുമായി ബന്ധപ്പെട്ടിരിക്കുന്നു. ഇന്ത്യയിൽ സ്വവർഗ്ഗ ലൈംഗികതയുടെ രാഷ്ട്രീയത്തിന്റെ വളർച്ചയും ഖഖറുടെ സ്വവർഗ്ഗ ലൈംഗിക വെളിപ്പെടുത്തലും അദ്ദേഹത്തിന്റെ കലയിലെ ലൈംഗികത യിലെ രൂപപ്പെടലും ഏതാണ്ട് ഒരേകാലത്താണ് സംഭവിക്കുന്നത് എന്നത് ചരിത്രപരമായ യാഥാർത്ഥ്യമാണ്. സ്വവർഗ്ഗ ലൈംഗികർ ഒരു ന്യൂനപ ക്ഷമാണെന്നത് വസ്തുതയാണ്. അതിൽ നിർണ്ണായകമായത് ഒരാളുടെ ലൈംഗികതാൽപ്പര്യത്തിന്റെ തിരഞ്ഞെടുപ്പ് മാത്രമാണ്. ന്യൂനപക്ഷ ജാതിമത വിശ്വാസങ്ങൾ ഒരാൾ ജനിക്കുമ്പോഴേ പരമ്പരാഗതമായി കുടുംബ വ്യവസ്ഥയുടെ ഭാഗമായി പകർന്നുകിട്ടുന്നതാണ്. പക്ഷേ, അവർക്കൊരിക്കലും ഒരു സ്വവർഗ്ഗ അനുരാഗിയുടെ സങ്കീർണ്ണമായ അനു ഭവ യാഥാർത്ഥ്യങ്ങളിലൂടെ കടന്നുപോവേണ്ട അവസ്ഥയില്ല. പുറത്തു കടക്കൽ(coming out) എന്ന അവസ്ഥ അതിലില്ല, തന്റെ സ്വവർഗ്ഗ ലൈംഗിക രാഷ്ട്രീയം ലോകത്തോട് വെളിപ്പെടുത്തുക പോലുള്ള നിർണ്ണായകമായ വെല്ലുവിളികൾ അവർക്ക് നേരിടേണ്ടിവരുന്നുമില്ല.

പുരുഷകേന്ദ്രിത കുടുംബ വ്യവസ്ഥയ്ക്കുള്ളിൽ നിന്ന് ഖഖറുടെ ജീവിതത്തെ നോക്കിക്കാണുന്ന ജീവചരിത്രകാരന്മാരെ ഭരിക്കുക അപ മാന ബോധവും വേദനയും പീഡയുമാണ്. അതിലുപരിയായി ഗേ ലിബ റേഷൻ പ്രസ്ഥാനത്തെ ചൂഴ്ന്നു നിൽക്കുന്ന സർക്കാർ നിയന്ത്രണങ്ങ ളെയും നിയമപരമായ വിലക്കുകളെയും മാറ്റിനിർത്തിയാൽ തന്നെ, സ്വവർഗ്ഗ ലൈംഗിക ഭീതിയിൽനിന്നും നിർബന്ധിത എതിർ ലൈംഗിക തയിൽനിന്നും രൂപംകൊള്ളുന്ന സാമൂഹിക ബഹിഷ്കരണവും ദുഷ്പേരും അകറ്റിനിർത്തലുമാണ് സ്വവർഗ്ഗാനുരാഗികൾ നേരിടുന്ന യഥാർത്ഥ പ്രതിസന്ധികൾ.

ഒരു കാര്യം സുവിദിതമാണ്. ആഗോളതലത്തിൽ രൂപംകൊണ്ട ഗേ ലിബറേഷൻ മൂവ്മെന്റിൽ നിന്നും ഊർജ്ജമുൾക്കൊണ്ടാണ് ഖഖർ കമിങ് ഔട്ട് ഓഫ് ക്ലോസറ്റ് (പുറത്തുകടക്കൽ) സാദ്ധ്യമാക്കുന്നത്. ഈ ഊർജ്ജം 1980 ഓടുകൂടി അദ്ദേഹത്തിന്റെ കലയിലും പ്രത്യക്ഷ പ്പെട്ടു തുടങ്ങി. അദ്ദേഹത്തിന്റെ എന്നത്തെയും സുഹൃത്തായിരുന്ന വല്ല വദാസ് ഷാ ഇതിന് അദ്ദേഹത്തെ ഒരുപാട് സഹായിച്ചിട്ടുണ്ട്. അമ്മ യുടെ മരണം കുടുംബത്തിൽ നിന്നുണ്ടാവുന്ന നിയന്ത്രണങ്ങളിൽ നിന്ന് ഖഖറെ സ്വതന്ത്രനാക്കി. 1979 ലെ ഇംഗ്ലണ്ട് സന്ദർശനവും അവിടെ അദ്ദേഹം ഉൾക്കൊണ്ട സ്വവർഗ്ഗാനുരാഗികളുടെ കൂട്ടായ്മയും കലയിലെ അതിന്റെ വെളിപ്പെടുത്തലുമെല്ലാം ഖഖറിൽ ഒരു വഴിത്തിരിവായി. ഒന്ന് തീർച്ചയാണ്, തന്റെ സുഹൃത്തുക്കളും കലാകാരന്മാരുമായിട്ടുള്ള സൗഹൃദവുമെല്ലാം ഉൾപ്പെടുന്ന തികച്ചും ഇതര ലൈംഗിക മൂല്യങ്ങ

ളാൽ വലയം ചെയ്യപ്പെട്ട സ്വവർഗ്ഗ ലൈംഗിക ജീവിതമാണ് തന്റേതെന്ന് ഖഖർ തിരിച്ചറിയുന്നുണ്ടായിരുന്നു.

എതിർ ലൈംഗികതയുടെ കഠിന വ്യവസ്ഥകളിൽ നിന്നും സ്വാതന്ത്ര്യം പ്രാപിക്കുന്നതിലേക്കുള്ള ആദ്യ ചുവട് ഹോസ്കോട് 'സ്വവർഗ്ഗ ലൈംഗിക രാഷ്ട്രീയം അദ്ദേഹത്തെ തടങ്കലിലടച്ചു' എന്നു നിരീക്ഷിച്ചതിൽ കാണാം. ഖഖറെപ്പോലൊരു കലാകാരന്റെ സ്വവർഗ്ഗ ലൈംഗിക സത്തയെ തടവറയായി/ പരിമിതിയായി കണക്കാക്കുന്നത് സ്വവർഗ്ഗ ലൈംഗിക ഭീതിയിൽ നിന്ന് ഉടലെടുക്കുന്ന അടിച്ചേൽപ്പിക്കപ്പെട്ട അപമാന ബോധത്താലാണ്. ഇത്തരമൊരു സ്വവർഗ്ഗ ലൈഗിക ഭീതി തികച്ചും അയുക്തികമായ/ ബോധാതീതമായ ഭയമാണ്. അതാകട്ടെ ഇതര ലൈംഗികതയിൽനിന്നും വിഭിന്നമായ യാതൊരു താൽപ്പര്യങ്ങളോടും വാസനകളോടും ശീലത്തോടുമുള്ള നിർവിശങ്കമായ വെറുപ്പോ സഹിഷ്ണുതയില്ലായ്മയോ ആണുതാനും. നിരവധി കാരണങ്ങളാൽ ഇതര ലൈംഗികത മാത്രമാണ് സ്വീകാര്യമായ ലൈംഗിക ക്രമം എന്നൊരു ധാരണ ഉപബോധത്തിൽ ഉറച്ചുപോയിരിക്കുന്നു. സ്വവർഗ്ഗാനുരാഗികൾ ദൈനംദിന ജീവിതത്തിൽ ലൈംഗികതയുടെ പേരിൽ അനുഭവിക്കുന്ന ഈ സ്വവർഗ്ഗ ലൈംഗിക ഫോബിയ തങ്ങളുടെ ലൈംഗികാഭിരുചിയുടെ നേർക്കുള്ള ക്രൂര പരിഹാസങ്ങളിൽ തുടങ്ങി (അതുൽ ഭോദിയയുടെ 'ശ്രീ ഖഖർ പ്രസന്ന ' പോലുള്ള പ്രദർശനങ്ങൾ ഇത്തരം പരിഹാസം വഹിക്കുന്നവയായിക്കാണാം) മാനസികപീഢയും ശാരീരിക കടന്നാക്രമണങ്ങൾ വരെയും നീളുന്നു.

ഇന്ത്യൻ മതസാമൂഹികതയുടെ പൊതു സംസ്കാരത്തിന്റെ പരിസരത്തിനുള്ളിൽ നിർത്തിയാണ് കപൂറും ഖഖറുടെ ലൈംഗികതയെ പാഠവൽക്കരിക്കുന്നത്. കപൂറിനെ ഉദ്ധരിച്ചാൽ സ്വവർഗ്ഗാനുരാഗ വ്യവസ്ഥയിൽ അംഗങ്ങളായുള്ള മറ്റെല്ലാവരെയും പോലെ ഖഖറും തന്റെ സ്ഥാനത്തെ നിർണ്ണയിക്കുന്നത് ആത്മീയ ഭൗതിക ലോകത്തിന് പുറത്തുനിൽക്കുന്നവനായാണ്. സ്വന്തം ഭാഷയിൽ ഔട്ട് സൈഡർ എന്ന് അദ്ദേഹം തന്നെത്തന്നെ വിശേഷിപ്പിക്കുന്നുണ്ട്. സ്വവർഗ്ഗ ലൈംഗിക രാഷ്ട്രീയ വ്യവഹാരങ്ങൾക്കുള്ള ഇന്ത്യൻ സംഭാവനയായി നമുക്ക് ഇതിനെ കാണാം. അവകാശങ്ങൾ നേടുകയല്ല മറിച്ച് ഒരു ഔദാര്യമായി കണക്കാക്കപ്പെടുന്ന—അവകാശദാനം ഒരു പാരമ്പര്യത്തിന്റെ വഴക്കമായി, ഉദാരതയായി വ്യാഖ്യാനിക്കുന്ന ഇന്ത്യൻ സംസ്കാരത്തിന്റെ സംഭാവന. സ്വവർഗ്ഗ ലൈംഗികത ഇന്ത്യയിൽ സർവ്വവ്യാപിയായ നുണകളുടെയും അപഹരണങ്ങളുടെയും സമാഹാരമാണ്. മതാനുഷ്ഠാനങ്ങളുടെ, വൈവാഹിക ജീവിതത്തിന്റെ, പൊതു സംസ്കാരത്തിന്റെ ഭാഗമായി--നമ്മുടെ സിനിമകൾ സങ്കീർണ്ണമായി അടയാളപ്പെടുത്തുന്ന ഒന്നായി ഇത് തീരുന്നു.

സ്വവർഗ്ഗ ലൈംഗികതയെ അതിലടങ്ങുന്ന അതിലംഘന ത്വരയെ കണക്കിലെടുക്കാതെ എതിർ ലൈംഗികതയുമായി താരതമ്യപ്പെടുത്തുന്ന

കപൂർ അതുവഴി ഒരു സ്വവർഗ്ഗാനുരാഗിയെ അപകൃഷ്ടനും നികൃഷ്ടനും ലൈംഗിക വൈകൃതങ്ങൾക്കടിപ്പെട്ടവനുമായി ചിത്രീകരിക്കുകയാണ് ചെയ്യുന്നത്. അതാവട്ടെ സ്വന്തം രാഷ്ട്രീയ അവകാശങ്ങൾക്കുവേണ്ടി ശബ്ദമുയർത്തുന്നവരായി ഒരിക്കൽപ്പോലും സ്വവർഗ്ഗാനുരാഗികളെ അടയാളപ്പെടുത്തുന്ന ഒന്നല്ല. ഖഹറുടെ സ്വവർഗ ലൈംഗികാഭിരുചിയെ മനസ്സിലാക്കുന്നതിനായി മതാത്മക സന്ദർഭത്തെ ഉപയോഗപ്പെടുത്തുകയും അതിലൂടെ മതം അദ്ദേഹത്തിന്റെ അടിച്ചമർത്തപ്പെട്ട രതിയുടെ മൂടുപടമായി മാറുന്നുവെന്ന് കപൂർ സൂചിപ്പിക്കുകയും ചെയ്യുന്നു.

എന്തുകൊണ്ടാണ് ലൈംഗികതയെ മതാത്മക ചുറ്റുപാടിൽ ഖഹർ പ്രതിഷ്ഠിക്കുന്നത് എന്ന മട്ടിൽ കപൂർ ചോദ്യമുയർത്തുകയും സാഹിത്യപരമായ ഒരു വായനയ്ക്ക് ഇടം കൊടുക്കുകയും ചെയ്യുന്നു. അതാകട്ടെ കപൂർ തന്നെ നിർലജ്ജവും പിക്അപ് സ്പോട്ടുകൾ എന്നുവിളിക്കുന്ന തൊടലിനും തലോടലിനും സാദ്ധ്യതകളുള്ള ആത്മീയ ഇടങ്ങളിലേക്ക് തുടർച്ചയായ ഖഹറുടെ പോക്കിന്റെ പ്രതിഫലനമാണ്. ഖഹറുടെ ചിത്രങ്ങളെ മതാത്മക ക്രമത്തിൽ കപൂർ അടയാളപ്പെടുത്തുന്നതാകട്ടെ മാർഗ്ഗത്തിനും ലക്ഷ്യത്തിനുമിടയ്ക്കുള്ള ധർമ്മനിഷ്ഠക്കും വേശ്യാവൃത്തിക്കും ഇടയിലുള്ള ഞെട്ടിക്കുന്ന സന്ദിഗ്ധതയാണ്. കപൂർ തുടരുന്നു; "വിശുദ്ധതയും അപകൃഷ്ടതയും തമ്മിൽ പാപവും വിമുക്തിയും തമ്മിൽ ഭക്തിയും വിഗ്രഹ ഭഞ്ജനവും തമ്മിൽ ചേർത്ത് പറയുന്നതിലൂടെ ദൈവ ഭക്തനെ ഒരു ലൈംഗിക വൈകൃതനായി ചിത്രീകരിക്കുന്നു." " ഈ തുറന്നുപറച്ചിലിലൂടെ തന്റെ പാപയാഥാർത്ഥ്യങ്ങളുടെ കുറ്റസമ്മതമാണോ സംഭവിക്കുന്നത്. ഒരുതരം പാപവിമുക്തി ഖഹർ പ്രതീക്ഷിച്ചിരുന്നോ?" എന്ന് കപൂർ ചോദിക്കുന്നുമുണ്ട്. ഇവിടെ ഒരു കാര്യം വ്യക്തമാകുന്നു. ഗീതാ കപൂറിന്റെ ഊന്നൽ ഒരു ശരാശരി മദ്ധ്യവർത്തി മനുഷ്യന്റെ സ്വവർഗ ലൈംഗിക ശീലങ്ങളിൽ മാത്രമാണ്. അങ്ങനെയാകുമ്പോൾ നഷ്ടമാകുന്നതോ വ്യക്തമായ രാഷ്ട്രീയ വിവക്ഷകളോടുകൂടിയ തികച്ചും യുക്തി യുക്തമായ ഖഹറുടെ സ്വവർഗ്ഗ ലൈംഗിക പ്രവൃത്തിയും വാക്കുകളുമാകും.

ഹോസ്കോട്ടാകട്ടെ ഇന്ത്യൻ സാമൂഹികതയ്ക്ക് വിരുദ്ധനായ ഒന്നായി സ്വവർഗ്ഗാനുരാഗിയെ ചിത്രീകരിക്കുന്നില്ല. മറിച്ച്, അതിനെ പാവനമായ ഇന്ത്യൻ സംസ്കാരത്തിന്റെ ഉൾത്തടങ്ങളിൽ നിന്ന് പിറവികൊള്ളുന്ന ഒന്നെന്ന നിലയ്ക്ക് കാണുന്നു. ഗുരുശിഷ്യ ബന്ധത്തിലെയും സഖിഭാവത്തിലെയും പൂജയിലെയും വൈകാരികതയെ ഉദ്ധരിച്ച അദ്ദേഹം "ഭൂപൻ വിശുദ്ധിയെയും വൈകൃതത്തെയും പരസ്പര പൂരകങ്ങളായി വികസിപ്പിക്കുന്നു" എന്ന് സമർത്ഥിക്കുന്നു. നിരൂപകരുടെയും ചിത്രകാരന്മാരുടെയും വ്യാഖ്യാനശ്രമങ്ങളെ ഖഹർ ഖണ്ഡിച്ചു. അദ്ദേഹം സ്വയം പ്രത്യക്ഷീകരിച്ചതും പകർത്തിയതും ബഹുമാനങ്ങളുള്ള വ്യക്തിത്വമായിരുന്നു. സ്വവർഗ്ഗരതിയുടെ ആനന്ദത്തെ പ്രച്ഛന്നവൽക്കരിക്കുന്ന പ്രയോഗത്തെ സ്പർശിച്ചുകൊണ്ട് ഹോസ്കോട്ട് ഉറപ്പിക്കുന്നതാവട്ടെ

എന്താണ് യഥാർത്ഥത്തിൽ സാമാന്യതയെന്ന ചോദ്യം തന്നെയാണ്. ഖഖറുടെ പിൽക്കാല രചനകളെ സചേതനമാക്കുന്നതും ഈ ചോദ്യം തന്നെ.

ഖഖറിലൂടെ തുടങ്ങുന്ന സ്വവർഗ്ഗ ലൈംഗികതയുടെ രാഷ്ട്രീയ വിവക്ഷകളെ അവഗണിക്കുന്നതിനാൽ കപൂറും ഹോസ്കോട്ടും തങ്ങളുടെ എഴുത്തുകളിൽ ഖഖറുടെ ന്യൂനപക്ഷ ലൈംഗികതയുടെ രാഷ്ട്രീയ മുദ്രകളെയും ഇന്ത്യൻ സാംസ്കാരിക പാരമ്പര്യത്തിനുവരുത്തിയ രാഷ്ട്രീയ സ്വാധീനങ്ങളെയും വല്ലാതെ ന്യൂനീകരിക്കുന്നുണ്ട്.

സെലബ്രേഷൻ ഓഫ് ഗുരുജയന്തിയിൽ തുടങ്ങി *ടൂ മെൻ ഇൻ ബനാറസും സഖിഭാവ്* (1995) പോലെയുള്ള ചിത്രങ്ങളിലുമെല്ലാം കേന്ദ്ര ആശയമായി നില്ക്കുന്നത് മതവും ലൈംഗികതയുമാണ്. ഒരാളുടെ നിലനിൽപ്പിനുള്ള സാദ്ധ്യതയ്ക്കായും തെളിവിനായും അതിന്റെ ചുറ്റുപാടുകളിലുള്ള അനുരണനങ്ങൾക്കുമായി ചരിത്രത്തിൽ പരതുക എന്നതാണ് വിമത ലൈംഗിക ആക്ടിവിസത്തിന്റെ ഒരു വശം. ഖഖർ തന്റെ ചുറ്റുപാടുകളെ മറ്റ് പലയിടങ്ങളിൽ എന്നപോലെ സ്ഥാനപ്പെടുത്തുന്നത് പൊതു മതപാരമ്പര്യത്തിന്റെയും ആചാരങ്ങളുടെയും ആൾക്കൂട്ടങ്ങൾക്കിടയിലാണ്. ഇത് തന്റെ രതിഭാവനകളുടെ പൂർത്തീകരണത്തിനുള്ള ഒരുതരം അനുവദനീയമായ മദ്ധ്യസ്ഥത പ്രദാനം ചെയ്യുന്നുമുണ്ട്. അങ്ങനെയാകുമ്പോഴും ഖഖറിന്റെ ചിത്രങ്ങളെ, കേവലം രതിജന്യമായ കൂട്ടിമുട്ടലുകളായി—അത് മതപരിസരത്തോ മറ്റെവിടെയെങ്കിലുമാവട്ടെ—മാത്രം വായിക്കുന്നത് തീർച്ചയായും ഒരുവിധത്തിൽ ന്യൂനീകരണമാണ്. ഇവിടെ മൂന്ന് കാര്യങ്ങൾ പ്രധാനമാകുന്നു. ഒന്ന് തന്റെ വൈയക്തികാനുഭവങ്ങൾക്ക് നിയമസാദ്ധ്യത തേടുന്നതിനായി ഖഖർ ഒരേസമയം തന്റെ ആത്മപരിസരത്തുനിന്നും മതകർമ്മങ്ങളുടേതുപോലുള്ള പൊതു ഇടങ്ങളിലേക്കും സഞ്ചരിക്കുന്നുണ്ട്. രണ്ടാമത്തേത് അദ്ദേഹത്തിന്റെ ആത്മ പരിസരത്ത് സംഭവിക്കുന്നതാണ്. തന്റെ വ്യക്തഗത വേഴ്ചകളിലെ സംഘർഷങ്ങളും ആഗ്രഹങ്ങളും കലഹങ്ങളും തമ്മിലുള്ള വിളക്കവും—തീർച്ചയായും ഒരു അധികാര ബന്ധമെന്ന നിലയ്ക്കുതന്നെ താനും തന്റെ ലൈംഗിക പങ്കാളികളുമായുള്ള ബന്ധമായിട്ടും ചിലപ്പോഴൊക്കെ അധീശത്വാധികാരമായും ചിലപ്പോഴൊക്കെ നിസ്സഹായനായ അധീനന്റെ ആത്മസത്തയായും അദ്ദേഹം മതത്തെയും മിത്തുകളെയും ആലങ്കാരികമായി ഉപയോഗിക്കുന്നുണ്ട്.

ഇത് *ടൂ മെൻ ഇൻ ബനാറസ്* (1981) 'ഹൗ മെനി ഹാൻസ് ഡു ഐ നീഡ് ടു ഡിക്ലയർ മൈ ലൗ ടു യു? (1994), പിക്ചർ ടേക്കൺ ഓൺ ഡെയർ തേട്ടീൻത് വെഡ്ഡിങ് ആനിവേഴ്സറി (1998) എന്നീ ചിത്രങ്ങളിൽ വ്യക്തമാണ്. നിയാമക മനുഷ്യന്റെ മേൽ തമാശകൾകൊണ്ട് താഡിക്കുന്ന ശ്രദ്ധാലുവും അനുസരണയുള്ളതുമായ ഒരു കാമുകനെ വരയ്ക്കാൻ ഖഖർ മൂന്നാമതായി പ്രതിജ്ഞയെടുക്കുന്നു. *ആൻ ഓൾഡ് മെൻ ഫ്രം വസദ് ഹു ഹാഡ് ഫൈവ് പെനിസസ് സഫേർഡ് ഫ്രം റണ്ണി വോസ്*(1995)ൽ ചിത്രീകരിച്ചിരിക്കുന്നതുപോലെ ഇത്തരം മതപരമായ

വ്യവഹാരങ്ങളും ലക്ഷ്യങ്ങളും തലങ്ങളുമെല്ലാം ഇതിൽ വ്യാപൃതമാണ്. കേവലം എഴുത്തിനും വിവരണത്തിനുമുപരിയായി ഈ വിരുദ്ധ വ്യവഹാരങ്ങളെ ഇഴചേർക്കുന്നതിലൂടെ ഭൂപൻ തന്റെ കഥയിൽ സ്വകാര്യതയിലും പൊതു/മത ഇടങ്ങളിലുമായി ബന്ധപ്പെട്ടു നില്ക്കുന്ന സങ്കീർണ്ണമായ അധികാര സ്ഥാപനങ്ങളുടെ വ്യാപാരങ്ങളെയാണ് പ്രത്യക്ഷീകരിക്കുന്നത്.

ഭൂപൻ ഖഖറിന്റെ അപരിചിതത്ത്വത്തിന്റെ ഉദ്ഘോഷണം

80 കളുടെ മദ്ധ്യത്തിനു ശേഷം ഖഖർ തന്റെ കലാസൃഷ്ടികളിൽ വ്യക്തമായ മാറ്റങ്ങൾ വരുത്തിയിട്ടുണ്ട്. വിഷയമപരമായി പ്രത്യേകിച്ചും ചിത്രങ്ങളിലെ ഇടയ്ക്കുള്ള ശൂന്യ സ്ഥലങ്ങളിലെല്ലാം ശ്രദ്ധേയമായ മാറ്റങ്ങളായിരുന്നു. ഇത് തുടങ്ങിയത് 1987 ൽ യയാതിയിൽ ആയിരുന്നു. പിന്നീട് 90 കളുടെ ആദ്യത്തിൽ വരച്ച 'പിങ്ക്സിറ്റി' (1991), 'ഗോസ്റ്റ് സിറ്റി നൈറ്റ്' -ഉം ഈ മാറ്റങ്ങളെ പൂർണ്ണതയിലെത്തിച്ചു. റിബൺ- എഡ് -പാക്കേജസ് എന്ന് ഖഖർ വിശദീകരിക്കുന്ന 1980 കളുടെ മദ്ധ്യത്തിലോ ഒടുവിലോവരെ വിശദാംശസഹിതം സാദ്ധ്യമാക്കുന്നിടത്തോളം ഇനം തിരിച്ചും പൂർണ്ണപ്പെടുത്തിയും അദ്ദേഹം വരച്ച ചിത്രങ്ങളിൽ പുറംലോകത്തോടുള്ള പരിപൂർണ്ണ സത്യസന്ധത നിലനിർത്താൻ ശ്രമിച്ചിരുന്നു.

ബോധപൂർവ്വം ചിട്ടയോടെ ഈ അവസ്ഥയിൽ നിന്ന് അദ്ദേഹം പുറത്തുപോയി. എന്നത് യാഥാർത്ഥ്യമാണ്. അതിപ്രധാനമായ ഒരു കാര്യം , ഈ മാറ്റവും (shift-over) ഖഖറുടെ ലൈംഗിക വ്യക്തിത്വത്തിന്റെ വെളിപ്പെടുത്തലും ഒരേസമയത്താണ് സാദ്ധ്യമായതെന്നുള്ളതാണ്. 'യയാതി' യിൽ ചിത്രീകരിച്ചതുപോലെ ഐതിഹ്യം പലപ്പോഴും സമയകാല ബന്ധങ്ങളെ മുറിച്ചുമാറ്റിയിരുന്നു. അതല്ലെങ്കിൽ പശ്ചാത്തലത്തിന്റെ കൃത്യതയെ പ്രശ്നവൽക്കരിക്കുകയും കാലാധിഷ്ഠിതമായ ചിത്രീകരണത്തിന്റെ തുടർച്ചയെ ഭംഗിക്കുകയും ചെയ്തു. അതുകൊണ്ടുതന്നെ അവയിലെ വൈയക്തിക ഇടപെടെലും ഇല്ലാതാകുന്നു. വിവരണാതീതമായ അത്ഭുതവും അസാദ്ധ്യതയുമാണ്. അദ്ദേഹത്തിന്റെ കലയെ അപ്രതീക്ഷിതമായ ഭാവത്മകതയിലേക്ക് കൊണ്ടെത്തിച്ചത്. ഇതുതന്നെയാണ് അദ്ദേഹത്തിന്റെ ഫിക്ഷൻ എഴുത്തിന്റയും പ്രത്യേകത.

കപൂർ ഖഖറുടെ കലയിലെ ഭാഷാപരമായ വ്യതിയാനത്തെ കണ്ടില്ലെന്ന് നടിക്കുന്നത് ശ്രദ്ധേയമാണ്. വിഷയ ബദ്ധത രേഖപ്പെടുത്തപ്പെട്ടിട്ടുള്ള പുനഃക്രമീകരണത്തിൽ ഇത് വളരെ പ്രധാനപ്പെട്ട വ്യതിയാനമാണ്. എന്തുതന്നെയായിരുന്നാലും കലാഭാഷയോടുള്ള ഇത്തരം സമീപനത്തെ രേഖപ്പെടുത്തുന്നതിൽ നിന്ന് കപൂർ വഴുതിമാറുകയും ചെയ്യുന്നു. 90 കളാകുമ്പോൾ ഓയിൽ ചിത്രങ്ങളിൽ നിന്നും വാട്ടർകളറിലേക്ക്, ഡ്രായിങ്ങുകളിൽ നിന്നും ഗ്രാഫിക്കുകളിലേക്ക് എന്നിങ്ങനെ കലയുടെ മീഡിയത്തിലും ഫോർമാറ്റിലും വരെ മാറ്റങ്ങൾ സംഭവിക്കുന്നുണ്ട്. ഇതിനെ ഇമേജുകളുടെ രൂപത്തെയും കാഴ്ചയെയും പരിവർത്തനപ്പെടുത്തിയ

ഒന്നായും വാട്ടർ കളർ സുതാര്യതയെ ലൈംഗിക ഭാവനയോടും കലാപരമായ അതീതാവസ്ഥയോടും ബന്ധപ്പെടുത്തി വായിക്കുന്നു. മറ്റൊരു നിരീക്ഷണവും ഇവിടെ ശ്രദ്ധേയമാണ്. "ഖഖറുടെ ചിത്രകലാ ഭാഷ ലൈംഗികതയുടെ കടന്നുവരവിനുശേഷം ചിത്രത്തിനകമേയും ചുറ്റുപാടുമായി ഒതുക്കത്തോടും മറ്റും സ്വരൂപിക്കപ്പെട്ട ആകർഷകത്വവും സൗകുമാരിതയും കൈവെടിഞ്ഞ് അസ്വസ്ഥതയുളവാക്കുന്ന രീതിയിൽ സ്പന്ദിക്കാൻ തുടങ്ങി."

അദ്ദേഹത്തിന്റെ സ്വവർഗ്ഗ ലൈംഗിക വെളിപ്പെടുത്തലുമായി ബന്ധപ്പെട്ടുളവായ വിമർശനാത്മകമായ ഉൾക്കാഴ്ച ചിത്രകാരനിൽ ഉണ്ടാക്കിയ വിഷയപരമായ മാറ്റത്തെ നോക്കിക്കാണുക എന്നത് ഒഴിവാക്കാനാവാത്തതാണ്. 80 കളിൽത്തന്നെ കലാപരമായ സ്വാധീനങ്ങളെയെല്ലാം ഖഖർ ഉൾക്കൊണ്ടിരുന്നു. എഴുപതുകളിലും 80 കളുടെ മദ്ധ്യത്തിലുമുണ്ടായ ഫിഗറേറ്റീവ് -നറേറ്റീവ് കൾച്ചറലിസ്റ്റ് സംവാദങ്ങളും, 81 ലെ പ്ലസ് ഫോർ പീപ്പിൾ എന്ന ചിത്ര പ്രദർശനവും ബറോഡയിൽ ശക്തിപ്രാപിച്ചുവന്ന മറ്റ് മുന്നേറ്റങ്ങളും അവാന്ത് ഗാർദെന്ന് സ്വയം അടയാളപ്പെടുത്തുന്നുണ്ടെങ്കിലും തുടർന്ന് ചിത്രകാരന്മാരിൽ പലരും ആ ഒരു പദ്ധതിയിൽ നിന്ന് വിമോചിതരാവുകയും ചെയ്യുന്നുണ്ട്. നളിനി മാലിനി, ഖഖർ വിവൻസുന്ദരം തുടങ്ങിയവർ വളരെ അർത്ഥവത്തായി തന്നെ ഈ നറേറ്റീവ് പ്രൊജക്ടിൽനിന്ന് പൊടുന്നനവേ തന്നെ മാറിസഞ്ചരിക്കുന്നുമുണ്ട്. വ്യത്യസ്തമായ രാഷ്ട്രീയ ഉത്കണ്ഠകളെയും കുറച്ചുകൂടി വിപുലമായ വിഷയാത്മകവും അർത്ഥദ്യോതകവുമായ ഭാഷാന്വേഷണങ്ങളെ ഏറ്റെടുക്കുക എന്നതിനെ അത് ഊട്ടിയുറപ്പിക്കുന്നു.

മൗലികവും പുരോഗമനാത്മകവുമായ ഒരു പുതു വികാരത്തിനു വേണ്ടി ഭാവന, ഐതൃഹ്യം, കേട്ടുകേൾവി തുടങ്ങിയ ഘടകങ്ങളെ ഖഖർ ആശ്രയിക്കുന്നത് എന്തുകൊണ്ടാണ് എന്നതാണ് എന്റെ അന്വേഷണം. അവനവന്റെ തന്നെ ലൈംഗികതയെക്കുറിച്ചുള്ള അവിശ്വാസത്തെയും അത്ഭുതത്തെയും കുറിക്കുന്ന നിമിഷങ്ങളിൽ ഒരു ഗേ വിഷയമായിരിക്കുന്നതിലെ പരിഹരിക്കാനാവാത്ത കാഴ്ചകളിൽ നിന്ന് ഉല്പന്നമാകുന്നതാണ് ഖഖറുടെ കലയിലെ ഭ്രമാത്മകത എന്നു തന്നെയാണ് ഞാൻ കരുതുന്നത്. പാർശ്വവല്ക്കരണം, പ്രശ്നവല്ക്കരണം, സ്വവർഗ്ഗ ലൈംഗിക രാഷ്ട്രത്തിന്റെ പ്രാതിനിദ്ധ്യം എന്നിവയുടെ പരിസരത്തുനിന്നാണ് ഖഖറുടെ പറച്ചിലും പ്രവൃത്തിയും രൂപംകൊള്ളുന്നത്. തന്റെ ചിത്രങ്ങളിലൂടെ നോർമൽ സെൻസിബിലിറ്റിയെ അസ്വസ്ഥപ്പെടുത്തുന്നതും അതിന് തെറ്റായി തോന്നുന്നതുമായ കാര്യങ്ങളെ അവതരിപ്പിക്കുക വഴി ചിത്രങ്ങളിലെ ഭ്രമാത്മകതയ്ക്ക് സോദ്ദേശ്യപരമായ ഒരു മാനം കൈവരുന്നുണ്ട്. തുറന്നുകാട്ടപ്പെടുന്ന വിമതതയാണ് ഖഖറുടെ ഒരു സവിശേഷത. ഒപ്പം പരമ്പരാഗത വഴക്കങ്ങളോടുള്ള പൊരുത്തപ്പെടായ്കയും, അതിനെത്തന്നെയും ലോകത്തെയും ചോദ്യം ചെയ്യാനുള്ള പ്രവണതയും. പ്രയോഗിച്ച് തഴമ്പിച്ച നാഷണലിസ്റ്റ്, ക്ലാസിക്കൽ റിയലിസങ്ങളെ പാടേ

നിരാകരിച്ച് റിയലിസത്തിന്റെ തന്നെ കൂടുതൽ നവീനവും വിശാലവുമായ വ്യപാരസാദ്ധ്യതകളെ പരീക്ഷിക്കുകയായിരുന്നു ഖഹർ. അതിഭൗതിക വിസ്തൃതിയിലേക്കുള്ള ഖഹറുടെ ചുവടുമാറ്റത്തിലൂടെ സ്വത്വപരമായ വാദഗതിയെ രൂപപ്പെടുത്തുകയായിരുന്നു. കരിയറിന്റെ അന്ത്യം വരെയും യഥാർത്ഥ ചിത്രീകരണത്തോടുള്ള അധിനിവേശം ഖഹറിൽ കാണാമെങ്കിലും ഭ്രമാത്മകതയും ഫാന്റസിയും ഖഹർ ചിത്രങ്ങളിലേക്ക് കടന്നെത്തുന്നതോടെ ചിത്രങ്ങളിൽ നിഗൂഢതയ്ക്കും വൈയക്തികതയ്ക്കും എക്സൻട്രിസിറ്റിക്കും ഒരു പരിധിവരെ കാലാതിവർത്തിത്തത്തിനുമെല്ലാമുള്ള സ്വാതന്ത്ര്യം ലഭിക്കുകയും ചെയ്യുന്നു. എന്റെ വാദഗതിയിൽ ഖഹർ ചിത്രങ്ങളിൽ സംഭവിച്ച ഈ ഗതിപരിണാമം പ്രാഥമിക തലത്തിൽ ചിത്രകലയിൽ തന്റെതന്നെ ഭാവനകളുടെ ഒരു പുനർവിന്യാസമായി ബന്ധപ്പെട്ടതാകുന്നു. ഒരുതരം കം ഔട്ട് ഓഫ് ക്ലോസറ്റ് -പുറത്തേക്ക് വരവ്. 80 കളിലെ ഖഹർ ചിത്രങ്ങളുടെ വിഷയസംബന്ധത ഇതിൽനിന്നും തികച്ചും വ്യത്യസ്തമായിരുന്നു. 1981 ലെ *യു കാൻട് പ്ലീസ് ഓൾ* (1981) ലുള്ള ഈ ചിത്രത്തിലെ വിഷയവും തലക്കെട്ടും സ്വാതന്ത്ര്യത്തിന്റെ രേഖപ്പെടുത്തലായിരുന്നു.

പക്ഷേ, ആർജ്ജിതമായ ഈ സ്വാതന്ത്ര്യം സ്വച്ഛമോ അന്തമോ ആയിരുന്നില്ല. തനിക്കു ലഭ്യമായ സ്വവർഗ ലൈംഗികജീവിതത്തിൽ അഭിരമിക്കുമ്പോൾത്തന്നെ വിട്ടുനിൽക്കുകയും തന്റെ പ്രണയിനിയോടുള്ള അഭിനിവേശവും അപ്പോൾത്തന്നെ സ്വന്തം യാഥാർത്ഥ്യങ്ങളോടുള്ള അവിശ്വാസവും, പങ്കാളിയോടൊത്തുള്ള ജീവിതത്തിനെതിരെ പോരാടാനോ തള്ളിക്കളയാനോ ഉള്ള തീരുമാനം, ഒരാൾ അയാളുടെ കാമനകളെയും സ്വവർഗ്ഗാനുരാഗ അനുഭവങ്ങളെയും ഗൗരവപൂർവ്വമോ അല്ലാതയോ കാണുക, അല്ലെങ്കിൽ ഒറ്റവാക്കിൽ പറഞ്ഞാൽ സ്വർഗ്ഗാനുരാഗിയായിരിക്കുന്നതിലെ ഭ്രമാത്മകത തുടങ്ങി തീർച്ചപ്പെടുത്താനാവാത്ത അവസ്ഥകൾ- വ്യവസ്ഥയില്ലാത്ത സ്വവർഗ്ഗ ലൈംഗികശീലങ്ങൾ, തന്റേതുപോലെ തന്നെ തനിക്കു ചുറ്റുമുള്ള തന്റെ തന്നെ പങ്കാളികൾ ഉൾപ്പെടുന്ന എല്ലാം അദ്ദേഹത്തിന്റെ ഫിക്ഷനിലും ചിത്രങ്ങളിലും കാണാം. ഈ വികാരങ്ങൾ ചിത്രങ്ങളിൽ അപൂർണ്ണമായ സ്ഥലസംയോജനങ്ങളായും, സ്പേഷൽ വിയോജിപ്പുകളിലൂടെയും പരസ്പര ബന്ധമില്ലായ്മയായും വിവർത്തനം ചെയ്യുന്നു. ഭാവനയും ഭ്രമാത്മകതയും ഇഴചേരുന്ന-*ഹൗ മെനി ഹാൻസ് ഡു ഐ നീഡ് റ്റു ഡിക്ലയർ മൈ ലവ് റ്റുയു (1994), പിക്ചർ ടേക്കൺ ഓൺ ദേർ തേട്ടീൻത് വെഡ്ഡിങ് ആനിവേഴ്സറി (1998), യാഗ്ന്യ മേര്യെജ് (1999), നെക്സ്റ്റ് മോണിങ്ങ് (1999)* ഈ ചിത്രങ്ങളെല്ലാം സവിശേഷങ്ങളാണ്. മിഷേൽ ഫൂക്കോയുടെ വാക്കുകൾ എന്റെ വാദഗതികൾക്ക് കൂടുതൽ വ്യക്തത നൽകുന്നുണ്ട്. ലൈംഗികത നമ്മുടെ സ്വഭാവത്തിന്റെ ഒരു ഭാഗമാണ്. നമ്മുടെ സ്വതന്ത്ര ജീവിതത്തിന്റെ ഭാഗവുമാണിത്... നമ്മുടെ തന്നെ സൃഷ്ടിയാണ്. നമ്മുടെ കാമനകളും രഹസ്യവശങ്ങളുടെ (കാണാപ്പുറങ്ങളുടെ) കണ്ടെത്തൽ കൂടിയാണ്..... ലൈംഗികത ഒരു വിധി

യല്ല. മറിച്ച് ഒരു സർഗ്ഗാത്മക ജീവിതത്തിനുള്ള ഒരു സാദ്ധ്യതയാണ്." Quoted from altered states: Creativity under the influence, james huges the ivy peers limited 1999, - P 147)

സ്വവർഗ്ഗാനുരാഗിയുടെ അനുഭവമണ്ഡലത്തിന്റെ സ്വാതന്ത്ര്യത്തെയും അതിൽ ലീനമായ വിരുദ്ധോക്തിയെയും ചിത്രീകരിക്കാനായത് ഖഫറുടെ മികവാണ്. അത് അപ്പോൾത്തന്നെ തുറന്ന രാഷ്ട്രീയ മുദ്രാവാക്യ വ്യവഹാരങ്ങളായി തീരുന്നതിൽനിന്നും പിൻവലിയുന്നതും ശ്രദ്ധേയ മാണ്. ഖഫർ നിശ്ചിതമല്ലാത്ത വിരുദ്ധോക്തി നിറഞ്ഞ ഒരു ഭാഷയെ ഭാവന ചെയ്തിരുന്നു. തന്റെതന്നെ മിതത്വത്തിൽനിന്നും അമർത്തപ്പെട്ട രഹസ്യ പ്രവൃത്തികളിൽനിന്നും അവയുടെ അനിശ്ചിതത്വത്തിൽനിന്നും പാർശ്വസ്ഥിതിയിൽ നിന്നും രൂപപ്പെട്ട ഒന്ന് തന്റെ കലാപരമായ വ്യവ ഹാരങ്ങൾ ഖഫറുടെ അസ്വീകാര്യമായ സ്വത്വത്തിന് ഒരു ബഹുമുഖ ഭാവം നൽകി. ലോകവുമായി ഇടപെടാൻ സഹായിച്ചിരുന്നുവെങ്കിലും അദ്ദേ ഹത്തിന്റെ ചിത്രങ്ങൾ താനും തന്റെ സുഹൃത്തുക്കളും പുലർത്തിയ നിഷേധ ജീവിതത്തെ പ്രതിഫലിപ്പിച്ചിരുന്നു. ആ പരിധിയോളം അദ്ദേഹ ത്തിന് സ്വവർഗ്ഗ ലൈംഗിക യാഥാർത്ഥ്യം നമ്മുടെ കാലത്തെ ഒരു സ്വവർഗ്ഗാനുരാഗിയുടെ ജീവിതത്തിന്റെ ആധികാരികമായ സാക്ഷ്യപത്ര മാണ്.

സ്വവർഗ്ഗരതിയുടെ സാഹിത്യം

വി സുകുമാരൻ

ആയിരത്തിതൊള്ളായിരത്തിൽ രണ്ട് ആഗോളയുദ്ധങ്ങൾക്കും ഒട്ടേറെ വിപ്ലവങ്ങൾക്കും നിരവധി കീഴ്മേൽ മറിച്ചിലുകൾക്കും സാക്ഷിയാവേണ്ടിവന്ന ഇരുപതാം നൂറ്റാണ്ട് പിറന്നുവീണു. അക്കൊല്ലം തന്നെ ബ്രിട്ടീഷ് എഴുത്തിൽ വലിയൊരു അസ്തമയവുമുണ്ടായി. ഓസ്കാർ വൈൽഡ് എന്നു വിളികൊണ്ട Oscar Fingal O Flahertic Wills ന്റെ. അതിനടുത്ത വർഷമാണ് നീണ്ടകാലം സിംഹാസനത്തിലിരുന്ന വിക്ടോറിയാ തമ്പുരാട്ടി നാടു നീങ്ങിയത്. റാണിയോടൊപ്പം അവരുടെ തിരുനാമത്തിലറിയപ്പെടുന്ന സവിശേഷമായ ഒരു യുഗവും അവസാനിച്ചു.

വിക്ടോറിയൻ എഴുത്തിലെ ഇണങ്ങാത്ത കണ്ണായിരുന്നു ഓസ്കാർ വൈൽഡ്. ഒറ്റയാൻ, ധിക്കാരി, സമകാല സമൂഹത്തിന്റെ സദാചാര സംഹിതക്കു വഴങ്ങാത്തവൻ, അനുസരണക്കേടിന്റെ സുവിശേഷകാരൻ. വിക്ടോറിയൻ ചട്ടവട്ടങ്ങൾക്കൊന്നും ഈ പ്രതിഭാധനനായ തോന്ന്യാസി നിന്നുകൊടുത്തില്ല.

പൊന്നെഴുത്താണിയായിരുന്നു ഈ ഐറിഷ് ജീനിയസ്സിന്റെത്. അദ്ദേഹം വാസനാനുഗൃഹീതനായ കവിയായിരുന്നു. നർമ്മപടുവായ നാടകകൃത്തായിരുന്നു. അതുല്യനായ കഥാകാരനായിരുന്നു, മർമ്മജ്ഞനായ നിരൂപകനായിരുന്നു, സരസഭാഷണകലയുടെ കുലപതിയായിരുന്നു, ശ്രോതാക്കളെ മന്ത്രമുഗ്ദ്ധരാക്കുന്ന വാഗ്മി ആയിരുന്നു, കിടയറ്റ പദമാന്ത്രികനായിരുന്നു. വൈൽഡിന്റെ സൊസൈറ്റി കോമഡികൾ *Lady Windermeres Fan (ഇതാണ് നമ്മുടെ നാലപ്പാടൻ പേശുവമ്മയുടെ വിശറിയാക്കിയത്) An ideal Husband A Woman of No importance The importance of Being Earnest* തുടങ്ങിയവ അരങ്ങു തകർത്തു. ഓസ്കാർ വൈൽഡിന്റെ *The Picture of Doring Gray* എന്ന ഗോഥിക് മെലോഡ്രാമ ഇന്നും താല്പര്യപൂർവ്വം വായിക്കപ്പെടുന്നു.

അദ്ദേഹമെഴുതിയ കഥകളെല്ലാം തന്നെ തീർത്തും വ്യത്യസ്തമായിരുന്നു. ഭ്രമഭാവനയുടെ ബഹുരൂപങ്ങളാണ് നാമവയിൽ കണ്ടത്.

ബ്രിട്ടനിലും അമേരിക്കയിലും ഫ്രാൻസിലും ഈ അളവുകോലുകളിൽ ഒതുങ്ങാത്ത സർഗ്ഗപ്രതിഭക്ക് ആയിരക്കണക്കിന് ആരാധകരുണ്ടായി. പേന കൊണ്ടും നാവുകൊണ്ടും അദ്ദേഹം വലിയൊരു സാമ്രാജ്യം വെട്ടിപ്പിടിച്ചു. വൈൽഡ് യുവതയുടെ ജ്വരമായി മാറി. അദ്ദേഹത്തിന്റെ വജ്രശോഭയാർന്ന എപ്പിഗ്രാമുകൾ (epigram-രസമൂറുന്ന കൊച്ചു വാകൃങ്ങൾ) വായനക്കാരുടെയും കേൾവിക്കാരുടെയും മനസ്സുകളിൽ തറച്ചുനിന്നു. വിക്ടോറിയൻ സമൂഹത്തിൽ ഈ കലാപകാരി ഒരത്ഭുതവും അമ്പരപ്പും അങ്കലാപ്പും അപകടഭീഷണിയുമായി വർത്തിച്ചു.

നാൽപ്പത്താറു കൊല്ലമേ വൈൽഡ് ഐഹികജീവിതത്തിന്റെ കോർട്ടിൽ കളിച്ചുള്ളൂ. പ്രശസ്തിയുടെ കൈലാസങ്ങളിൽ നില്ക്കുമ്പോഴാണ് അദ്ദേഹത്തിന് വലിയ വീഴ്ചയുണ്ടായത്. Lord Duglas എന്നൊരു പ്രഭുകുമാരനുമായി ഓസ്കാറിനുണ്ടായിരുന്ന ലൈംഗികവേഴ്ചയാണ് അതിനു കാരണമായത്. സ്വവർഗ്ഗരതിയെ ഒരു സ്വഭാവ വ്യതിയാനമായല്ല. പൊറുക്കാൻ പറ്റാത്ത മഹാപാപമായിട്ടാണ് വിക്ടോറിയൻ സമൂഹം കണ്ടിരുന്നത്. ഓസ്കാർ വൈൽഡിനു റീഡിങ് ജയിലിൽ തടവുശിക്ഷ അനുഭവിക്കേണ്ടി വന്നു. ഈ അനുഭവത്തിൽനിന്നാണ് *Bellad of the Reading Gaol* എന്ന കാവ്യമുണ്ടായത്. ഒരു രാത്രികൊണ്ട് ഈ പ്രതിഭ ചക്രവർത്തി വെറുക്കപ്പെട്ടവനായി. മിത്രങ്ങളും ബന്ധുക്കളും അദ്ദേഹത്തെ കൈയൊഴിഞ്ഞു. ജയിൽ മോചിതനായ ഓസ്കാർ പാരീസിലേക്കു പലായനം ചെയ്തു. അവിടെ ഒരു മൂന്നാംകിട ഹോട്ടലിലെ കുടസ്സുമുറിയിൽ കിടന്നാണ് അദ്ദേഹം കണ്ണടച്ചത്.

വിക്ടോറിയൻ യുഗത്തിൽ ഒരു മഹാനായ സാഹിത്യകാരനെ സമൂഹം കുരിശ്ശേറ്റിയത് സ്വവർഗ്ഗ ലൈംഗികതയുടെ പേരിലാണ്. ഇന്നു സ്ഥിതി മാറി. ലൈംഗിക പ്രേരണകൾ തികച്ചും വ്യക്തിപരമാണെന്നും ഒരാൾ ഏതു വഴി സ്വീകരിക്കണമെന്നു നിശ്ചയിക്കേണ്ടത് സമൂഹമല്ലെന്നുള്ള ഉദാരമായ കാഴ്ചപ്പാടിനു പൊതുവിൽ സ്വീകാര്യത കൈവന്നിരിക്കുന്നു. പ്രത്യേകിച്ച് പാശ്ചാത്യ നാടുകളിൽ. Homosexuality, Lasbianism എന്നീ വ്യത്യസ്തതകളെ മാനസിക രോഗാവസ്ഥയായി വ്യഖ്യാനിക്കാൻ ഉത്തരാധുനിക പരിസരങ്ങളിൽ ആരും മുതിരുമെന്നു തോന്നുന്നില്ല. Hetero Sexuality (പുംസ്ത്രീ ലൈംഗികത) എന്ന നാട്ടുനടപ്പിനോടൊപ്പം homo sexuality (സ്വവർഗ്ഗലൈംഗികത എന്ന വാസ്തവത്തെയും മാന്യമായി പരിഗണിക്കേണ്ടതുണ്ടെന്ന യാഥാർത്ഥ്യബോധം ശക്തമായി വരുന്നു. പല സ്കാന്റിനേവ്യൻ രാജ്യങ്ങളിലും ഹോമോസെക്ഷ്വൽ വിവാഹങ്ങൾക്ക് നിയമസാധുതയുണ്ട്. ഇത്തരം അടുപ്പങ്ങളെക്കുറിച്ചും വേഴ്ചകളെക്കുറിച്ചും പറയുമ്പോൾ നെറ്റി ചുളിക്കുന്നവർ ഇപ്പോഴുമുണ്ട്. അതൊക്കെ ആഭാസമാണെന്നും അസാന്മാർഗ്ഗികമാണെന്നും വാദിക്കുന്നവർ. മനുഷ്യചോദനകളുടെ രതിവാസനകളുടെ പ്രത്യേകതകളെ

അംഗീകരിക്കാതിരിക്കുന്നത് കണ്ണടച്ച് ഇരുട്ടാക്കലാണ്. ഭക്ഷണത്തിൽ ഭിന്നരുചികളുള്ളതുപോലെ ഇണചേരലിനും വ്യത്യസ്ത വാസനകൾക്ക് ഇടുമുണ്ടെന്നു ബർട്രാൻഡ് റസ്സൽ നിരീക്ഷിച്ചത് ഓർക്കുന്നത് നന്ന്.

സ്വവർഗ്ഗ പ്രേമിക്ക് ആധുനിക ഇംഗ്ലീഷിലുള്ള വാക്ക് Gay (ഗേയ്) എന്നാണ്. ഇത് ഒരു യു ഫെമിസ്റ്റിക് പദമാണെന്നു പറയാം. Merry, Jolly, Carefree തുടങ്ങിയ അർത്ഥങ്ങളാണ് പഴയകാലത്ത് ഈ വാക്ക് ഉൽപ്പാദിപ്പിച്ചിരുന്നത്. ആളൊരു തമാശക്കാരനാണ് എന്ന അർത്ഥത്തിൽ he is a gay fellow എന്നു പറഞ്ഞിരുന്നു. എന്നാൽ ഇന്ന് gay ഹോമോ വിനെ മാത്രം സൂചിപ്പിക്കുന്ന പദമായി മാറിയിരിക്കുന്നു. സൂക്ഷ്മതയി ല്ലാതെ ഉപയോഗിച്ചാൽ ചിലപ്പോൾ തല്ലുകൊണ്ടെന്നുവരും. സൂക്ഷിച്ചാൽ ദുഃഖിക്കേണ്ട.

സമൃദ്ധമായ ഒരു Gay സാഹിത്യം പല ഭാഷകളിലും കാണാം. പല പ്രമാണപ്പെട്ട എഴുത്തുകാരും അവരുടെ ഈ സ്വഭാവ വൈജാത്യം ഒളി ച്ചുപിടിക്കുന്നില്ല. എഴുത്തുകാർ മാത്രമല്ല, ചിത്രകാരന്മാരും ഗായകന്മാരും ചിന്തകന്മാരും അക്കൂട്ടത്തിലുണ്ട്. Michal Fou Cault ഗേ ആയിരുന്നു. ഗേ ക്ലബ്ബുകളും സൊസൈറ്റികളും ഗേ വില്ലേജുകളും മിക്ക പടിഞ്ഞാ റൻ പട്ടണങ്ങളിലും കാണാം. യവന സംസ്കാരത്തിന്റെ ഭാഗമായിരുന്നു homosexuality എന്ന് ചില gay എഴുത്തുകാർ എടുത്തുപറയുന്നു. അതു കൊണ്ടാണുപോൽ പുരുഷ സൗന്ദര്യത്തിന്റെ ചിത്രണത്തിൽ ഗ്രീക്ക് കല പ്രത്യേകം ശ്രദ്ധിച്ചത്. എലിസബത്തൻ സാഹിത്യ തേജസ്സുകളായ Francis Bacon,Christopher Marlowe, Willam Shakespeare എന്നിവർ സ്വവർഗ്ഗാനുരാഗികളായിരുന്നുവെന്നു കുശുകുശുപ്പുണ്ട്.

നമ്മുടെ വിഷയം Gay and Lesbian എഴുത്തിന്റെ രൂപഭാവങ്ങളാണ്. Gayയുടെ സ്ത്രീപർവ്വമാണ് Lesbian. സ്ത്രീ സ്വവർഗ്ഗ ലൈംഗികതയെ Lesbian എന്നു വിശേഷിപ്പിക്കാൻ തക്കതായ കാരണമുണ്ട്. Lesbos എന്നൊരു ദ്വീപുണ്ട് ഏജിയൻ കടലിൽ. അത് Sappho എന്ന ഗ്രീക്ക് ഭാവ ഗായികയുടെ നാടാണ്, ഭാവകാവ്യത്തിന്റെയും. ഈ പെൺകവി സ്വവർഗ്ഗാ നുരാഗിയായിരുന്നുവെന്നാണ് ശ്രുതി. ആയതിനാൽ female homosexu-ality ക്കു Lebianism എന്ന പേരുവീണു. സ്ത്രീപക്ഷ (Feminist) ആലോ ചനകളുടെ തണൽപറ്റിയാണ് Lesbian സാഹിത്യവും വളർന്നത്. എണ്ണ പ്പെട്ട ഫെമിനിസ്റ്റ് സൈദ്ധാന്തികരിൽ പലരും അവരുടെ ലെസ്ബിയൻ പ്രേരണകൾ തുറന്നു പറഞ്ഞവരാണ്.

ലെസ്ബിയൻ, ഗേ എന്നീ മേഖലകളെ ആഴത്തിൽ സ്പർശിക്കുന്ന സിദ്ധാന്തപാഠങ്ങൾ ഉണ്ടായിട്ടുണ്ട്. 1960കളിൽ നാമ്പെടുത്ത സമരോ ത്സുക പ്രസ്ഥാനങ്ങളാണ് സത്യത്തിൽ ഈ ആലോചനകൾക്കും പഠന ങ്ങൾക്കും പ്രേരകമായത്. അവ അക്കാദമിക് കോലായകളിലല്ല പിറവി യെടുത്തത് എന്നു സാരം. Feminist ചിന്തകളും BlackCriticism വും ഉയിർകൊണ്ടത് കലാപഭൂമികളിൽ നിന്നാണല്ലോ. 1969 ൽ ന്യൂയോർക്ക് നഗരത്തിൽ ഒരു വൻ പ്രക്ഷോഭമുണ്ടായി. Stonewall Riot. അതിൽ

നിന്നത്രെ Gay Liberation Movement ഉത്ഭവിച്ചത്. സ്വവർഗ്ഗാനുരാഗികൾ സമ്മേളിക്കുന്ന ഒരു ബാറിൽ പൊലീസ് റെയ്ഡ് നടത്താൻ പുറപ്പെട്ടു. ഗേകൾ അതിനെ ശക്തമായി ചെറുത്തു. ഈ സംഭവം ഒരു വഴിത്തിരിവായി അസംഘടിതരായിരുന്ന സ്വവർഗ്ഗാനുരാഗികൾ പലേടത്തും ഒത്തുചേർന്നു. അതൊരു വലിയ പ്രസ്ഥാനം തന്നെയായി മാറി.

1970കളിൽ ഗേ ലിബറേഷൻ പ്രസ്ഥാനത്തിനു പ്രധാനമായുമുണ്ടായിരുന്നത് രണ്ട് ലക്ഷ്യങ്ങളാണ്. (1) Persecution നെ (പീഡനം) ചെറുക്കുക (2) ഗേ സമൂഹത്തിനു സ്വാഭിമാനവും ആത്മവീര്യവും സമ്മാനിക്കുക ഗേ ആണ് എന്ന കാര്യം ഗൂഢമായി വെക്കേണ്ട കാര്യമല്ലെന്നും തലയുയർത്തിപ്പിടിച്ചുകൊണ്ട് അക്കാര്യം ലോകത്തോടു വിളിച്ചുപറയാനുള്ള കരുത്തുനേടണമെന്നും പ്രസ്ഥാനം നിഷ്കർഷിച്ചു. Consciousness-raising ബോധമണ്ഡലത്തിന്റെ ഉയർത്തൽ— ഒരു പ്രധാന പരിപാടിയായി. മറ്റൊന്നു ഗേ വ്യക്തിസത്തയുടെ പ്രഖ്യാപനമാണ്. സാമൂഹ്യമായ അദൃശ്യത (Social invisibility) അവസാനിപ്പിക്കൽ അത്യാവശ്യമെന്ന് ലിബറേഷൻ പ്രസ്ഥാനം തറപ്പിച്ചു പറഞ്ഞു. അതിൽ നാണക്കേടിന്റെ ഒരു പ്രശ്നവുമില്ല. ഒരു ലൈംഗിക ന്യൂനപക്ഷമായി (Sexual minority) ഗേ സമൂഹത്തെ പരിഗണിക്കാൻ പൊതുസമൂഹത്തെ നിർബന്ധിക്കേണ്ടതുണ്ട്. ലൈംഗിക മനോഭാവങ്ങളുടെ–Sexual attitudes –പൊളിച്ചെഴുത്തിന് മുഖ്യധാരയെ പ്രേരിപ്പിക്കണം.

Hetero Sexism എന്ന പ്രയോഗം Gay സൈദ്ധാന്തികർ അടുത്ത കാലത്ത് ഇറക്കിയതാണ്. ആൺ-പെൺ ലൈംഗികതയുടെ (Hetero sexuality) കോയ്മയെയും പക്ഷപാതത്തെയുമൊക്കെയാണ് ഇത് സൂചിപ്പിക്കുന്നത്. ഒരു വിഭിന്ന ലൈംഗികത അസാന്മാർഗ്ഗികവും പ്രകൃതിവിരുദ്ധവുമാണെന്ന് Hetero sexual സമൂഹം പ്രചരിപ്പിക്കുന്നു. അതൊരു അപകടകരവും അയഥാർത്ഥവുമായ കാഴ്ചപ്പാടാണ് എന്ന് Gay പ്രസ്ഥാനം ചൂണ്ടിക്കാട്ടുന്നു.

Gay സിദ്ധാന്തങ്ങളെ സാരമായി സ്വാധീനിച്ച രണ്ട് ചിന്തകരാണ് sigmund Freud ഉം Michel Foucault ഉം ലൈംഗികതയുടെ വിപുലമായ വിചാരണകളാണ് ഇവർ നടത്തിയത്. Benkert എന്ന ചിന്തകനാണ് 1869 homo sexuality എന്ന പ്രയോഗം ആദ്യമായി കൊണ്ടുവന്നത്. അതിനു മുമ്പ് പല ചീത്തപ്പേരുകളിലുമായിരുന്നു ഈ ലൈംഗിക വ്യതിയാനം അറിയപ്പെട്ടിരുന്നത്. Karl Henrich Ulrichs homo sexuality യെക്കുറിച്ചു പന്ത്രണ്ടു വോള്യങ്ങൾ പ്രസിദ്ധീകരിക്കുകയുണ്ടായി. ഈ പുസ്തകങ്ങൾ ഫ്രോയിഡിനെ വളരെ സഹായിച്ചിട്ടുണ്ട്.

ലൈംഗികത്വരയെ, ദാഹത്തെ അപഗ്രഥിച്ചുകൊണ്ട് അതിന്റെ വേഷം വ്യക്തമാക്കാനാണ് ഫ്രോയ്ഡ് ഉദ്യമിച്ചത്. sexual desire (ലൈംഗികമായ കൊതി, ആർത്തി); sexual appetite(ലൈംഗിക രുചി) എന്നിവയെ വകതിരിച്ചു വ്യാഖ്യാനിക്കാനും അദ്ദേഹം ശ്രമിക്കുകയുണ്ടായി. എന്നാൽ സ്വവർഗ്ഗാവസ്ഥയായിട്ടാണ് വ്യത്യസ്തതയായിട്ടല്ല ഫ്രോയ്ഡ് കാണു

ന്നതെന്ന ആക്ഷേപം ഉയർന്നിട്ടുണ്ട്. Hetero Sexuality ഫലപ്രദമാണെന്നും (Productive) മറ്റേത് വിഫല (Unproductive) മാണെന്നുമുള്ള അതായത് ആദ്യത്തേത് Positive ഉം രണ്ടാമത്തേത് Negative ഉം ആണെന്നുമുള്ള മദ്ധ്യവർഗ്ഗ സംസ്കാരവീക്ഷണത്തെ ഒരളവിൽ ഫ്രോയിഡ് അനുവദിക്കുന്നുണ്ടെന്നാണ് അദ്ദേഹത്തിന്റെ ആധുനിക വിമർശകർ നിരീക്ഷിക്കുന്നത്. സന്താനോല്പാദനമാണ് ലൈംഗിക വേഴ്ചയിലൂടെ മനുഷ്യൻ ലക്ഷ്യമാക്കുന്നത്. അല്ലെങ്കിൽ ലക്ഷ്യമാക്കേണ്ടത് എന്ന മിഡിൽ ക്ലാസ് വേദാന്തത്തെ ഫ്രോയ്ഡ് ശരിവെക്കുന്നില്ല എന്നത് വിസ്മരിക്കരുത്. അതേസമയം സമാന്തര ലൈംഗികതയെ സംബന്ധിച്ചുള്ള അദ്ദേഹത്തിന്റെ പ്രസ്താവങ്ങൾക്ക് ഒരു സന്ദിഗ്ദ്ധാർത്ഥത (ambiguity) നാം നേരിടുന്നുണ്ട്.

സ്വവർഗ്ഗരതിയെ സംവാദത്തിന്റെയും ചരിത്രത്തിന്റെയും തലങ്ങളിലെത്തിച്ചത് ഫൂക്കോ ആണ്. Gay Theory എന്നതിനെ അദ്ദേഹത്തിന്റെ എഴുത്തും വിചാരവും അടിമുടി ബാധിച്ചിട്ടുണ്ടെന്നും പറയാം. ഹോമോസെക്ഷ്വാലിറ്റിയെ സമർത്ഥമായി നിർവ്വചിച്ചതും ഈ ഫ്രഞ്ചു ചിന്തകനായിരുന്നു. 1976ൽ അദ്ദേഹമെഴുതിയ *The History of sexuality* പും സ്ത്രീ ലൈംഗികതകളെ ഒരു ശരീരത്തിൽ ഒന്നിപ്പിക്കാനുള്ള യത്നമായി പത്തൊമ്പതാം നൂറ്റാണ്ടിലെ സ്വവർഗ്ഗസമസ്യയെ അദ്ദേഹം വ്യവഹരിക്കുന്നു. ഭാരതീയന്റെ അർദ്ധനാരീശ്വര സങ്കല്പത്തിൽ ആൺ-പെൺ സെക്ഷ്വാലിറ്റികളുടെ ഏകീകരണമല്ല സംഭവിക്കുന്നത്. പരമശിവൻ കാമാർത്തിയോടെ പ്രാപിക്കുന്നത് മോഹിനിയുടെ മേക്കപ്പിട്ട മഹാവിഷ്ണുവിനെയല്ലേ. നായാട്ടിനിടെ ഏതോ കാട്ടരുവിയിൽ കുളിച്ചു കേറിയപ്പോൾ മൊഞ്ചത്തിയായി മാറുകയും പിള്ളാരെ പെറ്റുകൂട്ടുകയും ചെയ്ത ഒരു രാജാവിന്റെ കഥ *മഹാഭാരത*ത്തിലുണ്ട്. ഈ രസികൻ കഥയിലൂന്നിക്കൊണ്ട് അക്ബർ കക്കട്ടിൽ *സ്ത്രൈണം* എന്ന ഒരപൂർവ്വ നോവലെറ്റ് എഴുതിയത് ഞാനോർക്കുന്നു.

'Sodomy'എന്ന വൃത്തികെട്ട വാക്കാണ് ഏറെക്കാലം homo sexuality ക്കു പകരം പ്രവർത്തിച്ചത്. അത് പ്രകൃതി വിരുദ്ധമാണെന്നും അതിനിന്ദ്യമാണെന്നും പള്ളി പറഞ്ഞു. ഇതിന് buggery എന്ന പര്യായവുമുണ്ടായി. sodom എന്ന പാപികളുടെ നഗരത്തെക്കുറിച്ച് പഴയ നിയമത്തിൽ പ്രസ്താവമുണ്ട്. അവിടത്തെ ആണുങ്ങൾ പ്രകൃതിക്കു നിരക്കാത്ത ഭോഗരീതികൾ സ്വീകരിച്ചിരുന്നുവെന്നും പൊറുതിമുട്ടിയ പടച്ചവൻ ഈ പാപഭൂമിയെ നശിപ്പിച്ചുവെന്നുമാണ് കഥ. ഇതിന്റെ വ്യംഗ്യങ്ങളും സിംബലിസവും ഫൂക്കോ തന്റെ പ്രാമാണിക ഗ്രന്ഥത്തിൽ പരിശോധിക്കുന്നുണ്ട്. ഓസ്കാർ വൈൽഡിനെക്കുറിച്ചു മുമ്പ് പറഞ്ഞുവല്ലോ. അദ്ദേഹത്തിനെതിരെയുള്ള കുറ്റപത്രത്തിൽ തെളിഞ്ഞുനിന്നത് sodomy എന്ന വാക്കാണ്. ലൈംഗികമായ ആഭാസത്തിന്റെ അഭിഭാഷകനെന്ന് അദ്ദേഹത്തെ വിശേഷിപ്പിക്കുകയാണ് പ്രോസിക്യൂഷൻ ചെയ്തത്.

Gay theory-- സ്വവർഗ്ഗരതി സിദ്ധാന്തം —ഒരുപാട് വിചാരവേദികളിൽ

ചർച്ച ചെയ്യപ്പെടുകയുണ്ടായി. ബ്രിട്ടനിൽ അത് വിപുലമായ ഒരു Cultural Poetics ന്റെ സാംസ്കാരിക കാവ്യശാസ്ത്രത്തിന്റെ ഭാഗമായി മാറി. സാംസ്കാരിക രാഷ്ട്രീയത്തിലും ഗേ സിദ്ധാന്തം പ്രത്യക്ഷപ്പെട്ടു. Jonathan Dollimore ഉം Alan Sinfield ഉം ഗേ സിദ്ധാന്തത്തെ പല തലങ്ങളിൽ പരിശോധിക്കുകയുണ്ടായി. Homoerotic സാഹിത്യം ഗൗരവത്തോടെ വിചാരണ ചെയ്യപ്പെട്ടു. woods എഴുതിയ *Articulated Flesh* എന്ന പാഠത്തിൽ D H Lawrence, Hart Crane, W H Auden, Allen Ginsberg, Thomas Gunn എന്നീ എഴുത്തുകാരുടെ കൃതികളിലെ സ്വവർഗ്ഗ ലൈംഗിക ചോദന (Homoeroticity) വിസ്തരിച്ചു ചർച്ച ചെയ്യുന്നുണ്ട്.

ഗേ ജീവിതത്തെ വിഷയമാക്കിയ ധാരാളം നോവലുകളും കഥകളുമുണ്ടായി. Edmund White ന്റെ കൃതികൾ ഉദാഹരണമാണ്. Baldwin എഴുതിയ *Giovanni's Room* വിഖ്യാതമാണ്.

ലെസ്ബിയൻ ഫെമിനിസ്റ്റ് സിദ്ധാന്തങ്ങളെക്കുറിച്ചും ഈ സന്ദർഭത്തിൽ സംസാരിക്കാതെ വയ്യ. Gay Liberation Movement മുഖ്യമായും പുരുഷനിൽ കേന്ദ്രീകരിച്ചുകൊണ്ടാണ് പ്രവർത്തിച്ചത്. അതിനൊരു സമാന്തരമായിട്ടത്രെ ലെസ്ബിയൻ സിദ്ധാന്തവേദി ഉണർന്നുവന്നത്. ജന്ററിന്റെ ഘടനകളും ലൈംഗികമായ അടിച്ചമർത്തലുമാണ് ലെസ്ബിയൻ ഫെമിനിസം പ്രധാന വിഷയമാക്കിയത്. തന്താധിപത്യം Patriarchy പോറ്റിവളർത്തിയ ഒരു സമ്പ്രദായമായി ലെസ്ബിയൻ ഫെമിനിസ്റ്റുകൾ hetero sexuality യെ (ആൺ -പെൺ ലൈംഗികതയെ) വീക്ഷിക്കുന്നു. ഈ സമ്പ്രദായം പെണ്ണിന്റെ അടിമത്തവും അടിച്ചമർത്തലും ഉറപ്പുവരുത്തുന്നതായി അവർ കണ്ടെത്തുന്നു. വ്യവസ്ഥാപിത ലൈംഗികത (institutionalised sexuality) ആണ് ഹെറ്ററോ സെക്ഷ്വാലിറ്റിയെന്ന് അവർ സമർത്ഥിക്കുന്നു. അത് ചൂഷണാത്മകമാണ്. മറ്റു പല സിദ്ധാന്തങ്ങളിൽനിന്നും ലെസ്ബിയൻ ഫെമിനിസ്റ്റ് തിയറി ഊർജ്ജം ഉൾക്കൊള്ളുന്നുണ്ട്.

Gale Rubin ആണ് Compulsory hetero sexuality എന്നതിനെക്കുറിച്ച് ആദ്യം പറഞ്ഞത്. പിന്നീട് Adrianne Rich *Compulsory Hetero Sexuality and Lesbian Existence* എന്നൊരു ശ്രദ്ധേയമായ പ്രബന്ധമെഴുതി. ഉഭയലൈംഗികത (hetro sexuality) സ്വാഭാവികവും പ്രകൃതിനിശ്ചിതവുമാണെന്നുള്ള വിശ്വാസത്തെയാണ് ഏഡ്രിയൻ റിച്ച് ചോദ്യം ചെയ്യുന്നത്. Hetro sexuality ഒരു പുരുഷനിർമ്മിത സാമൂഹ്യ സ്ഥാപനമാണെന്ന് അവർ സംയുക്തികം വാദിക്കുന്നു.

ലെസ്ബിയൻ ഫെമിനിസ്റ്റ് വിചാരവേദിയിൽ ഉയർന്നുകേട്ട മറ്റൊരു ഉറച്ച ശബ്ദം Montique Wittig എന്ന സൈദ്ധാന്തികയുടേതാണ്. ആൺ -പെൺ എന്ന സാമ്പ്രദായിക ജന്റർ വിഭജനം തന്നെ അയഥാർത്ഥവും ആൺകോയ്മ മനഃപൂർവ്വം പൊക്കിപ്പിടിക്കുന്നതുമാണെന്നാണ് ഈ ഫെമിനിസ്റ്റിന്റെ പക്ഷം. ലെസ്ബിയൻ സ്ത്രീ അല്ല എന്ന് അവർ വാദിക്കുന്നുണ്ട്. ആണും പെണ്ണും തമ്മിലുള്ള നൈസർഗ്ഗികമെന്ന്

വ്യവഹരിക്കപ്പെടുന്ന വേഴ്ച ഒരു(Social construct) സാമൂഹ്യ നിർമ്മിതിയാണ്.

ലെസ്ബിയൻ ഫെമിനിസ്റ്റ് സംവാദത്തിനു സാരമായ സംഭാവന യാണ് Judith Butter ഉം Barbara smith ഉം Glovia Anzaldua യും Cherrie Moraga യും നല്കിയത്. ലെസ്ബിയൻ ഫെമിനിസ്റ്റ് പദാവലി തന്നെ സൃഷ്ടിക്കപ്പെട്ടു. Gertrude stein, Ivory Crompton-Burnett, Maureen Duffy, May sarton തുടങ്ങിയ ലെസ്ബിയൻ എഴുത്തുകാരെ കണക്കിലെ ടുക്കാതെ വർത്തമാന സാഹിത്യ സംവാദങ്ങൾക്കു മുന്നോട്ടു പോകാനാ വില്ല. 1975ൽ പുറത്തിറങ്ങിയ Jane Rule ന്റെ *Lesbian images* എന്ന പ്രാമാണിക പുസ്തകം ഇരുപതാം നൂറ്റാണ്ടിലെ ലെസ്ബിയൻ എഴുത്തി നെയും എഴുത്തുകാരെയും ആഴത്തിൽ പരിചയപ്പെടുത്തുന്നുണ്ട്.

എഴുത്തിൽ ഒരു ലെസ്ബിയൻ പാരമ്പര്യമുണ്ടെന്ന് സ്ഥാപിക്കാ നാണ് ഇവർ ശ്രമിക്കുന്നത്. Lesbian identity യുടെ (ലെസ്ബിയൻ അനന്യതയുടെ) പ്രഖ്യാപനം അത്യാവശ്യമാണെന്നു മിക്ക ലെസ്ബിയൻ എഴുത്തുകാരികളും വിശ്വസിക്കുന്നു. വളരെ ശ്രദ്ധേയമായ ഒരു പാഠമാണ് 1993ൽ പുറത്തുവന്ന Teresa deLawretis ന്റെ *Sexual indifference and Lesbian Representation.*

Gay theory യും Lesbian Feminist Theory യും Queer Theory യുമൊക്കെ മറ്റു പല വിചാരധാരകളുമായും പ്രത്യയശാസ്ത്രങ്ങളുമാ യും പല ഘട്ടങ്ങളിൽ ഇഴചേരുന്നുണ്ട്. ഫ്രോയ്ഡും മാർക്സും ഗ്രാംഷിയും നവചരിത്രവാദവും കൾച്ചറൽ മെറ്റീരിയലിസവുമെല്ലാം ഈ സിദ്ധാന്തങ്ങളെ സ്വാധീനിക്കുന്നുണ്ട്. ഒറ്റക്കും ഒഴിച്ചു നിർത്തിക്കൊണ്ടും ഒരു സിദ്ധാന്തപഠനവും സാദ്ധ്യമല്ല.

ആനന്ദത്തിന്റെ വകഭേദങ്ങൾ

ജിസ ജോസ്

സോദോം നഗരവാസികളായ ആബാലവൃദ്ധം പുരുഷന്മാരും ലോത്തിന്റെ വീട്ടുവാതിൽക്കലെത്തി; "ഇന്നു രാത്രി നിന്റെ അടുക്കൽ വന്ന പുരുഷന്മാർ എവിടെ? അവരെ ഇറക്കി വിടുക. ഞങ്ങൾ അവരുമായി ശയിക്കട്ടെ." "പുരുഷ സംസർഗ്ഗം ഉണ്ടായിട്ടില്ലാത്ത 2 പുത്രിമാർ എനിക്കുണ്ട്. അവരെ നിങ്ങളുടെ അടുക്കലേക്കിറക്കിവിടാം. നിങ്ങളുടെ ഇഷ്ടം പോലെ അവരോടു പെരുമാറിക്കൊള്ളൂ" *(ഉല്പത്തി* 19-ാം പുസ്തകം *ആളോഹരി ആനന്ദം,* പു. 178).

പഴയ നിയമത്തിന്റെ കാലത്തേ, ലോകത്തെല്ലായിടത്തും വിമതലൈംഗികത നിലനിന്നിരുന്നുവെന്നും പിൽക്കാലത്താണ് അത് അധമമായി വിലയിരുത്തപ്പെട്ടതെന്നും ചരിത്രം പറയുന്നു. സഹജവാസനകൾക്കു പ്രാധാന്യം നൽകുന്നതായിരുന്നു പ്രാചീന ഗ്രീസിന്റെ സദാചാരം. സഹജവാസനകളെ അപകർഷതയോടെ അടിച്ചമർത്തുന്ന പുതിയ കാലത്ത് ലൈംഗിക വൈവിദ്ധ്യങ്ങൾ കുറ്റബോധത്തോടെ മറച്ചു പിടിക്കേണ്ടതായി മാറിയിരിക്കുന്നു എന്ന് പുരാതന ഗ്രീസിലെ സ്വവർഗ്ഗലൈംഗികാഭിമുഖ്യത്തെക്കുറിച്ചു സൂചിപ്പിക്കുമ്പോൾ ഫ്രോയിഡ് പരാമർശിക്കുന്നു. സമാനമായ നിരീക്ഷണം ലൈംഗികതയുടെ ചരിത്രത്തിൽ ഫൂക്കോയും നടത്തുന്നുണ്ട്. പ്രാചീന ഭാരതീയകൃതികളിലെ അയോനീ സംസർഗ്ഗങ്ങളെക്കുറിച്ചുള്ള പ്രതിപാദനങ്ങൾ, ഒരിക്കൽ ഇവ സ്വാഭാവികമായി കണക്കാക്കപ്പെട്ടിരുന്നുവെന്നതിന്റെ രേഖകളാണ്.

ഇന്ന് ലൈംഗികതയെ സംബന്ധിച്ച സാംസ്കാരിക മുൻവിധികൾ/ സങ്കല്പങ്ങൾ എല്ലാം ഭിന്ന ലൈംഗികത (Hetero Sexism) യിലടിയുറച്ചിട്ടുള്ള കുടുംബഘടനയെ കേന്ദ്രീകരിച്ചുകൊണ്ടാണ് ലൈംഗിക ന്യൂനപക്ഷങ്ങൾ, വിമതലൈംഗികത എന്നിവ പൗരാവകാശങ്ങൾ, നിയമപരിപക്ഷ എന്നിവയുമായി മാത്രം ബന്ധപ്പെട്ടാണ് മുഖ്യാധാരാ ചർച്ചകളി

ലേക്കു കടന്നുവരുന്നത്. ശരീരവും ആനന്ദവും സ്വത്വവുമായി ബന്ധപ്പെടുത്തി വിമതലൈംഗികതയെ കാണാനോ വിലയിരുത്താനോ അതിന്റെ വൈകാരിക തലങ്ങളെ മാനിക്കാനോ കടുത്ത സദാചാരയുക്തികൾക്കു കഴിയാതെ പോവുന്നു. പരസ്യജീവിതം അസാദ്ധ്യമാംവിധം അത്തരം ലൈംഗികാഭിരുചികൾ ഉള്ളറ (Closet) യ്ക്കുള്ളിലൊളിച്ചിരിക്കുന്നു. മിക്കവാറും ഈ ഉള്ളറ സമൂഹവും മതവും നിയമവും അംഗീകരിക്കുന്ന ഹെറ്ററോ സെക്ഷ്വൽ കുടുംബ ഘടനതന്നെയാവും. പുറംലോകം അറിയാത്ത കയ്പുകളും കണ്ണീരും നിരാസങ്ങളും വിദ്വേഷവും കുടുംബത്തിന്റെ ആഭ്യന്തരലോകത്തെ സദാ കലുഷമാക്കുന്നു, പുറമേക്ക് എല്ലാം ഭംഗിയായിരിക്കുമ്പോഴും. ഞാൻ നിന്റെ നരകമല്ല എന്നു പ്രഖ്യാപിച്ച് ഉള്ളറകൾക്കുള്ളിൽ നിന്നു തെരേസയെ പരസ്യജീവിതത്തിനു പ്രേരിപ്പിക്കാൻ *ആളോഹരി ആനന്ദ*ത്തിലെ പോളിനു 20 വർഷങ്ങൾ വേണ്ടി വന്നു. കയ്പുറഞ്ഞ 20 ദാമ്പത്യ വർഷങ്ങൾ. അതൊരു വാതിൽ തുറക്കലാണ്. സ്വയം പ്രകാശിച്ചുകൊണ്ട് കുഴിച്ചുമൂടപ്പെട്ടൊരു ലോകത്തെ പ്രകാശിപ്പിക്കലാണ്. മുഖമൂടി മാറ്റി സ്വയം വെളിപ്പെട്, കല്ലേറുകൾക്കുള്ളിലേക്ക് സ്വയം എറിഞ്ഞുകൊടുക്ക് (പു. 143).

ഭിന്നവർഗ്ഗ ലൈംഗികത അധീശത്വം പുലർത്തുന്ന, സ്വവർഗ്ഗാഭിമുഖ്യങ്ങളെ ഭീതിയോടെ വീക്ഷിക്കുന്ന ഒരു സമൂഹത്തിൽ രണ്ടു സ്ത്രീകൾ അവരുടെ പ്രണയം വെളിപ്പെടുത്തുന്നത്, ഒന്നിച്ചു ജീവിക്കാൻ തീരുമാനിക്കുന്നത് ശക്തമായ സ്വത്വസംസ്ഥാപനവും രാഷ്ട്രീയവും സാമൂഹികവുമായ ഇടപെടലുമാണ്. പക്ഷേ, ഈ സ്വയം വെളിപ്പെടുത്തലുകൾ അവരെ സംബന്ധിച്ച് ആത്മഹത്യാപരവുമാണ്.

രഹസ്യമായിരിക്കുന്നിടത്തോളം സമൂഹമോ മതമോ ഗൗനിക്കാത്തത്, തടയാൻ ശ്രമിക്കാത്തത്, നൂറ്റാണ്ടുകളായി തുടരുന്നത്, പക്ഷേ പരസ്യമാവുമ്പോൾ മൃഗീയമായി ആക്രമിക്കപ്പെടുന്നത്. അതാണ് സ്വവർഗ്ഗ ലൈംഗികത. കല്ലേറുകൾക്ക് സ്വയം എറിഞ്ഞുകൊടുക്കൽ തേരേസയെ ഭിന്നലൈംഗികതയിലധിഷ്ഠിതമായ കുടുംബത്തിന്റെ വ്യാജ സുരക്ഷയിൽ നിന്നും പുറംലോകത്തേക്കു സ്വതന്ത്രയാക്കിയതിന്റെ പരിണിതികൾ പോളും അനുഭവിക്കുന്നുണ്ട്. ഭൂമി വാതുക്കലിലെ ഉൽപ്പന്നങ്ങൾ വിറ്റഴിയപ്പെടുന്നില്ല. കുടുംബത്തിൽ നിന്ന് പദവികളിൽ നിന്ന് അയാൾ നിഷ്കാസിതനാവുന്നു. കൊയ്യാനാളില്ലാതെ വിളഞ്ഞ വയലുകൾ വെള്ളം കേറി നശിക്കുന്നു. രേഷ്മയും തെരേസയും അനുഭവിച്ചതിനേക്കാൾ ഏകാന്തതയും പീഡനവുമാണ് രണ്ടു സ്ത്രീകളെ ഒന്നിച്ചു ജീവിക്കാൻ പ്രേരിപ്പിച്ചതിന്റെ പേരിൽ പോൾ അനുഭവിക്കുന്നത്.

അധികാരവും ആധിപത്യവും ഇല്ലാത്തതാണ് ലെസ്ബിയൻ പ്രണയങ്ങൾ. ബാഹ്യവും ആഭ്യന്തരവുമായ അധീശവ്യവഹാരങ്ങളിൽ നിന്നു വിമുക്തമായതുകൊണ്ടുതന്നെ അസാധാരണമാംവിധം അതു സർഗ്ഗാത്മകവുമാകുന്നു (Strong creative self of every women is her lesbian self) എന്ന് ആഡ്രിയൻ റിച്ച് പറയുന്നതും മറ്റൊന്നല്ല. ദൃഢബദ്ധമായ

ലൈംഗിക ഘടനകളെ തകർക്കാനും അപനിർമ്മിക്കാനും, സ്ത്രീയ്ക്ക് അവളുടെ സ്വത്വം വ്യതിരിക്തത സ്ഥാപിക്കാനും കഴിയുന്ന രാഷ്ട്രീയ പ്രവൃത്തിയായി സ്വവർഗ്ഗ സ്നേഹത്തെ നിർണ്ണയിക്കാനാവും. ഭിന്ന ലൈംഗികതയുമായി ബന്ധപ്പെട്ട വിചാരങ്ങളിൽ മാത്രമാണ്, സ്ത്രീ/പുരുഷൻ എന്ന വിവേചനത്തിനു തന്നെ പ്രസക്തിയെന്നു പറയുന്ന മോൺടിക് വിറ്റിങ് ഞാനൊരു ലെസ്ബിയനാണ് സ്ത്രീയല്ല എന്നു പ്രഖ്യാപിച്ചതും ഈയർത്ഥത്തിലാണ്. സൗഹൃദത്തിലും സഹവർത്തിത്വത്തിലുമൂന്നിയതാണ് ലെസ്ബിയൻ ബന്ധങ്ങൾ. ഒരു സ്ത്രീ മറ്റൊരു സ്ത്രീയോട് മമതയും കടപ്പാടും നിലനിർത്തുന്നത്, സ്വതന്ത്രവും ശക്തവുമായ രീതിയിൽ അവളെ പ്രണയിക്കുന്നത്, അതിലൂടെ സ്വയം കണ്ടെത്തുന്നത്, പുരുഷാധിപത്യ മൂല്യങ്ങളെ ചോദ്യം ചെയ്യലായി വിലയിരുത്തപ്പെടുന്നു.

"എന്തിന് പെണ്ണുങ്ങളുടെ ജീവിതത്തിൽ ഇടപെടുന്നു? എന്തിനവരുടെ സന്തോഷങ്ങൾ തല്ലിക്കെടുത്തുന്നു? അവരെ വെറുതെ വിട്, ഒറ്റയ്ക്ക് കാര്യങ്ങൾ തീരുമാനിക്കാൻ അനുവദിക്ക്, അവർ ഭംഗിയായി ജീവിക്കും. സന്തോഷിക്കും. സ്നേഹിക്കുകയും ചെയ്യും. നിങ്ങൾ ചൂണ്ടിക്കാട്ടുന്ന വഴിമാത്രമാണ് ശരിയെന്നു ശാഠ്യം പിടിക്കരുത്. ജീവിക്കാനും ആനന്ദിക്കാനും അനേകം വഴികളുണ്ട്" (പു. 130).

അത്തരം വഴികളെ സമൂഹം കൊട്ടിയടച്ചിരിക്കുകയാണ്. വിലക്കപ്പെട്ട വഴികളിലൂടെയുള്ള സഞ്ചാരത്തിന് വലിയ വിലയൊടുക്കേണ്ടി വരും. നിർബ്ബന്ധിത ഭിന്ന ലൈംഗികത നിലനില്ക്കുന്ന പൊതുസമൂഹത്തിൽ സ്വവർഗ്ഗാനുരാഗികളായി വെളിപ്പെടുന്ന സ്ത്രീകൾ പീഡനങ്ങളേൽക്കാതിരിക്കുന്നില്ല. തെരേസയും രേഷ്മയും പ്രതിരോധത്തിന്റെ രൂപകങ്ങളാണ്. അവർ കീഴടങ്ങുന്നില്ല. സദാചാരത്തിന്റെ യാന്ത്രിക യുക്തികളെ ശാരീരികമായ ആക്രമണങ്ങളെ കഴിയുന്നിടത്തോളം ചെറുത്തു നിൽക്കുകയും സ്വന്തം അസ്തിത്വം സ്ഥാപിക്കുകയും ചെയ്യുന്നു.

പ്രകൃതിയിൽ വൈവിദ്ധ്യങ്ങളുണ്ട്. അതിൽ ഒന്നും മികച്ചതും മോശവും അല്ല. ലൈംഗികതയിലെ അധീശ വ്യവഹാരങ്ങളാണ് ഒന്നിനെ ശ്ലീലവും മറ്റേതിനെ അശ്ലീലവുമാക്കുന്നത്. ലൈംഗിക വൈവിദ്ധ്യങ്ങളെ നിരാകരിക്കാൻ മതവും നിയമവും അമിത ശ്രദ്ധ കാണിക്കുന്നു. ദണ്ഡവിമോചനമില്ലാത്ത മാരക പാപം എന്നത് മതത്തിന്റെ ഭാഷയാണ്.

377-ാം വകുപ്പ് അതിനെ ക്രിമിനൽ കുറ്റമാക്കി സമൂഹത്തിൽ സ്ഥാപിക്കുന്നു. പ്രകൃതിയുടെ സഹജ പ്രേരണകളെ നിഷേധിച്ച് മറ്റുള്ളവരുടെ പരിഹാരങ്ങളിലേക്ക് ചവിട്ടിയൊതുക്കുംതോറും ഉള്ളറകളിലേക്ക്/ആത്മഹത്യയിലേക്ക് ഉൾവലിയേണ്ടി വരുന്ന മനുഷ്യരെക്കുറിച്ച് ജോൺ മത്തായി ആലോചിക്കുന്നുണ്ട്. ഈ വിഷയത്തിൽ പഠനം നടത്തുന്ന ചാക്കോതരിയൻ എന്ന അമേരിക്കൻ സൈക്യാട്രിസ്റ്റ് പരിചയപ്പെടുത്തിയ LGBT ചുരുക്കെഴുത്തിനെക്കുറിച്ചും അയാളുടെ പുസ്തകങ്ങളെക്കുറിച്ചും ഗൗരവമായി ചിന്തിക്കുന്ന വേളയിൽ ഭിന്ന ലൈംഗികതയ്ക്ക് ഭരണകൂടത്തിന്റെയും മതത്തിന്റെയും വൈദ്യശാസ്ത്രത്തിന്റെയും മാദ്ധ്യമങ്ങളു

ടെയും പരിരക്ഷയുണ്ട്. വിമത ലൈംഗികതയ്ക്കാവട്ടെ സാദ്ധ്യതയുള്ള ഇടങ്ങളില്ല. അതുകൊണ്ടാണ് രേഷ്മയ്ക്കും തെരേസയ്ക്കും രാപാർക്കാൻ ഇടമില്ലാതെ അലയേണ്ടിവരുന്നത്.

രണ്ടു കാമുകിമാർ—പരസ്പരം രഹസ്യമായിരുന്നിടത്തോളം അവർ സുരക്ഷിതരായിരുന്നു. എന്നാൽ ലൈംഗിക പ്രണയികളാണെന്നു പരസ്യപ്പെടുത്തുമ്പോൾ കാര്യങ്ങൾ മാറുന്നു. നെറ്റി ചുളിയുന്നു. തുറിച്ചു നോക്കുന്നു. ആ നോട്ടത്തിൽ എല്ലാമുണ്ട് (പു. 175).

അവരെ കുടുംബത്തിലേക്കു തിരിച്ചുകൊണ്ടുവരാനുള്ള ശ്രമങ്ങളാണ് മതവും കുടുംബവും നടത്തുന്നത്. ഒറ്റപ്പെടുത്തിയും കുറ്റപ്പെടുത്തിയും കല്ലെറിഞ്ഞും ശരിയല്ലാത്ത രണ്ടു സ്ത്രീകളെ സമൂഹം ഒന്നുകിൽ ശരിപ്പെടുത്തുന്നു, അല്ലെങ്കിൽ ആത്മഹത്യ ചെയ്യിപ്പിക്കുന്നു. രേഷ്മയ്ക്കും തെരേസയ്ക്കും മണ്ണിലങ്ങാടിയിൽ തുടർന്നു ജീവിക്കുക അസാദ്ധ്യമാണ്. ഭൂമി വാതുക്കലേക്കുള്ള പോളിന്റെ ക്ഷണമാകട്ടെ അങ്ങേയറ്റം കാൽപ്പനികവും. തെരേസയ്ക്കാവശ്യം കൂടുതൽ സ്വീകാര്യതയുള്ള ഇടമാണെന്നു ഇഷാന കണ്ടെത്തുന്നു (അർബൻ സൊസൈറ്റിക്ക് ഇതൊന്നും വലിയ ആനക്കാര്യമല്ല—ഞാൻ പ്രവീണ ഇതെന്റെ പാർട്ണർ നിഷി--അത്രയേ ഉള്ളൂ ഇതിന്റെയൊക്കെ ഗൗരവം). തെരേസയും രേഷ്മയും രക്ഷപ്പെടുന്നത് മുംബൈയിലേക്കാണ്. ലൈംഗിക വൈവിദ്ധ്യങ്ങളെ അംഗീകരിക്കുന്ന, സ്വന്തം അഭിരുചികൾക്കനുസരിച്ചു ജീവിക്കാനാവുന്ന മഹാനഗരം.

തെരേസയുടെ പെൺ പ്രണയങ്ങൾക്കു തടയിടാനുള്ള വഴിയായിട്ടായിരുന്നു ആങ്ങളമാർ അവളുടെ വിവാഹം നടത്തിയത്. വിവാഹ ഫോട്ടോ, ചെറുപ്പക്കാരൻ സുമുഖനാണ്, പെൺകുട്ടി സുന്ദരിയും. അയാൾ ഒരു ഉദ്യാനത്തിലേക്കു നോക്കുന്നു. അവൾ തകർക്കപ്പെട്ട നഗരം കാണുന്നു (പു. 172).

20 വർഷത്തിനുശേഷം തേരേസയ്ക്കും അവളുടെ പ്രണയിനിക്കും വേണ്ടി വീടൊഴിഞ്ഞു കൊടുക്കുന്ന പോൾ തന്റെ വിവാഹ ഫോട്ടോ നോക്കി ചിന്തിച്ചുപോവുന്നു. തകർന്ന നഗരത്തിലേക്കെന്നോണം വിവാഹത്തിലേക്കു കാലെടുത്തുവെച്ച തെരേസ ഒപ്പം തകർക്കുന്നത് രണ്ട് പേരുടെയും ജീവിതം. അവളുടെ കാമുകി റീത്ത ആത്മഹത്യ ചെയ്യുന്നു. മറ്റുള്ളവരുടെ പരിഹാരങ്ങളല്ല--കല്ല്യാണം കഴിപ്പിക്കുക/ മുളകരച്ചു തേക്കുക/ അവഹേളിക്കുക-– വിമത ലൈംഗികരുടെ പാപത്തിനുള്ള പരിഹാരം.

രതിഭാവനകൾ നൈസർഗ്ഗികമല്ല, പ്രകടനപരമാണെന്നും ലിംഗവ്യക്തിത്വം വേഷം കെട്ടലുകളിലൂടെയുള്ള വ്യാജം (Fiction) ആണെന്നുമുള്ള ജൂഡിത് ബട്ലറുടെ നിരീക്ഷണങ്ങൾ ലൈംഗികതയുടെ സാമൂഹ്യവൽക്കരണ സ്വഭാവത്തെ കൃത്യമായി വെളിപ്പെടുത്തുന്നുണ്ട്. ലൈംഗിക മാറ്റങ്ങൾക്കു വഴങ്ങാത്ത സ്ഥിരതയല്ല. പൂർണ്ണമായും സാമൂഹ്യനിർമ്മിതി ആണ്. അതുകൊണ്ടു തന്നെ പരിവർത്തനങ്ങൾക്കു വിധേ

യവും. സാമൂഹ്യവൽക്കരിക്കപ്പെട്ട ലൈംഗികതയാണ് ഹെറ്ററോസെക്ഷ്വാലിറ്റി. ഇതിനു വഴങ്ങാത്ത ശരീരങ്ങളും അവരുടെ നൈസർഗ്ഗിക രതികാമനകളും അധമവും അശ്ലീലവുമായി വിലയിരുത്തപ്പെടുകയാണ്. ഭിന്ന ലൈംഗികതയുടെ വന്യവും ഏകപക്ഷീയവുമായ അധീശസ്വഭാവത്തെ അതു വിലയിരുത്തുന്നു.

രണ്ടു സ്ത്രീകൾ ചുംബിക്കുമ്പോൾ മഴവില്ലുകൾ വിരിയുന്നുണ്ടാവാം. മറ്റുള്ളവർ അതിലിടപെടുന്നതെന്തിന്? ആണും പെണ്ണും ചുംബിക്കുമ്പോൾ മഴവില്ലുകൾ കെട്ടു പോവുകയും ചെയ്യാം. വിരിക്ക്, കിടക്ക് ഇതാണു ചെറിയാന്റെ രീതി. അതാണു ശരിയെന്നയാൾ വിശ്വസിക്കുന്നു.

ഭാഗം 3

ലിംഗന്യൂനപക്ഷം: അഭ്രപാളിയിൽ

ചിത്രാംഗദ: ശബ്ദവും വെളിച്ചവുമില്ലാതെ കരഞ്ഞൊടുങ്ങുന്നവരുടെ ജീവിതം

വി കെ ജോസഫ്

ആൺ-പെൺ സ്വത്വങ്ങളുടെ സംഘർഷാത്മകവും വിഭിന്നവുമായ അനുഭവങ്ങൾ ശരീരത്തിലും മനസ്സിലും തിളച്ചുപൊള്ളുകയും നിന്ദകളുടെയും അപമാനത്തിന്റെയും പരിഹാസത്തിന്റെയും രഹസ്യവും പരസ്യവുമായ കല്ലേറുകളിൽ പരുക്കേല്ക്കുകയും ചെയ്യുന്ന എത്രയോ ജീവിതങ്ങളെപ്പറ്റി നാമറിയുന്നതുതന്നെ വളരെ കുറച്ചാണ്. ശാരീരികവും മാനസികവുമായ പരിണാമങ്ങളുടെയും അഭിലാഷങ്ങളുടെയും ഇളകിമറിയുന്ന സമുദ്രത്തിലും ശരീരത്തിന്റെ സങ്കടങ്ങൾ അമർന്നു കരയുന്ന അന്ധകാരത്തിന്റെ വനത്തിനുള്ളിലും, ഒറ്റപ്പെട്ടവരും തിരിച്ചറിയപ്പെടാത്തവരുമായി ജീവിതത്തോട് പൊരുതുന്ന മൂന്നാംലിംഗ വിഭാഗത്തിൽപ്പെട്ട മനുഷ്യരെക്കുറിച്ച് നമുക്ക് അനുതാപത്തോടെ ആലോചിക്കാൻതന്നെ കഴിയാറില്ല. സ്വയം സൃഷ്ടിക്കുന്ന അശ്ലീലസാന്നിദ്ധ്യങ്ങളായാണ് ലോകം അവരെ കാണുന്നത്. ആണായിരിക്കെ പെണ്ണായും പെണ്ണായിരിക്കെ ആണായും ജീവിക്കേണ്ടിവരുന്ന അവരുടെ സംഘർഷങ്ങളെക്കുറിച്ച് നാമറിയുന്നേയില്ല. ലിംഗമാറ്റത്തിനുള്ള അദമ്യപ്രേരണയിലേക്കാണവർ തുഴഞ്ഞുകൊണ്ടിരിക്കുന്നത്. ഈയിടെ അന്തരിച്ച പ്രശസ്ത ചലച്ചിത്രകാരൻ ഋതുപർണ്ണഘോഷ് അപൂർവ്വസിദ്ധികളുള്ള കലാകാരനായിരിക്കെതന്നെ ഇത്തരത്തിലുള്ള ആന്തരികമായ പിടച്ചിലുകളുടെ കൊടുങ്കാറ്റിൽ ജീവിതം ബന്ധിച്ചവനുമാണ്. അദ്ദേഹത്തിന്റെ അവസാനത്തെ സിനിമയാണ് *ചിത്രാംഗദ.* ഏറക്കുറെ ആത്മകഥാപരമായ ഒരു സിനിമ. *മഹാഭാരത*ത്തിലെ ചിത്രാംഗദയെ അടിസ്ഥാനമാക്കി രബീന്ദ്രനാഥ ടാഗോർ എഴുതിയ *ചിത്രാംഗദ* എന്ന കൃതി വ്യത്യസ്തമായ നിലപാടുകൾ പുലർത്തുന്നതാണ്.

മണിപ്പൂർ രാജാവിന്റെ മകളായിപ്പിറക്കുകയും മകനായി വളർത്ത

പ്പെടുകയും പ്രത്യക്ഷപ്പെടുകയും ചെയ്ത ചിത്രാംഗദയെ വനവാസത്തിനിടയിൽ അർജ്ജുനനാണ് പ്രണയിക്കുന്നത്. ടാഗോറിന്റെ ചിത്രാംഗദ ഒരുപടികൂടി മുമ്പോട്ടുപോയി. അത് പുരുഷൻ സ്ത്രീയായിത്തീരാനാഗ്രഹിച്ച് നടത്തുന്ന പ്രണയപൂജകളുടെയും സഞ്ചാരത്തിന്റെയും വ്യാഖ്യാനം കൂടിയാണ്. പുരുഷന്റെ ശരീരത്തിനുള്ളിൽ ഉണർന്നിരിക്കുന്ന അഭിലാഷമായി ഒരു സ്ത്രീ പ്രത്യക്ഷമാവുകയും പല കാരണങ്ങളാലും സ്ത്രീയായിത്തീരാൻ സംഘർഷാത്മകമായ യാത്രകളാരംഭിക്കുകയും ചെയ്യുന്ന ഏറക്കുറെ അസാധാരണവും അപൂർവ്വവും അപരിചിതവുമായ, വ്യക്തികളുടെ വേദനകളുടെയും സന്ദേഹങ്ങളുടെയും വിഭ്രാത്മക ബന്ധങ്ങളുടെയും കഥകൂടിയാണ് *ചിത്രാംഗദ.*

നാടകസംവിധായകൻ രുദ്രാചാറ്റർജി ലിംഗമാറ്റ ശസ്ത്രക്രിയയുടെ ഒരു ഘട്ടം കഴിഞ്ഞ് ആശുപത്രിമുറിയിലെ, അനുഭവങ്ങളിൽനിന്ന് ഓർമ്മകളിലേക്കും ഭ്രമാത്മകയാഥാർത്ഥ്യങ്ങളിലേക്കും, വർത്തമാനകാല സംഘർഷങ്ങളിലേക്കും മാറിമാറി സഞ്ചരിക്കുകയും സാന്നിദ്ധ്യപ്പെടുകയും ചെയ്തുകൊണ്ട് കാഴ്ചയുടെയും കേൾവിയുടെയും ഒരു മനോഹരവസ്ത്രംപോലെ നെയ്തെടുക്കുന്ന ചലച്ചിത്രാനുഭവമാണ് *ചിത്രാംഗദ.* അയാളുടെ / അവളുടെ ജീവിതത്തിന്റെ അജ്ഞാനദേശങ്ങളിലൂടെ, നമ്മളും സഞ്ചരിക്കുകയാണ്. അനാഥനും ഏകാന്തനും വ്രണിതനുമായ ഒരു പക്ഷിയെപ്പോലെ അയാൾ/അവൾ വേദനകളിൽ പിടഞ്ഞുപറക്കുന്നത് നമുക്ക് ഹൃദയംകൊണ്ടറിയാനാവും.

ആശുപത്രിക്കിടക്കയിൽ കിടന്നുകൊണ്ട് ഡോക്ടർ നിയോഗിച്ച കൗൺസലറുമായുള്ള വർത്തമാനത്തിന്റെ ഭാഗമായി *ചിത്രാംഗദ* നാടകത്തിന്റെ മുഖവുരപോലെ, അയാൾ/ അവൾ പറഞ്ഞുതുടങ്ങുന്നിടത്ത് നിന്നാണ് ഈ സിനിമ ആരംഭിക്കുന്നത്. ഒരു കുട്ടി ആൺകുട്ടിയോ പെൺകുട്ടിയോ ആയി ജനിക്കുമ്പോൾ മാതാപിതാക്കൾ ഒരു പിൻഗാമിയെയോ, അവകാശിയെയോ അവരിൽ കണ്ടുകൊണ്ട്, കുട്ടികളുടെ താല്പര്യങ്ങളെയും അഭിലാഷങ്ങളെയും പരിഗണിക്കാതെ, തങ്ങളുടെ താല്പര്യങ്ങൾക്കുവേണ്ടി വാർത്തെടുക്കുന്നതിനെക്കുറിച്ച് പറഞ്ഞുകൊണ്ടാണ് ഇതാരംഭിക്കുന്നത്. കുടുംബത്തിന്റെ പേരും അഭിമാനവും നിലനിർത്താനുള്ള ശ്രമങ്ങളുടെ ഇരകളായിത്തീരുകയാണ് ഈ കുട്ടികളെന്ന് അയാൾ / അവൾ പറയുന്നുണ്ട്. മാതാപിതാക്കളുടെ പ്രതീക്ഷകൾക്കപ്പുറത്തേക്ക് സഞ്ചരിക്കുന്ന കുട്ടികളുടെ സ്വപ്നങ്ങളെക്കുറിച്ചാരും ആലോചിക്കുന്നേയില്ല. ആശുപത്രി മുറിയിൽനിന്ന് പുറത്തേക്കുള്ള കാഴ്ച സാദ്ധ്യമാവുന്നത് ഒരു തിരശ്ശീലപോലെ തോന്നിക്കുന്ന ജനാലയിലൂടെയാണ്. കാർമേഘങ്ങൾ നിറഞ്ഞ ആകാശത്തിനുതാഴെ, സാധാരണ വലുപ്പത്തിലുള്ളതും അംബരചുംബികളുമായ കെട്ടിടങ്ങൾ ഞെരുങ്ങിനിൽക്കുന്ന നഗരത്തിന്റെ ദൃശ്യമാണ് ഒരു സിനിമാസ്ക്രീനിലെന്നോണം നാം കാണുന്നത്. അതിന്റെ മുമ്പിൽനിന്നുകൊണ്ടാണ് രുദ്ര, തന്റെ ജീവിതത്തിന്റെ ദൃശ്യ

ങ്ങളെ ഓർത്തെടുത്ത് കൊരുക്കുന്നത്. അടഞ്ഞ ജനാലയുടെ മുമ്പിലിരുന്ന് ഓർമ്മകളുടെ ഒരു കർട്ടൻ തുറന്നുകൊണ്ടാണ് രുദ്ര, തന്നെത്തന്നെ കാണുന്നത്.

ചിത്രാംഗദ നാടകത്തിന്റെ അരങ്ങാണ് നാം കാണുന്നത്. നാടകത്തിന്റെ റിഹേഴ്സൽ നടക്കുകയാണ്. ആ ദൃശ്യങ്ങൾക്കിടയിൽത്തന്നെ രുദ്രയുടെ മുഖവും പ്രത്യക്ഷപ്പെടുന്നുണ്ട്. പെൺകുട്ടിയായി ജനിച്ച കുട്ടിയെ മണിപ്പൂർ രാജാവ്, രാജകുമാരനായി, യോദ്ധാവും പോരാളിയുമായിട്ടാണ് വളർത്തിയത്. അപ്പോഴാണ് നീണ്ട വനവാസത്തിനൊടുവിൽ അർജ്ജുനൻ മണിപ്പൂരിലെത്തുന്നത്. നാടകം തുടങ്ങുകയായി. നാടകം സൂക്ഷ്മമായി വീക്ഷിക്കുന്നതുപോലെയാണ് ആശുപത്രിമുറിയിൽ രുദ്ര ഇരിക്കുന്നത്. പഴയ രുദ്ര റിഹേഴ്സൽ നിയന്ത്രിച്ചുകൊണ്ടും നിർദ്ദേശങ്ങൾ നല്കിക്കൊണ്ടും ഇരിക്കുന്നതും നാം കാണുന്നുണ്ട്. ചിത്രാംഗദയായി അഭിനയിക്കുന്ന നടിയെ ഇടയ്ക്ക് രുദ്ര തിരുത്തുകയും ശാസിക്കുകയും ചെയ്യുന്നുണ്ട്. ചിത്രാംഗദയെ ഒരു പുരുഷനായാണ് വളർത്തിയിരുന്നതെന്നും അതുകൊണ്ട് പുരുഷനെപ്പോലെയുള്ള ശരീരഭാഷ പ്രകടിപ്പിക്കാനുമാണ് നടിയോട് ആവശ്യപ്പെടുന്നത്. ആശുപത്രിമുറിയിലേക്ക് നേഴ്സ് പ്രവേശിക്കുന്നതോടെ ഓർമ്മകൾ മുറിഞ്ഞ് രംഗം മാറുകയാണ്. നേഴ്സ് രുദ്രയെ സാർ എന്നാണ് വിളിച്ചുകൊണ്ടിരുന്നത്. അങ്ങിനെ എന്നെ വിളിക്കരുതെന്നും, താൻ ഒരു സ്ത്രീയാവാനുള്ള ശസ്ത്രക്രിയകളിലൂടെയും ചികിത്സകളിലൂടെയും കടന്നുപോവുകയാണെന്നും ശസ്ത്രക്രിയകൾ മാത്രമല്ല, വളരെയധികം മാനസിക തയ്യാറെടുപ്പുകളും തനിക്കു നടത്തേണ്ടതുണ്ടെന്നും അതുകൊണ്ട് നിങ്ങളെന്നെ പേര് ചൊല്ലി മാത്രം വിളിക്കുക എന്നും രുദ്ര പറഞ്ഞു.

വീണ്ടും റിഹേഴ്സൽ ദൃശ്യങ്ങളിലേക്കാണ് നാം പോകുന്നത്. രുദ്ര വീണ്ടും ചിത്രാംഗദയുടെ കഥ വിവരിക്കുന്നു. പുരുഷനായി വളർത്തപ്പെട്ട ചിത്രാംഗദ കാട്ടിൽവെച്ച് അർജ്ജുനനെ കണ്ട് പ്രണയമുദിക്കുകയും പ്രണയത്തിന്റെയും കാമത്തിന്റെയും ദേവനായ മദനന്റെ അടുത്തേക്ക് തന്റെ രൂപപരിണാമത്തിനായി പോകുകയുമാണ്. *ചിത്രാംഗദ* നാടകം, അഭിലാഷങ്ങളുടെയും തൃഷ്ണയുടെയും കഥയാണെന്ന് രുദ്ര പറഞ്ഞു. അത് മനുഷ്യരുടെ ഇച്ഛകളുടെയും കാമമോഹങ്ങളുടെയും കഥയാണ്. ലിംഗസ്വത്വത്തിന്റെ തെരഞ്ഞെടുക്കലിന്റെയുംകൂടി കഥയാണ്. പിന്നെയും ആശുപത്രിമുറിയിലെ വേറൊരു സന്ദർഭത്തിലേക്ക് ആണ് നമ്മൾ പോകുന്നത്. കൗൺസിലർ ശുഭോയുമായി സംസാരിച്ചിരിക്കുന്ന രുദ്രയുടെ വിവരണങ്ങളിലൂടെയും ഓർമ്മകളിലൂടെയും പാർത്ഥോ മജ്ജുംദാറുമായുള്ള ബന്ധത്തിന്റെ മഴവില്ലനുഭവങ്ങളിലേക്കും പൊള്ളിക്കുന്ന ഇടിമിന്നലുകളുടെയും ഇളകിമറിയുന്ന തിരമാലകളുടെയും വിചിത്രാനുഭവങ്ങളിലേക്കും നമ്മളും സഞ്ചരിക്കുന്നു. മയക്കുമരുന്നിനടിമയായ സംഗീതജ്ഞനും താളഗുരുവുമായ ഡ്രമ്മർ പാർത്ഥോയുടെ അവ്യവസ്ഥിതവും

അച്ചടക്കരഹിതവുമായ ജീവിതത്തെ പരസ്പരമുള്ള പ്രണയംകൊണ്ടും സൗഹൃദംകൊണ്ടും മാറ്റിത്തീർക്കുന്നതെങ്ങിനയെന്നുള്ള നിരവധി സീക്വൻസുകളിലൂടെയാണ് ഋതുപർണ്ണഘോഷ് നമ്മെ കൊണ്ടുപോകുന്നത്. റിഹേഴ്സൽ ക്യാമ്പുകൾ, അതിന്റെ ഉൽക്കണ്ഠകൾ, ആഹ്ലാദങ്ങൾ, തകർച്ചകൾ, വഴക്കുകൾ, ആഴത്തിലുള്ള സൗഹൃദത്തിന്റെ പൂവിടലുകൾ, ഇതിലൂടെയൊക്കെ നാം കടന്നുപോകുമ്പോൾ, വ്രണിതവും ഒറ്റപ്പെട്ടതും ആന്തരിക വിക്ഷോഭങ്ങളിലുലഞ്ഞുതകരുന്നതുമായ ജീവിതാഭിലാഷങ്ങളുടെ ചിറകടികൾ നമ്മെ അസ്വസ്ഥപ്പെടുത്തും. നാം അറിയാത്ത ഒരു ലോകത്തിന്റെ അജ്ഞാതവും അടഞ്ഞതുമായ വൈകാരികതകളുടെ തുരങ്കങ്ങളിലൂടെ നാം യാത്ര ചെയ്യുമ്പോൾ ചെറുചിരികൾക്കും, ഉൾവലിവുകൾക്കും, കരച്ചിലുകൾക്കും പുതിയ ശബ്ദാർത്ഥങ്ങൾ ഉണ്ടാകുന്നതായി തോന്നും. പാർത്ഥോയുമായുള്ള രുദ്രയുടെ പ്രണയസമാനമായ ജീവിതബന്ധങ്ങളുടെയും അതിന്റെ പ്രതീക്ഷകളുടെയും സ്വപ്നങ്ങളുടെയും നവീനമായ ഒരു ലോകത്തിന്റെ തുടർച്ചയിൽനിന്നല്ല, നാം അവരുടെ ബന്ധത്തിന്റെ തീക്ഷ്ണസാന്നിദ്ധ്യങ്ങളുടെ പൂമരങ്ങളെ കാണുന്നത്. അത് മുമ്പോട്ടും പിമ്പോട്ടും സഞ്ചരിക്കുന്ന കാലത്തിന്റെ ചില്ലുജാലകങ്ങളുടെ വ്യത്യസ്ത പ്രതിഫലനങ്ങളിൽനിന്നാണ്.

രുദ്രയെ ലിംഗമാറ്റ ശസ്ത്രക്രിയകളിലേക്ക് ആത്യന്തികമായി നയിച്ച വസ്തുനിഷ്ഠ യാഥാർത്ഥ്യങ്ങളും സാഹചര്യങ്ങളും നാം അറിയുന്നു. സമൂഹത്തിന്റെ പൊതുബോധത്തിന്റെയും അതിനാൽ നിയന്ത്രിക്കപ്പെടുന്ന കീഴ്വഴക്കങ്ങളുടെയും സദാചാരനിയമങ്ങളുടെയും തെരുവിൽ നഗ്നയാക്കപ്പെട്ട്, പ്രിയപ്പെട്ടവരാൽ തിരസ്കൃതനും, അപമാനിതനുമായി, അഭിലാഷങ്ങളുടെ നിലവിളികളിൽ കമിഴ്ന്നുവീണ ഒരു മനുഷ്യജീവിതത്തിന്റെ പൊള്ളുന്ന അനുഭവങ്ങളിലേക്കും, ചിതറിത്തെറിക്കുന്ന ഹൃദയത്തിലേക്കും ആശ്വാസത്തിന്റെ നിലാവുപോലെ മറ്റൊരാൾ പൂത്തുലയുന്നത് നമ്മളറിയുന്നു. പാർത്ഥോയും രുദ്രയും ഒരുമിച്ചു ജീവിക്കാൻ തീരുമാനിക്കുമ്പോൾ, അല്ലെങ്കിൽ അങ്ങിനെ ജീവിച്ചുകൊണ്ടിരിക്കുമ്പോഴാണ് ഒരു കുടുംബം, ഒരു കുട്ടി എന്നൊക്കെയുള്ള പാർത്ഥോയുടെ ആഗ്രഹസാക്ഷാൽക്കാരത്തിനായി രുദ്ര പെണ്ണാകാൻ തീരുമാനിക്കുന്നത്. പാർത്ഥോ അതിനെ നിരുത്സാഹപ്പെടുത്തുകയും എതിർക്കുകയും ചെയ്യുന്നുണ്ടെങ്കിലും രുദ്ര സ്വന്തം തീരുമാനത്തിൽ ഉറച്ചുനിന്ന് മുമ്പോട്ടുപോയി.

ഒരു കുട്ടിയെ ദത്തെടുക്കണമെങ്കിൽ സ്ത്രീ-പുരുഷൻ സമവാക്യത്തിലുറപ്പിച്ച ഒരു കുടുംബം വേണമെന്നുള്ള നിയമമുള്ളതുകൊണ്ട് രുദ്ര, തന്റെ തീരുമാനത്തിനനുസരിച്ച് ഓപ്പറേഷന് വിധേയമാകാൻ തുടങ്ങി. പക്ഷേ പാർത്ഥോ അതോടെ രുദ്രയിൽനിന്നകന്നുപോയി. അയാളാശുപത്രിയിലേക്ക് വന്നതേയില്ല. അതിന്റെ തകർച്ചകൂടി ആശുപത്രിക്കിടക്കയുടെ അസ്വസ്ഥതകൾക്ക് ശക്തികൂട്ടുന്നുണ്ട്. പാർത്ഥോയുടെ തിളയ്ക്കുന്ന പ്രണയമോഹങ്ങളുടെ അതിരുകളിൽ പീലിവിടർത്തുന്ന കൊടു

ങ്കാറ്റിൽ തൂങ്ങിയാണ് രുദ്ര രാധയായി പറന്നുകൊണ്ടിരുന്നത്. അതയാളുടെ / അവളുടെ ഉള്ളിലെ ഉന്മാദിയുടെ ശരീരത്തിലേക്കും മനസ്സിലേക്കുമുള്ള യാത്രയായിരുന്നു. ബാഹ്യമായി ആണായിരിക്കെത്തന്നെ രുദ്ര ഉള്ളിന്റെ ഉള്ളിൽ പെണ്ണിന്റെ വൈകാരികതയിലും കാമനകളിലുമാണ് തളിർക്കുകയും പൂക്കുകയും ചെയ്തുകൊണ്ടിരുന്നത്. അത് സദാചാര വിരുദ്ധമോ, അപസഞ്ചാരമോ അല്ലെന്നും ജൈവപരമായ കുതറലുകളും അന്വേഷണങ്ങളും ആണെന്നും പൊതുസമൂഹത്തിന് അറിയാൻ കഴിയാതെവരുമ്പോഴാണ്, ഈ വ്യക്തിയും കുടുംബവും സമൂഹവും തമ്മിലുള്ള സംഘർഷങ്ങൾ വലുതാകുന്നത്. കണ്ണുകളിൽ ഉണരുന്ന നക്ഷത്രങ്ങളുമായി, പാർത്ഥോ, രുദ്രയുടെ ജീവിതത്തെ അച്ചടക്കരഹിതമായി, ഒരുന്മാദിയെപ്പോലെ പ്രണയിച്ചതെങ്ങിനെയെന്ന് രുദ്ര ഓർത്തെടുത്തു. മയക്കുമരുന്നിന്റെ ലഹരികളേല്പിക്കുന്ന അവ്യവസ്ഥിതവും ചിതറിപ്പോകുന്നതുമായ പാർത്ഥോയുടെ ജീവിതത്തെ രുദ്ര പ്രണയത്തിലൂടെയും സൗഹൃദത്തിലൂടെയും തിരിച്ചുകൊണ്ടുവരികയായിരുന്നു.

രുദ്ര സാധാരണ ജീവിതത്തിൽ ആഭരണങ്ങളണിയുകയും പെൺകുട്ടികളുടെ വസ്ത്രം ധരിക്കുകയും ചെയ്തുകൊണ്ടാണ് പ്രത്യക്ഷപ്പെട്ടുകൊണ്ടിരുന്നത്. അത് ബാഹ്യമായ നാട്യങ്ങളോ പ്രകടനങ്ങളോ ആയിരുന്നില്ലെന്ന് നിരവധി സന്ദർഭങ്ങളിൽ വെളിപ്പെടുത്തുന്നുണ്ട്. രുദ്ര നൃത്തം ചെയ്യുന്നതും നാടകമൊരുക്കുന്നതും ഒന്നും പിതാവിനിഷ്ടമായിരുന്നില്ലെന്ന് നമുക്ക് തിരിച്ചറിയാം. രുദ്രയുടെ പല പെർഫോമൻസുകൾക്കും സാക്ഷിയാകാൻ ക്ഷണിക്കപ്പെടുമ്പോഴൊക്കെ അയാൾ ഒഴിഞ്ഞുമാറിയിരുന്നു. കുടുംബത്തിന്റെ മാന്യതാസങ്കൽപ്പത്തിന്റെയും വിലക്കുകളുടെയും ചങ്ങലകളിലായിരുന്നു ബന്ധുക്കൾ. ആരും രുദ്രയുടെ അന്തക്ഷോഭങ്ങളെ, കണ്ണീരിനെ, അഭിലാഷങ്ങളെ, സർഗ്ഗശക്തിയെ തിരിച്ചറിഞ്ഞില്ല. *ചിത്രാംഗദ* എന്ന ഓപ്പറേ അരങ്ങിലെത്തിക്കുന്ന ആദ്യ ദിവസം അത് കാണാനായി രുദ്ര അമ്മയെയും അച്ഛനെയും ക്ഷണിക്കുന്നുണ്ട്. ഭക്ഷണമേശയിലെ ആ സംസാരത്തിൽ അവർ തമ്മിലുള്ള അകൽച്ചയും നിശ്ശബ്ദവേദനകളും സങ്കടങ്ങളും അസ്വസ്ഥതകളും പ്രതിഫലിക്കുന്നുണ്ട്.. ഈ ഓപ്പറേയിൽ രുദ്ര കഥാപാത്രമായി നൃത്തം ചെയ്യുന്നുമുണ്ട്. തന്റെ മകൻ നൃത്തം ചെയ്യുന്നതും പെണ്ണിനെപ്പോലെ വേഷംധരിക്കുന്നതും അയാൾക്ക് സഹിക്കാനാവുന്നില്ല. ഇങ്ങിനെ നൃത്തം ചെയ്യാനും ഓപ്പറേ ചെയ്യാനുമാണെങ്കിൽ നീ എന്തിനാണ് എഞ്ചിനീയറിങ് പഠിച്ചതെന്ന് അച്ഛൻ ചോദിക്കുന്നുണ്ട്. അതെന്റെ ഇഷ്ടമായിരുന്നില്ല, നിങ്ങളുടെ നിർബ്ബന്ധങ്ങളായിരുന്നെന്ന് രുദ്ര മറുപടി പറയുന്നുണ്ട്. ആ തീൻമേശയിലെ സംഭാഷണങ്ങളിൽ വേദനയും കണ്ണീരും ഉൽക്കണ്ഠകളും കടന്നുവന്നുകൊണ്ടിരുന്നു. ആ രാത്രിയിലായിരുന്നു മയക്കുമരുന്നിനടിമയായ പാർത്ഥോ തന്റെ ജീവിതത്തിലേക്ക് വന്നതെന്ന് രുദ്ര ഓർത്തെടുത്തു. ഒരു റിഹേഴ്സൽ ക്യാമ്പിൽനിന്ന് പാർത്ഥോയെ രുദ്ര അടിച്ചിറക്കിയ ദിവസമായിരുന്നത്.

ആ ഓർമ്മകളിൽ അനുരാഗത്തിന്റെയും സ്വപ്നങ്ങളുടെയും മയിലുകൾ പീലിവിടർത്തിപ്പറക്കുന്നത് രുദ്ര അറിഞ്ഞു. ആരുംപാടാത്ത പാട്ടിന്റെ താളത്തിൽ മുങ്ങിനിവരുമ്പോലെ അവർ പ്രണയസമുദ്രത്തിന്റെ തിരകളിൽ നീന്തിയത് ആശുപത്രിക്കിടക്കയിലെ അരണ്ട വെളിച്ചത്തിന്റെ സ്പർശനത്തിൽനിന്ന് രുദ്ര ഓർമ്മിച്ചെടുത്തു. ഓപ്പറേയുടെ അരങ്ങും വെളിച്ചവും വേഷങ്ങളും കഥാപാത്രങ്ങളും സംഗീതവും ഒക്കെ ഓർമ്മകളുടെ കൊടുങ്കാറ്റായി വന്നുകൊണ്ടിരുന്നു. അവരുടെ പിണക്കങ്ങളുടെയും അടുപ്പത്തിന്റെയും സ്നേഹമുദ്രകളുടെയും ദൃശ്യങ്ങൾ, രുദ്രതന്നെ നോക്കിക്കാണുന്നതുപോലെയാണ് ഋതുപർണ്ണഘോഷ് ചിത്രീകരിച്ചിരിക്കുന്നത്. അതുകൊണ്ട് കാലത്തിനകത്തും പുറത്തും വിസ്മയകരമായ സാന്നിദ്ധ്യങ്ങളും സാക്ഷിയുമായി രുദ്ര മാറുന്ന അനുഭവമാണുണ്ടാകുന്നത്.

അവരുടെ ഉടലിനും മനസ്സിനുമിടയിൽ പ്രണയവും രതികാമനകളും പ്രലോഭനങ്ങളുടെയും സാന്ത്വനങ്ങളുടെയും മഴവില്ലുയർത്തിനിന്നതും ശരീരത്തിന്റെ ഉത്സവങ്ങളിലേക്ക് സ്നേഹം കൂടണയുമ്പോൾ ജീവിതമൊരു പൂമരംപോലെ പൂത്തുലയുന്നതും, ഒഴിയാബാധപോലെ ഒറ്റപ്പെടലുകളും പരിഹാസങ്ങളും പിന്തുടരുന്നതും ആന്തരികമായ സംഘർഷങ്ങളിൽ സ്വയം തകരുന്നതും രുദ്ര ഒരു വേദനപോലെ ഓർമ്മിച്ചെടുത്തുകൊണ്ടിരുന്നു.

ആശുപത്രിക്കിടക്കയിൽ സ്വന്തം ശരീരത്തിനു വരുത്തുന്ന മാറ്റങ്ങളുടെ ഭൂമികയിൽ അസ്വസ്ഥകരമായ വിഭ്രാത്മകതയെ ഉള്ളിൽ വഹിച്ച്, രുദ്ര അനാഥനും ഏകാന്തനുമായ പക്ഷിയെപ്പോലെ കാത്തിരുന്നു. സിനിമയുടെ ഓരോ ഭാഗവും പ്രേക്ഷകരെ അവർക്കജ്ഞാതമായ സങ്കടങ്ങളിലേക്കും വേദനകളിലേക്കും കൊണ്ടുപൊയ്ക്കൊണ്ടിരിക്കും. നാമിന്നലവരെ പരിഹസിച്ചിരുന്ന സ്വവർഗ്ഗ ലൈംഗികതയുടെയും മൂന്നാംലിംഗജീവിതങ്ങളുടെയും ആകുലതകളെ അനുതാപത്തോടെ കാണാൻ സിനിമയുടെ ഓരോ ഭാഗവും നമ്മെ സഹായിക്കും — ടാഗോറിന്റെ *ചിത്രാംഗദ*, തന്റെയുള്ളിലെ പെണ്ണിനെ വീണ്ടെടുക്കാനും മോചിപ്പിക്കാനും മദനദേവന്റടുത്ത് പോകുമ്പോൾ, രുദ്ര തന്റെ ഓപ്പറെയിൽ ചിത്രാംഗദ, ഒരു കോസ്മറ്റിക് സർജനെ സമീപിക്കുന്നതുപോലെയാണ് ചിത്രീകരിച്ചിരിക്കുന്നത്. ഇത് ഋതുപർണ്ണഘോഷ് ജീവിച്ചുതീർത്ത സ്വന്തം ജീവിതം കൂടിയായിരുന്നു. സ്വയം ലിംഗമാറ്റ ശസ്ത്രക്രിയകൾക്ക് വിധേയനായിക്കൊണ്ടാണ് ഋതുപർണ്ണഘോഷും രുദ്രയും സ്വന്തം ജീവിതങ്ങളെ അഭിമുഖീകരിച്ചത്.

ശുഭോ എന്ന കൗൺസിലറോടുള്ള സംഭാഷണങ്ങളിലൂടെയാണ് രുദ്രയുടെ ജീവിതം സ്വയം നമ്മുടെ മുമ്പിൽ തുറക്കപ്പെടുന്നത്. മാനസികവും ശാരീരികവുമായ മാറ്റങ്ങളുടെ കൊടുങ്കാറ്റിൽ ചിതറിപ്പോകാതെയിരിക്കാൻ കൗൺസിലർ എപ്പോഴും ഒരു സുഹൃത്തിനെപ്പോലെ കൂടെ

യുണ്ട്. തനിക്കേറെ പിന്തുണയും സഹായവും ലഭിക്കേണ്ടിയിരുന്ന ഈ ചികിത്സാവേളയിലാണ്, പാർത്ഥോ തന്നിൽനിന്ന് അപ്രത്യക്ഷമായതെന്ന് രുദ്ര വേദനയോടെ ഓർമ്മിച്ചെടുത്തു. ഒരു കുടുംബമുണ്ടാക്കുന്നതിനു വേണ്ടിയുള്ള ത്യാഗം കൂടിയായാണ് രുദ്ര സ്ത്രീയായിത്തീരാനാഗ്രഹിച്ചത്. പാർത്ഥോയ്ക്ക് കുട്ടികളെ വളരെ ഇഷ്ടമായിരുന്നുവെന്നുള്ളത് രുദ്ര മനസ്സിലാക്കിയിരുന്നു. ലിംഗമാറ്റശസ്ത്രക്രിയയിൽനിന്ന് പാർത്ഥോ അയാളെ തടയാൻ ശ്രമിച്ചെങ്കിലും രുദ്ര വഴങ്ങിയില്ല. രുദ്ര തന്റെ വഴിക്കുതന്നെ പോയി. പാർത്ഥോയെ സന്തോഷിപ്പിക്കാനാവുമെന്നാണയാൾ കരുതിയത്. പക്ഷേ പാർത്ഥോയ്ക്കിഷ്ടം പഴയ രുദ്രയെ ആയിരുന്നു പാർത്ഥോ അവരുടെ ഓപ്പറേ സംഘത്തിലെ നർത്തകിയുമായി അടുത്തു.

രുദ്ര ശാരീരിക മാറ്റങ്ങളുടെ വേദനിപ്പിക്കുന്ന അനുഭവങ്ങളിലൂടെ സഞ്ചരിച്ചുകൊണ്ടിരുന്നു. ഇപ്പോൾ മാറിടമാണ് ശസ്ത്രക്രിയയിലൂടെ രൂപപ്പെടുത്തിയത്. ഇനി പലഘട്ടങ്ങളിലായി പല ശസ്ത്രക്രിയകളിലൂടെയും കടന്നുപോകേണ്ടതുണ്ട്. മാനസിക പിരിമുറുക്കങ്ങളുടെ അസാധാരണമായ ഒഴുക്കിൽ അയാൾ/അവൾ മുങ്ങിക്കൊണ്ടിരുന്നു. അയാളുടെ അമ്മ പലപ്പോഴും ഓപ്പറേഷനെക്കുറിച്ച് കൂടുതൽ കാര്യങ്ങളന്വേഷിച്ചുകൊണ്ടിരുന്നു. ഇക്കാര്യങ്ങളെക്കുറിച്ച് കൂടുതൽ ചർച്ച ചെയ്യാൻ ഇഷ്ടപ്പെടാതിരുന്ന രുദ്രയോട് ഒരിക്കൽ അമ്മ പറഞ്ഞു: "നീ എന്നിൽ നിന്നാണുണ്ടായത്. അതുകൊണ്ട് നിന്റെ ശരീരം എന്റേതുകൂടിയാണ്. അതുകൊണ്ട് ഒരമ്മയ്ക്ക് ഇതറിയാനുള്ള അവകാശമുണ്ട്. ഞാനാ ശരീരത്തെ താലോലിച്ചു, എണ്ണയിട്ടു മിനുക്കി, ഭക്ഷണം നൽകി, ഒരുക്കിയെടുത്തു. അങ്ങിനെ എത്രമാത്രം ശ്രദ്ധിച്ചിട്ടുണ്ട്. അതുകൊണ്ട് എനിക്കതിന്റെ അവസ്ഥയെക്കുറിച്ച് ഉൽക്കണ്ഠയുണ്ട്. നിന്റെ ശരീരത്തിലെ മുറിവുകളെവിടെയൊക്കെയാണെന്ന് എനിക്കറിയില്ല. പക്ഷേ ആ വേദനകൾ എന്നെ മുറിപ്പെടുത്തുന്നു." അമ്മയെ കെട്ടിപ്പിടിച്ച് രുദ്ര കരഞ്ഞു. അമ്മമാർ മാത്രമറിയുന്ന മുറിവുകളുടെ വേദനകൾ അവർ പരസ്പരം പങ്കുവെച്ചു. എല്ലാവരുമറിയുന്ന രുദ്ര എന്ന മകന്, പുരുഷന്, അവൾ/പെണ്ണ് ഉള്ളിലേക്കപ്രത്യക്ഷമായ ഒരു വേദനയും ഉൽക്കണ്ഠയും ആഹ്ലാദത്തിന്റെ നിശ്ശബ്ദതയും ഇലയനക്കങ്ങളും ആണ്. പാവം അമ്മ മകനെയോ മകളെയോ എന്നറിയാതെ, തന്റെ തന്നെ ശരീരത്തിന്റെ ഭാഗമായ ഒരു ജീവനെയാണ് സാന്ത്വനങ്ങളുടെ മയിൽപ്പീലിത്തുണ്ടുകൾ കൊണ്ട് വീശി ആശ്വസിപ്പിച്ചത്.

ഉറക്കമില്ലാത്ത രാത്രികളിൽ രുദ്ര ആശുപത്രിക്കിടക്കയിൽ കിടന്ന്—*ചിത്രാംഗദ*—ഓപ്പറേയുടെ വ്യത്യസ്ത ഭാഗങ്ങൾ ഓർമ്മകളിൽ കണ്ടുകൊണ്ടിരുന്നു. ദീപാലംകൃതമായ വേദിയിൽ നീലവെളിച്ചം ആകാശത്തുനിന്ന് ചിതറിവീഴവേ, ചിത്രാംഗദയുടെ നൃത്തച്ചുവടുകൾ, വേദനകൾ, രുദ്രയുടെ മനസ്സിലും ശരീരത്തിലും പ്രത്യക്ഷപ്പെട്ടുകൊണ്ടിരുന്നു. തന്റെ ശരീരത്തെ ഏത് ദുർദ്ദേവതകളാണ് വലിച്ചുകീറുന്നതെന്നയാൾ ഉൽക്കണ്ഠപ്പെട്ടു. വെളിച്ചത്തിന്റെയും നിറങ്ങളുടെയും സങ്കലനംകൊണ്ട്, വേദി സജീവ

മാകെ രുദ്ര, വേദനകളുടെ കടൽനീന്തിത്തളർന്നുകൊണ്ടിരിക്കുന്നത് അസാധാരണമായ ഒരു ദൃശ്യാനുഭവമായി നമ്മെ പിന്തുടരും. ഓർമ്മകളും വർത്തമാനവും ഇടകലരുന്ന, തുടർച്ചകളറിയാത്ത അനുഭവവിവരണങ്ങളുടെ കീറിയ തുണ്ടുകൾപോലെയാണ് ദൃശ്യങ്ങൾ പ്രത്യക്ഷപ്പെടുന്നത്. കാലഗണന തെറ്റിയ ദൃശ്യങ്ങളിൽനിന്ന് നാം ആഹ്ലാദവും വേദനയും ഉൽക്കണ്ഠകളും പ്രതീക്ഷകളും തകർച്ചകളും തൊട്ടറിയുകയാണ്. അങ്ങിനെയൊരു സീക്വൻസിൽ ഓപ്പറേഷനുശേഷം വീട്ടിൽ വ്യായാമം ചെയ്തുകൊണ്ടിരിക്കുന്ന രുദ്രയുടെ അടുത്തേക്ക് പാർത്ഥോ എത്തുന്നു. അവരുടെ സംഭാഷണങ്ങളിൽ പല സംഘർഷങ്ങളും കടന്നുവരുന്നുണ്ട്. ഒരു കുട്ടിയെ കിട്ടാനാണ് ഞാനീ വേദനകൾ നീന്തുന്നതെന്ന് രുദ്ര പറയുമ്പോൾ പാർത്ഥോ പറയുന്നത്, ഇങ്ങിനെയാണ്. “എനിക്കതിൽ താല്പര്യമില്ലെന്ന് പറഞ്ഞതല്ലേ. കുട്ടിയെ വേണമെങ്കിൽ എന്റെ രക്തത്തിൽനിന്നും മാംസത്തിൽനിന്നും പിറവികൊള്ളുന്ന ഒന്നാണെനിക്ക് വേണ്ടത്. ഞാൻ നർത്തകി കസ്തൂരിയുമായി പ്രണയത്തിലാണ്.” രുദ്രയുടെ ഉള്ളിൽ അഭിലാഷങ്ങളുടെയും സ്വപ്നങ്ങളുടെയും പ്രകാശംനിറഞ്ഞ ചില്ലുഗോപുരങ്ങൾ തകർന്നടിയുന്നതും നിറങ്ങൾ പൊടുന്നനെ അപ്രത്യക്ഷമാവുന്നതും നാം അറിയുന്നു. താനെന്തിനുവേണ്ടിയാണോ ഇക്കണ്ട വേദനകൾ തിന്നുകൊണ്ടിരിക്കുന്നത്, അതിനൊന്നും അർത്ഥമില്ലാതായിരിക്കുന്നു എന്ന് രുദ്ര അറിഞ്ഞു. പാർത്ഥോയുടെ കണ്ണിലെ ചിരി തന്റെ നേരെയല്ല സഞ്ചരിക്കുന്നതെന്നറിഞ്ഞ അയാളുടെ / അവളുടെ സങ്കടങ്ങൾ കൊടുങ്കാറ്റിന്റെ പെരുവിരൽ താളത്തിൽ ഒരു നിലവിളിയായി മുറിഞ്ഞുപോയി. പാർത്ഥോ പറഞ്ഞു: “എനിക്ക് പഴയ രുദ്രയെയാണ് ഇഷ്ടം. അയാളോടാണെന്റെ പ്രണയം. ഊർജ്ജസ്വലനും സർഗ്ഗാത്മകതയിൽ നീന്തി സ്വപ്നങ്ങൾ രചിക്കുന്നവനുമായ അയാളെയാണെനിക്ക് വേണ്ടത്. ഓപ്പറേഷനിലൂടെ കൃത്രിമമായി സൃഷ്ടിക്കപ്പെട്ട ഒരാളെയല്ല എനിക്ക് വേണ്ടത്. എനിക്ക് നിന്നോടു നുണ പറയാനാവാത്തതുകൊണ്ടാണിത് പറയുന്നത്.” ഇതുംപറഞ്ഞ് പാർത്ഥോ പടിയിറങ്ങുമ്പോൾ രുദ്ര നിശ്ശബ്ദമായി കരഞ്ഞു—നിന്റെ ഉടൽ സംഗീതത്തിന്റെ താളമടങ്ങുന്ന നിശ്ശബ്ദതയിൽ ഉടൽ പിളർന്നെത്തുന്ന മറ്റൊരുവളുണ്ട്. ഉടൽപിളർന്ന വേദനയിലും ഉന്മാദത്തിലും നിഴലായി പ്രത്യക്ഷപ്പെട്ട അവളാണെന്റെ പ്രണയിനി. നിന്റെ തിളങ്ങുന്ന ഉടൽഭിത്തികളുടെ അടരുകൾ തുളച്ചാണെന്റെ പ്രണയം അവളിലേക്ക് പറന്നുകൊണ്ടിരുന്നത്. നീ നിന്റെ ശരീരമാറ്റം കൊണ്ടവളെ തടഞ്ഞു. ഇങ്ങനെയൊക്കെയായിരിക്കാം പാർത്ഥോയുടെ നിശ്ശബ്ദത അവളോട് പറഞ്ഞുകൊണ്ടിരുന്നത്.

ശുഭോയുമായുള്ള സംവാദങ്ങളും സംഭാഷണങ്ങളും രുദ്രയെ ആശ്വസിപ്പിക്കുകയും വേദനിപ്പിക്കുകയും ആന്തരികമായ അന്വേഷണങ്ങൾക്ക് പ്രേരിപ്പിക്കുകയും ചെയ്യുന്നുണ്ട്. ആരും ആരെയും പൂർണ്ണമായി മനസ്സിലാക്കാത്ത ബന്ധങ്ങളിലൂടെയാണ് മനുഷ്യർ കടന്നു പോകുന്നതെന്ന്

രുദ്ര പറയുമ്പോൾ ശുഭോ പറയുന്നത് ഇങ്ങിനെയാണ്. നമ്മൾ നമ്മളെ ത്തന്നെ സമ്പൂർണ്ണമായി മനസ്സിലാക്കുന്നില്ല—ഇനിയുള്ള ശസ്ത്രക്രിയ കൾ തിരിച്ചുവരാനാകാത്ത എടുത്തുചാട്ടങ്ങളാണ്. തിരിച്ചു നീന്താനാ വാത്ത തിരമാലകൾ നിറഞ്ഞ മഹാസമുദ്രം. അതിന്റെ ഉൽക്കണ്ഠകൾ രുദ്രയെ അലട്ടുന്നുണ്ട്. ശുഭോയുടെ സൗഹൃദവാക്കുകളും സാന്നിദ്ധ്യ വുമാണയാൾക്കിപ്പോഴുള്ള ആശ്വാസം. അതിജീവനത്തിന്റെ മഹാസമര ത്തിലാണ് രുദ്ര. ഇടയ്ക്കിടെ ദാർശനികവും അസാധാരണ ധ്വനികൾ നിറഞ്ഞതുമായ ചില മെസ്സേജുകൾ രുദ്രയുടെ മൊബൈലിലേക്ക് വരു ന്നുണ്ട്. അതിനെക്കുറിച്ച് ശുഭോയുമായി സംസാരിക്കുന്നുമുണ്ട് രുദ്ര. ആ നമ്പറിലേക്ക് ഒരിക്കലും ബന്ധപ്പെടാനും ആവുന്നില്ല. അതൊരു പ്രഹേ ളിക പോലെ പതുക്കെ പതുക്കെ വളരുന്നുമുണ്ട്. ശുഭോ അടുത്തുള്ള പ്പോഴാണ് പലപ്പോഴും ആ മെസ്സേജുകൾ പ്രത്യക്ഷപ്പെടുന്നത്.

പാർത്ഥോ വീണ്ടും പ്രത്യക്ഷപ്പെടുന്നു. അയാളിപ്പോൾ ആദ്യകാല ത്തെപ്പോലെ പൂർണ്ണമായും മയക്കുമരുന്നിനടിമയാണ്. നർത്തകി കസ്തൂരി ഗർഭിണിയാണെന്നും അവൾ അബോർഷനാവശ്യപ്പെടു ന്നെന്നും കുറച്ചുപണം കടം വേണമെന്നും പറഞ്ഞാണ് ഇപ്പോൾ അയാൾ വന്നിരിക്കുന്നത്. കസ്തൂരിക്ക് നൃത്തമാണ് പ്രധാനമെന്നുള്ളതുകൊണ്ട് കുട്ടി വേണ്ടെന്നാണ് പറയുന്നത്. പണം തരില്ലെന്ന് രുദ്ര പറയുന്നുണ്ടെ ങ്കിലും അവസാനം കൊടുക്കുന്നുണ്ട്. ഞാൻ നിന്നെ സ്നേഹിക്കുന്നു റൂഡി എന്ന് പാർത്ഥോ പറയുമ്പോൾ നന്ദി മാത്രം പറയൂ എന്ന് പറഞ്ഞ് രുദ്ര അയാളുടെ കവിളിലടിച്ച് കരഞ്ഞുകൊണ്ട് പുറത്താക്കി. മനുഷ്യ ബന്ധങ്ങളുടെ സങ്കീർണ്ണതകളും വ്യവസ്ഥാരാഹിത്യവും ആകുലതകളും പ്രണയഛായകളും സങ്കടങ്ങളും വീണ്ടും വീണ്ടും പ്രകടമാവുന്ന ദൃശ്യ സന്ദർഭങ്ങളാണ് ഋതുപർണ്ണഘോഷ് ഇവിടെയൊക്കെ പ്രകടമാക്കുന്നത്. പ്രണയം ഹൃദയം തൊടുത്ത ഒരസ്ത്രം പോലെയാണ്. അത് സ്നേഹ ത്തിന്റെ അഗ്നിയിലേ ചുവന്നു തിളങ്ങൂ. സ്നേഹരഹിത മരുഭൂമിയുടെ വരൾച്ചയിൽ വറ്റിപ്പോകുന്ന നീരുറവപോലെ അത് നിലവിളിക്കുന്നത് നമുക്കീ ദൃശ്യങ്ങളിലൊക്കെ കാണുകയും കേൾക്കുകയും ചെയ്യാം.

പുതിയ ശസ്ത്രക്രിയയുടെ തലേദിവസം ആശുപത്രി മുറിയിൽവെച്ച് അച്ഛനും അമ്മയും രുദ്രയും തമ്മിലുള്ള സംഭാഷണദൃശ്യങ്ങൾ വളരെ വേദനാകരവും ആഹ്ലാദകരവും മനോഹരവുമാണ്. ലിംഗമാറ്റത്തിലൂടെ പെണ്ണായിത്തീരുമ്പോൾ, അച്ഛന്റെ സ്വത്തിനവകാശിയായിത്തീരണമെ ങ്കിൽ, വിൽപ്പത്രത്തിൽ വരുത്തേണ്ടമാറ്റങ്ങളെക്കുറിച്ച് അച്ഛൻ സംസാരി ക്കുന്നുണ്ട്. രുദ്ര നല്കേണ്ട പുതിയ സത്യാവങ്മൂലത്തെക്കുറിച്ചാണയാൾ പറയുന്നത്. പക്ഷേ, രുദ്ര ഒന്നിനും വഴങ്ങുന്നില്ല. നിങ്ങളുടെ മകനും മകളുമല്ലാത്ത, നിങ്ങളുടെ സ്വപ്നങ്ങളും പ്രതീക്ഷകളും സാക്ഷാത്ക്ക രിക്കാനാവാത്ത ഞാൻ നിങ്ങളുടെ അവകാശിയാകുന്നതെങ്ങിനെയെന്ന് ചോദിച്ച് രുദ്ര കരഞ്ഞു. അമ്മയോട് രുദ്ര ഇങ്ങനെ പറഞ്ഞു: “ഒരിക്കൽ

അമ്മയെന്നോട്, ഈ തീരുമാനം സ്ഥിരമാണോയെന്ന് ചോദിച്ചു. ഇപ്പോൾ ഞാൻ ചോദിക്കുന്നു; ഏതാണ് സ്ഥിരമായുള്ളത്? സ്ഥിരവും സത്യവുമാണെന്ന് നമ്മൾ കരുതിയിരുന്ന ശരീരംപോലും അസ്ഥിരമാണെന്നും, കളവാണെന്നും ഇപ്പോൾ ഞാൻ മനസ്സിലാക്കുന്നു." പതിവ് ഗൗരവഭാവത്തോടെ പുറത്തേക്ക് പോയ അച്ഛനെ രുദ്രയുടെ ആവശ്യപ്രകാരം അമ്മ തിരിച്ചുവിളിക്കുന്നു. തിരിച്ചെത്തുന്ന അയാൾ ഭാര്യയോട് നമ്മൾ രുദ്രയുടെ മുറി പുതിയ കർട്ടനുകളിട്ട് മനോഹരമാക്കിയിട്ടുണ്ടെന്ന് പറഞ്ഞോ എന്ന് ചോദിച്ച് വിങ്ങിപ്പൊട്ടി. അയാളുടെ എല്ലാ സങ്കടങ്ങളും ഗൗരവവും അലിഞ്ഞുപോവുകയും, മകന്റെ തോളിൽ കൈവെച്ച് ആദ്യമായി കരയുകയും ചെയ്തു. ഉച്ചരിക്കപ്പെടാത്ത വാക്കുകളുടെ മൗനംപോലെ അവരുടെ സങ്കടങ്ങളും സ്നേഹവും മഴനിലാവുപോലെ പെയ്തുകൊണ്ടിരുന്നു. എപ്പോഴും മഞ്ഞകലർന്ന പ്രകാശത്തിലാണ് ആശുപത്രിയിലെ രുദ്രയുടെ മുറി പ്രത്യക്ഷപ്പെടുന്നത്. അവിടെ ആകുലതകളും സ്വപ്നങ്ങളും പ്രതീക്ഷകളും സങ്കടങ്ങളും തീമഴപോലെ പെയ്തുകൊണ്ടിരിക്കുന്നുവെന്ന് നമുക്ക് തോന്നാം. കിനാവിന്റെ മഞ്ഞവെളിച്ചംകൊണ്ട് അതിനെ പുതപ്പിച്ചിരിക്കുന്നതുപോലെ.

വിഭ്രാത്മകവും ഭാവനാത്മകവുമായ സന്ദർഭങ്ങളിലൂടെയാണ് രുദ്രയുടെ അനുഭവങ്ങളും ഓർമ്മകളും വർത്തമാനകാലവും കടന്നുപോകുന്നത്. പലപ്പോഴും ഒരു കിനാവിന്റെ മഞ്ഞവെളിച്ചം കലർന്ന സാന്നിദ്ധ്യമായാണ് കൗൺസിലർ ശുഭോയും പ്രത്യക്ഷപ്പെടുന്നത്. വളരെ പ്രധാനപ്പെട്ടതും ലിംഗമാറ്റത്തിന്റെ നിർണ്ണായകവുമായ ശസ്ത്രക്രിയയുടെ തലേദിവസം രുദ്ര ഏറെ അസ്വസ്ഥനായിരുന്നു. ഉറക്കത്തിനിടയിൽ പ്രത്യക്ഷപ്പെട്ട ശുഭോയുമായി അയാൾ കടൽപ്പുറത്തേക്ക് നടന്നു. ഒരു സ്വപ്നദൃശ്യംപോലെയുള്ള ഈ സീക്വൻസിൽ ശുഭോ, രുദ്ര കൊതിച്ചിരുന്ന വീട് കാണിച്ചുകൊടുക്കുന്നു. ഓപ്പറേഷന് മുൻപ് ഒന്നുകൂടി ആലോചിക്കാൻ പറയുന്നു. എല്ലാവരും ഇഷ്ടപ്പെട്ടിരുന്ന പഴയ രുദ്രയാണോ, അതോ പുതിയ സുന്ദരിയായിത്തീരുന്ന ചിത്രാംഗദയാണോ വേണ്ടതെന്നയാൾ ചോദിക്കുന്നു. അപ്പോൾ മൊബൈൽ ഫോണിൽ പഴയതുപോലെ ഒരു മെസ്സേജ് വന്നു. ഒരു കെട്ടിടം പൂർത്തിയായിക്കഴിഞ്ഞിട്ടും കെട്ടിടം എന്ന് തന്നെ വിളിക്കപ്പെടുന്നതെന്തുകൊണ്ട്? ഒരു പരിവർത്തനവും ഒരിക്കലും പൂർത്തിയാകുന്നില്ലെന്നും അത് ഒരു നിരന്തരമായ പ്രക്രിയയാണെന്നും രുദ്ര മറുപടി മെസ്സേജ് അയക്കുന്നു. അത് ലഭിക്കുന്നത് ശുഭോയുടെ ഫോണിലാണെന്നുള്ളത് രുദ്രയെ അത്ഭുതപ്പെടുത്തി. ഇത് സ്വന്തം ശരീരസങ്കല്പങ്ങൾക്കും ബാധകമാണെന്ന് രുദ്ര മനസ്സിലാക്കി. അടുത്ത ദൃശ്യത്തിൽ നാം കാണുന്നത് ആശുപത്രിമുറിയിൽനിന്ന് ഡോക്ടറെ വിളിക്കുന്ന രുദ്രയെയാണ്. ഓപ്പറേഷൻ മാറ്റിവെക്കാനും ശസ്ത്രക്രിയയിലൂടെ സൃഷ്ടിച്ച മുലകളെ ഒഴിവാക്കി പഴയരൂപത്തിലേക്ക് കൊണ്ടുവരാനുമാവുമോ എന്നും രുദ്ര ചോദിച്ചു. എനിക്ക് എന്റെ വീട്ടിലേക്ക് എത്രയും

വേഗം തിരിച്ചുപോകണമെന്നും അയാൾ പറഞ്ഞുകൊണ്ടിരുന്നു. മാറിടം പഴയ സ്ഥിതിയിലാക്കാമെന്നും നാളത്തെ ശസ്ത്രക്രിയ അങ്ങനെ ആസൂത്രണം ചെയ്യാമെന്നും ഡോക്ടർ പറഞ്ഞതുകേട്ട് രുദ്ര ആഹ്ലാദിച്ചു. രാവിലെ നേഴ്സെത്തുമ്പോൾ രുദ്ര തന്റെ കൗൺസിലർ എപ്പോഴെത്തുമെന്ന് ചോദിച്ചു. അങ്ങനെയൊരു കൗൺസിലറില്ലെന്നും, നിങ്ങളുടെ അശാന്തവും അസ്വസ്ഥവുമായ മനസ്സിന്റെ സൃഷ്ടിയായിരിക്കുമയാളെന്നും നേഴ്സ് പറഞ്ഞു. വിഭിന്നവ്യക്തിത്വങ്ങളും സ്വത്വങ്ങളും സംഘർഷാത്മകമായി സാന്നിദ്ധ്യപ്പെടുത്തുന്നതുകൊണ്ടുണ്ടാവുന്ന വിഭ്രാത്മകമായ തോന്നലുകളുടെ സൃഷ്ടിയാണതെന്ന് അയാൾ മനസ്സിലാക്കി. പഴയ രുദ്രയിലേക്ക് തിരിച്ചുപോകാൻ തീരുമാനിച്ചുകൊണ്ട് ഓപ്പറേഷൻ ടേബിളിൽ കിടക്കുന്ന രുദ്രയോട് ഡോക്ടർ പറഞ്ഞു: “നിങ്ങളുടെ അച്ഛൻ പുറത്തു കാത്തിരിക്കുന്നുണ്ട്” –അത് രുദ്രയെ ആശ്വസിപ്പിച്ചു. രുദ്ര കൊടുത്ത ഫോൺ നമ്പറിൽ പാർത്ഥോയെ ഡോക്ടർ വിളിച്ചു. അയാൾ ഒരു ട്രെയിനിൽ സഞ്ചരിക്കുന്നതുകൊണ്ട് സംഭാഷണം വ്യക്തമായില്ല. പക്ഷേ, ഡോക്ടർ രുദ്രയോടിങ്ങനെയാണ് പറഞ്ഞത്, “രുദ്ര എന്താണോ ആഗ്രഹിക്കുന്നത്, ആ ആഗ്രഹം നിറവേറട്ടെ” എന്നാണ് പാർത്ഥോ പറഞ്ഞത്.

പഴയ രുദ്രയിലേക്കും അതിന്റെ സർഗ്ഗാത്മകതയിലേക്കും, പ്രണയ വിക്ഷോഭങ്ങളിലേക്കും സൗഹൃദങ്ങളിലേക്കും ഉന്മാദങ്ങളിലേക്കും തിരിച്ചെത്തണമെന്ന രുദ്രയുടെ ആഗ്രഹങ്ങൾക്ക് അടിവരയിട്ടുകൊണ്ട് ഡോക്ടർ ഓപ്പറേഷന്റെ ഒരുക്കങ്ങളാരംഭിക്കുമ്പോൾ, തുടർന്നുവരുന്ന ദൃശ്യം ‘ചിത്രാംഗദ’ ഓപ്പറേയിൽ തന്റെ സ്വത്വം വീണ്ടെടുക്കാൻ, ചിത്രാംഗദ വിധേയമാകുന്ന യജ്ഞസമാനമായ പ്രാർത്ഥനാക്രിയകളുടേതാണ്. വെള്ളത്തുണികൊണ്ട് മൂടിയ പീഠത്തിൽ വെള്ളത്തുണിയാൽ പൊതിയപ്പെട്ട് ധ്യാനത്തിലെന്നോണം നിശ്ചലമായി കിടക്കുന്ന ചിത്രാംഗദയ്ക്ക് ചുറ്റും വെള്ളവസ്ത്രമണിഞ്ഞ പുരോഹിതനോ, വൈദ്യനോ, ശുശ്രൂഷകരോ, ഒക്കെ ആകാവുന്ന, മനുഷ്യർ മന്ത്രങ്ങളുടെയും കീർത്തനങ്ങളുടെയും ശബ്ദപ്രപഞ്ചത്തിൽ, നൃത്തലാസ്യഭാവങ്ങളോടെ നിൽക്കുന്നതും പിന്നീട് ആ ദൃശ്യം നിശ്ചലമാകുന്നതും നാം കാണുന്നു. രുദ്രയുടെ ഓപ്പറേഷൻ തീയേറ്ററിന്റെ സാമ്യമുണ്ടതിന്. ഒരു നീല കലർന്ന വെളുത്ത വെളിച്ചം സ്വപ്നത്തിലെന്നോണം, ആകാശങ്ങളിൽനിന്ന് വന്നു നിറയുന്നപോലെയാണ് ഈ ദൃശ്യം ക്രമീകരിച്ചിരിക്കുന്നത്. സ്വപ്നത്തിനും യാഥാർത്ഥ്യത്തിനും ഇടയിലൂടെ അഭിലാഷങ്ങളുടെ തിരയിളക്കങ്ങളും വീണ്ടെടുക്കലുകളും സാദ്ധ്യമാവുന്ന ഭ്രമാത്മകയാത്രകളുടെ സൂചനകൾ നിറയുന്ന ഈ ദൃശ്യത്തിൻമേൽ മന്ത്രോച്ചാരണത്തിന്റെയും സംഗീതസാന്ദ്രമായ കീർത്തനാലാപനത്തിന്റെയും ശബ്ദം നിറയുന്നു. “ജീവന്റെ പ്രഭോ, എനിക്ക് പുതിയ ജീവിതം നൽകുക.” ഈ പ്രാർത്ഥന രുദ്രയ്ക്കും ചിത്രാംഗദയ്ക്കും അവരുടെ പ്രണയാഭിലാഷങ്ങളുടെയും ജീവിതാസക്തികളുടെയും വീണ്ടെടുക്കൽ കൂടിയാണ്. അത്

തകർന്നുപോകാവുന്ന ജീവിതങ്ങളുടെ അതിജീവനം കൂടിയാണ്. വ്യവസ്ഥാപിത ആൺപെൺ ജീവിതങ്ങളുടെ വ്യാകരണങ്ങൾക്കപ്പുറത്ത് പൊതുസമൂഹത്തിന് അജ്ഞാതവും സ്വീകാര്യമല്ലാത്തതുമായ സ്വന്തം ജീവിതങ്ങളെ കൈയിലെടുത്ത് ഒളിച്ചോടേണ്ടിവരുകയോ, അതിജീവനത്തിനുവേണ്ടി പൊരുതുകയോ ചെയ്യേണ്ടിവരുന്ന മൂന്നാംലിംഗ (Third Gender) മനുഷ്യരുടെ (വാസ്തവത്തിൽ അവരെ മൂന്നാംലിംഗമെന്ന് വിളിക്കാമോ എന്നറിയില്ല) നിലവിളികൂടിയാണീ സിനിമ. ഈ സിനിമയിലൂടെയുള്ള സഞ്ചാരം നമ്മെ അനുതാപമുള്ള മനുഷ്യരാക്കി മാറ്റും. കുടുംബവും സമൂഹവും നിരാകരിക്കുമ്പോൾ ശബ്ദവും വെളിച്ചവുമില്ലാതെ നിശ്ശബ്ദമായി കരഞ്ഞൊടുങ്ങുന്ന ഈ മനുഷ്യരെ ഓർമ്മിക്കാൻ ഈ സിനിമ നമ്മെ പ്രേരിപ്പിക്കും. അപൂർവ്വമായ രചനാചാരുതകൊണ്ട്, അവിസ്മരണീയമാക്കിയ എക്കാലത്തെയും ഒരു മികച്ച സിനിമ നല്കിക്കൊണ്ടാണ് ഋതുപർണ്ണഘോഷ് യാത്രയായത്.

ലിംഗനീതിക്കായുള്ള നിലവിളികൾ

ജെ ബിന്ദുരാജ്

ഇരുപത്തഞ്ചു വയസ്സുള്ള സൂര്യക്ക് തന്റെ ആവേശം ഒളിപ്പിക്കാനാകുന്നില്ല. തിരുവനന്തപുരത്തെ ദ്വലിംഗ ഗണത്തിൽപ്പെട്ട ഈ മിമിക്രി ആർട്ടിസ്റ്റിനെ ഒരു സിനിമയിലേക്ക് വേഷമിടാൻ ക്ഷണിച്ചപ്പോൾ ഈ സിനിമ തന്നെപ്പോലെയുള്ള ലക്ഷക്കണക്കിന് പേരുടെ ജീവിതം യഥാർത്ഥ നിറങ്ങളിൽ ചിത്രീകരിക്കുന്നതാണെന്ന് അവർ നിനച്ചില്ല. "സിനിമ കണ്ടപ്പോഴാണ് എന്റെ ജീവിതത്തിന്റെ തന്നെ ഫ്രെയിമുകളാണ് അതിലുള്ളതെന്ന് ഞാൻ മനസ്സിലാക്കിയത്. ചിത്രത്തിൽ കേന്ദ്ര കഥാപാത്രം അനുഭവിക്കുന്ന പ്രശ്നങ്ങളൊക്കെത്തന്നെയും ഞാനും എന്റെ ജീവിതത്തിൽ നേരിട്ടിട്ടുണ്ട്. പലരും എന്നെ പീഡിപ്പിച്ചു, പരിഹസിച്ചു. ലൈംഗികമായി ഉപദ്രവിച്ചു. ഞങ്ങളുടെ ജീവിതത്തെ നോക്കിക്കാണുന്നതിനും സമൂഹത്തിന്റെ ശ്രദ്ധ തിരിക്കേണ്ട വിഷയങ്ങളിലേക്ക് സിനിമയെ വ്യാപരിപ്പിക്കുന്നതിനും സംവിധായകൻ വിജയിച്ചിട്ടുണ്ട്." ഡോക്ടർ സന്തോഷ് സൗപർണ്ണിക സംവിധാനം ചെയ്ത *അർദ്ധനാരി* എന്ന ചിത്രത്തെപ്പറ്റി പറയുമ്പോൾ സൂര്യക്ക് നൂറ് നാവാണ്. "സമൂഹത്തോട് ഞങ്ങൾ ആവശ്യപ്പെടുന്നത് മെച്ചപ്പെട്ട ഒരു ജീവനോപാധിയും മറ്റുള്ളവരെപ്പോലെ ജീവിക്കാനുള്ള അംഗീകാരവുമാണ്." സൂര്യ കൂട്ടിച്ചേർക്കുന്നു. മൂന്നാംലിംഗക്കാരെ പ്രമേയമാക്കി, അവർ നേരിടുന്ന പ്രശ്നങ്ങൾ സമൂഹമനസാക്ഷിയിലെത്തിച്ചുകൊണ്ട് ഒരു മുഖ്യധാരാ സിനിമ മലയാളത്തിൽ സാദ്ധ്യമാണെന്നോ അത് കേരളത്തിലെ പ്രേക്ഷകസമൂഹം സ്വീകരിക്കുമെന്നോ ആരും നിനച്ചിരുന്നതല്ല. പക്ഷേ, *അർദ്ധനാരി* കേരളത്തിലെ പ്രേക്ഷക സങ്കല്പങ്ങളെപ്പോലും അട്ടിമറിച്ചുകൊണ്ട് നല്ല ചിത്രമെന്ന പേരു നേടുകയും വിമർശകപ്രീതി കൈവരിക്കുകയും ചെയ്തു. കച്ചവടക്കണ്ണുകൾക്കപ്പുറത്ത് ഈ ലിംഗ ന്യൂനപക്ഷം നേരിടുന്ന യഥാർത്ഥ പ്രശ്നങ്ങളെ ആവിഷ്കരിക്കാൻ ചിത്രത്തിനായെന്നാണ് വിലയിരുത്തൽ.

മുഖ്യധാരാ സിനിമകളിലെ ജനപ്രിയ നടന്മാർ ഇത്തരമൊരു ചിത്രത്തിൽ വേഷമിടാൻ മുന്നോട്ടുവന്നതാണ് ചിത്രത്തിന് പബ്ലിസിറ്റിയും അത് അർഹിക്കുന്ന അംഗീകാരവും നേടിക്കൊടുത്തതെന്ന കാര്യത്തിൽ സംശയമില്ല. പൗരുഷമുള്ള കഥാപാത്രങ്ങളെ വെള്ളിത്തിരയിൽ അഭിനയിച്ചു ഫലിപ്പിച്ച മനോജ് കെ ജയനും തിലകനും മണിയൻപിള്ള രാജുവുമൊക്കെ ഹിജഡകളായി വേഷമിടുന്നതും മലയാളത്തിലെ പല മുൻകാല ചിത്രങ്ങളിലുമെന്നപോലെ ദ്വിലിംഗ വ്യക്തിത്വമുള്ളവരെ കോമഡിക്കായുള്ള മേമ്പൊടികളായി മാത്രം (*സൂത്രധരൻ, ചാന്തുപൊട്ട്,101 വെഡ്ഡിങ്സ്*) കണക്കാക്കാതെ അവരുടെ ജീവിതവ്യഥകളിലേക്ക് ഇറങ്ങിച്ചെന്നതും അപൂർവ്വമായ ഒരു കാഴ്ചയായിരുന്നു. അത്ഭുതകരമെന്നു പറയട്ടെ, ഈ ചിത്രത്തിന്റെ നിർമ്മാണം ഏറ്റെടുത്തത് പ്രമുഖ ഗായകനും സംഗീതസംവിധായകനുമായ എം ജി ശ്രീകുമാറായിരുന്നു. ആദ്യമായി ഒരു സിനിമ നിർമ്മിച്ചപ്പോൾ എന്തുകൊണ്ടാകും ശ്രീകുമാർ സാമൂഹ്യ പ്രാധാന്യമുള്ള ഒരു വിഷയം കച്ചവടലാക്കില്ലാതെ നിർമ്മിക്കാൻ തീരുമാനിച്ചത്. “ഈ ചിത്രത്തിന് സംഗീതസംവിധാനം നിർവ്വഹിക്കാനും ഗാനങ്ങൾ ആലപിക്കുന്നതിനുമായാണ് സംവിധായകൻ എന്നെ സമീപിച്ചത്. പക്ഷേ, ഞാൻ ചിത്രത്തിന്റെ പ്രമേയവുമായി പ്രണയത്തിലായി.” ശ്രീകുമാർ പറയുന്നു. “ശ്രീകുമാർ കൃത്യസമയത്ത് ഇടപെട്ടില്ലായിരുന്നുവെങ്കിൽ ഈ സിനിമ യാഥാർത്ഥ്യമാവില്ലായിരുന്നു.” സംവിധായകൻ പറയുന്നു.

സമൂഹത്തിന്റെ പൊതുധാരയിൽ നിന്നും ബഹിഷ്കൃതരാക്കപ്പെട്ട ദ്വിലിംഗ വ്യക്തിത്വമുള്ളവരുടെ പ്രശ്നങ്ങൾക്കായി നിലകൊള്ളുന്ന പല സെലിബ്രിറ്റി ലിംഗനീതിവാദക്കാരേയും കടത്തിവെട്ടുന്ന മട്ടിൽ പ്രേക്ഷകരിലേക്ക് ഇറങ്ങിച്ചെല്ലാൻ അർദ്ധനാരിക്കു കഴിഞ്ഞു. “വെള്ളിത്തിരയിൽ ഞാൻ പൊതുവേ പുരുഷകേന്ദ്രീകൃതമായ മഞ്ജുള (പുരുഷ ജീവിതത്തിൽ വിനീത്) ആകാൻ ക്ഷണിച്ചപ്പോൾ ഞാൻ ആദ്യമൊന്ന് മടിച്ചു.” മനോജ് കെ ജയൻ പറയുന്നു. പക്ഷേ, മനോജിന്റെ കൈയിൽ മഞ്ജുള ഭദ്രമായിരിക്കുമെന്ന് സന്തോഷിന് ഉറപ്പുണ്ടായിരുന്നു. മനോജ് അവതരിപ്പിക്കുന്ന കഥാപാത്രം പ്രണയത്തിൽ പരാജയപ്പെടുകയും കുടുംബത്തിൽ തിരസ്കരിക്കപ്പെടുകയും നിയമം നടപ്പാക്കേണ്ട നീതിപാലകരാൽ പീഡിപ്പിക്കപ്പെടുകയും ചെയ്യുന്നു. “ഞങ്ങളെപ്പോലുള്ളവർ ദിവസവും അഭിമുഖീകരിക്കുന്ന പ്രശ്നങ്ങളാണ് സിനിമയിലുള്ളത്. ഞങ്ങളെ എല്ലാവരും പരിഹസിക്കുകയും അപമാനിക്കുകയും ചെയ്യുന്നു.” ഇപ്പോൾ ഒരു ജനപ്രിയ ടെലിവിഷൻചാനലിൽ കോമഡി റിയാലിറ്റി ഷോയിൽ പങ്കെടുത്തുവരുന്ന സൂര്യ പറയുന്നു. സൂര്യക്കു പുറമേ *അർധനാരി*യിൽ മറ്റ് എട്ട് ദ്വലിംഗക്കാരും വേഷമിട്ടിട്ടുണ്ട്.

ഉന്നത വിദ്യാഭ്യാസം സിദ്ധിച്ചവരും തമിഴ്നാട്ടിൽ നിന്നുള്ള സെലിബ്രറ്റി ദ്വിലിംഗവ്യക്തിത്വങ്ങളുമായി സഹോദരി ഫൗണ്ടേഷന്റെ സ്ഥാപക കൽക്കി സുബ്രഹ്മണ്യത്തിന്റെയും ടെലിവിഷൻ അവതാരക റോസ് വെങ്കിടേശന്റെയും ബോധവല്ക്കരണ ശ്രമങ്ങളുടെ ഭാഗമായി ജനങ്ങൾക്കിട

യിൽ ദ്വിലിംഗവ്യക്തിത്വമുള്ളവരുടെ അവകാശങ്ങൾ അനുവദിച്ച് നല്കുന്നതിന് അനുകൂലമായി ഒരു തരംഗം സൃഷ്ടിക്കാനായിട്ടുണ്ടെങ്കിലും രാജ്യത്തിന്റെ പലയിടങ്ങളിലും ഇപ്പോഴും ഇവർക്കെതിരെയുള്ള അതിക്രമങ്ങളും അപമാനവുമൊക്കെ തുടർന്നുകൊണ്ടിരിക്കുകയാണ്. ചിത്രത്തിൽ അഭിനയിച്ചിട്ടുണ്ടെങ്കിലും തന്റെ യഥാർത്ഥ അസ്തിത്വം സമൂഹത്തിനു മുന്നിൽ വെളിപ്പെട്ടാൽ നിലവിൽ താൻ ചെയ്യുന്ന തൊഴിൽ നഷ്ടപ്പെടുമെന്ന ഭയത്തിൽ പേരുവെളിപ്പെടുത്താൻ തയ്യാറല്ലാത്ത ഒരു ദ്വിലിംഗ വ്യക്തി പറയുന്നു: "തമിഴ്നാട്ടിലും മഹാരാഷ്ട്രയിലും മാത്രമേ ഞങ്ങൾക്ക് സ്വന്തം അസ്തിത്വം വെളിവാക്കിക്കൊണ്ട് പൊതുമദ്ധ്യത്തിൽ ജീവിക്കാൻ അനുവാദമുള്ളൂ. പക്ഷേ, കേരളത്തിലെ അവസ്ഥ ദയനീയമാണ്. ഇവിടെ ദ്വിലിംഗക്കാർക്ക് പലർക്കും സ്വന്തം അസ്തിത്വം മറച്ചുവച്ച് ജീവിക്കേണ്ടി വരുന്നു. ഞങ്ങളിൽ പലരേയും കുടുബത്തിന്റെ മാനം സംരക്ഷിക്കാനായി വിവാഹം കഴിപ്പിച്ചയക്കുകയും ചെയ്യുന്നു. കേരളത്തിലെ പല വിവാഹബന്ധങ്ങളും തകരാൻ ഇടയാക്കുന്നത് ഇതാണെന്ന് സമൂഹം തിരിച്ചറിയുന്നില്ല." "കേരളത്തിൽ ലക്ഷക്കണക്കിന് ദ്വിലിംഗവ്യക്തിത്വങ്ങളുണ്ട്. എന്റെ സിനിമയിൽ വേഷമിട്ട ഒമ്പത് ദ്വിലിംഗികളും കേരളത്തിൽ നിന്നാണ്. ബംഗളൂരുവിലെ സംഗമ എന്ന ദ്വിലിംഗ സഹായ ഗ്രൂപ്പിന്റെ പ്രവർത്തകരാണ് അവർ." സംവിധായകൻ പറയുന്നു.

നേരത്തെ ചില സമാന്തര ചിത്രങ്ങൾ സംവിധാനം ചെയ്തിട്ടുള്ള സന്തോഷ് സൗപർണ്ണികയെ സംബന്ധിച്ചിടത്തോളം ഈ ചിത്രം പോരായ്മകൾ പലതുമുണ്ടെങ്കിൽപ്പോലും മനുഷ്യാവകാശപ്രവർത്തകരുടെയും ലിംഗനീതി ആക്ടിവിസ്റ്റുകളുടെയും പ്രശംസ നേടിക്കൊടുത്തിരിക്കുന്നു. സിനിമ കണ്ടവർ സിനിമയ്ക്ക് അനുകൂലമായി നടത്തിയ പ്രചാരണവും മുഖ്യധാരാ നടന്മാരുടെ സാന്നിദ്ധ്യവും സിനിമയെ പരാജയമാകാതെ രക്ഷിച്ചു. കുറഞ്ഞ ചെലവിൽ നിർമ്മിച്ച ഒരു ചിത്രമാണിത്. പരസ്യപ്രചാരണവും റിലിസിങ്ങും അടക്കം സിനിമയ്ക്ക് 1.75 കോടി രൂപയേ ചെലവായിട്ടുള്ളൂ. എം ജി ശ്രീകുമാർ പറയുന്നു. സിനിമയുടെ ദൈർഘ്യം വെട്ടിച്ചുരുക്കി അന്താരാഷ്ട്ര ഫെസ്റ്റിവലുകളിലേക്കും മത്സരങ്ങളിലേക്കും അയക്കാനും ശ്രീകുമാർ പദ്ധതിയിടുന്നു. "ചിത്രത്തിലെ പല രംഗങ്ങളും ക്ലീഷേകളാണെന്നും അഭിനയപ്രതിഭയായ തിലകന് മതിയായ പ്രാമുഖ്യം നല്കിയില്ലെന്നുമൊക്കെ സിനിമാ വിമർശക പണ്ഡിറ്റുകൾ പത്രമാധ്യമങ്ങളിലൂടെ വിലയിരുത്തുന്നുണ്ടെങ്കിലും യാഥാർത്ഥ്യത്തെ തന്മയത്വത്തോടെ ആവിഷ്കരിക്കുമ്പോൾ അതിൽ ക്ലീഷേകൾ ഉണ്ടാകുമെന്നും തിലകനല്ല മറിച്ച് പ്രമേയമാണ് ഈ സിനിമയുടെ കാതലെന്നും അവർ മറന്നുപോകുന്നുവെന്നതും മറക്കരുത്. ലോഹിതദാസിന്റെ *സൂത്രധാരനും* ലാൽ ജോസിന്റെ *ചാന്തുപൊട്ടും* ഷാഫിയുടെ *101 വെഡ്ഡിങ്സും* സ്ത്രീത്വമുള്ള പുരുഷരൂപികളെ പരിഹാസ വിധേയമാക്കിയപ്പോൾ കാണിക്കാതിരുന്ന സിനിമാ സ്നേഹമാണ് പലരും കോരിച്ചൊരിയുന്നതെന്നതെന്നതാണ് ദയനീയം. കോമിക് ആവശ്യങ്ങൾക്കായി ഒരു ദുർബ്ബലമായ

ജനതയെ ഉപയോഗപ്പെടുത്തുന്നത് ഇവിടെ ആരും ചോദ്യം ചെയ്യുന്നില്ല. ഈ ചിത്രം സമൂഹത്തെ ഒരു മാറിച്ചിന്തിക്കലിന് പ്രേരിപ്പിക്കുമെന്നാണ് എന്റെ വിശ്വാസം." സന്തോഷ് പറയുന്നു. "ഏതാണ്ട് മൂന്ന് വർഷക്കാലത്തോളം ദ്വിലിംഗ വ്യക്തിത്വമുള്ളവർക്കൊപ്പം താമസിച്ചാണ് ചിത്രം യാഥാർത്ഥ്യമാക്കിയത്."

ഫ്ളാഷ് ബാക്ക് കഥാഘടനയിലൂടെയാണ് *അർദ്ധനാരി* മുന്നോട്ടുനീങ്ങുന്നത്. കുട്ടിക്കാലത്ത് വിനീത് ആയിരുന്ന മനോജ് കെ ജയന്റെ കഥാപാത്രം സ്ത്രൈണത മൂലം വിനീത എന്ന് പരിഹസിക്കപ്പെടുന്നതും സഹപാഠിയായ ആൺകുട്ടി പിൽക്കാലത്ത് അയാളെ വഞ്ചിക്കുന്നതും സഹോദരൻ കുടുംബമഹിമ നിലനിർത്താൻ അയാളെ വധിക്കാൻ പദ്ധതിയിടുന്നതും കൊല്ലാനെത്തിയ ആളെ വധിച്ച് നാടുവിടുന്നതും ആണ് പ്രമേയം. ലൈംഗിക തൊഴിലും യാചക വൃത്തിയുമായി ജീവിക്കാൻ വിധിക്കപ്പെട്ട അവർക്ക് ജനാധിപത്യ സർക്കാരിന്റെ കൊളോണിയൽകാല നിയമങ്ങൾ എങ്ങനെയാണ് ജീവിതം കൂടുതൽ ദുസ്സഹമാക്കുന്നതെന്നും സിനിമ പറയുന്നു. "അവർക്ക് ഒരു കുഞ്ഞിനെ ദത്തെടുക്കാൻ അവകാശമില്ല. സ്വന്തം പേരിൽ ഭൂമി രജിസ്റ്റർ ചെയ്യാനാവില്ല. നിയമപാലകരാകട്ടെ അവരെ കേസുകളിൽപ്പെടുത്താൻ നിയമത്തെ തന്നിഷ്ട പ്രകാരം വളച്ചൊടിക്കുകയും ചെയ്യുന്നു." സംവിധായകൻ പറയുന്നു. തിലകന്റെ മരണശേഷമാണ് സിനിമയുടെ ഡബ്ബിങ് പൂർത്തിയായതെന്നതിനാൽ തിലകന്റെ കഥാപാത്രത്തിന് സംവിധായകൻ തന്നെയാണ് ഡബ്ബ് ചെയ്തിട്ടുള്ളതെന്നതും പ്രധാനം.

സന്ദേശങ്ങളുള്ള ഒരു ചിത്രത്തിന് പ്രേക്ഷക സമൂഹത്തിന്റെ അംഗീകാരം ലഭിക്കുക എന്നത് ഇന്ത്യൻ സിനിമയിൽ അപൂർവ്വമായ കാര്യമാണ്. ഒരു ജനപ്രിയ മാദ്ധ്യമമെന്ന നിലയിൽ സിനിമയ്ക്ക് ജനങ്ങളെ ബോധവൽക്കരിക്കാനാകുമെന്നതിന്റെ സുവ്യക്തമായ സൂചനയാണ് *അർദ്ധനാരി* നൽകുന്നത്. ജനങ്ങളുടെ മനസ്സിൽ ഹിജഡകളെക്കുറിച്ചുള്ള തെറ്റായ സങ്കല്പങ്ങൾക്ക് അറുതി വരുത്തി ഇന്ത്യയിൽ അവർക്ക് മാന്യമായ തൊഴിലും പദവികളും ലഭിക്കാൻ ഈ ചിത്രം ഇടയാക്കിയില്ലെങ്കിൽപ്പോലും പലരുടേയും മനസ്സുകൾ മാറ്റിമറിക്കാൻ ഈ ചിത്രത്തിനാകുമെന്ന് നമുക്ക് തീർച്ചയായും പ്രത്യാശിക്കാം.

ഭാഗം 4

സ്വവർഗ്ഗാനുരാഗം

അനുരാഗികളുടെ അവകാശങ്ങൾ

ജാനകി

സ്വവർഗ്ഗാനുരാഗത്തെ കുറ്റവിമുക്തമാക്കിക്കൊണ്ടുള്ള ദൽഹി ഹൈക്കോടതി വിധി വാർത്തയായി ആദ്യം അരങ്ങേറിയത് ടെലിവിഷനിലാണ്. ആഘോഷങ്ങളുടെയും ആക്രോശങ്ങളുടെയും ചിത്രങ്ങൾ നമ്മൾ പ്രേക്ഷകരെ ഒരുപോലെ വരവേറ്റു. തുടർന്നുവന്നത് ചർച്ചകളും സംവാദങ്ങളും. പക്ഷേ, ഒറ്റ രാത്രികൊണ്ട് തീരുന്ന സംശയങ്ങളും സന്ദേഹങ്ങളുമല്ല ഇന്ത്യൻ ജനതയുടേത്. അറിവില്ലായ്മയും മുൻവിധികളും മതവിശ്വാസങ്ങളും സദാചാരബോധവും കൂടിച്ചേർന്ന് രൂപപ്പെടുത്തിയെടുത്തിട്ടുള്ള വളരെ സങ്കീർണ്ണമായ മനോഭാവമാണ് സ്വവർഗ്ഗാനുരാഗത്തിനെതിരായുള്ള വാദങ്ങൾക്ക് ആധാരം. ഏറെ ഗോപ്യമായി വെക്കുന്ന ലൈംഗിക ജ്ഞാനം അഭ്യസ്തവിദ്യരെപ്പോലും തെറ്റിദ്ധാരണകളിലും അബദ്ധവിശ്വാസങ്ങളിലും തളച്ചിടുന്നു. ഉത്തരവാദിത്വമുള്ള, ഉന്നത ഔദ്യോഗിക പദവികൾ അലങ്കരിക്കുന്ന പലരുടെയും വിധിക്കെതിരെയുള്ള പ്രതികരണങ്ങൾ ലൈംഗികതയെക്കുറിച്ചും സാമൂഹിക നീതിയെക്കുറിച്ചും വെളിപ്പെടുത്തുന്ന അറിവില്ലായ്മ അമ്പരപ്പിക്കുന്നതാണ്. വ്യക്തിബന്ധങ്ങൾക്കുള്ളിലെ ജനാധിപത്യ ബോധത്തോട് നിസ്സംഗത പുലർത്തുന്ന മനോഭാവത്തിന്റെ ലക്ഷണങ്ങളാണ്. ലൈംഗികാവകാശങ്ങളെ മനുഷ്യാവകാശങ്ങളായി കാണുവാനുള്ള വിമുഖതയാണ്. സ്വന്തം ലൈംഗികതയുടെ പേരിൽ അടിസ്ഥാനപരമായ പൗരാവകാശങ്ങൾ നിഷേധിക്കപ്പെടുന്ന ഒരു വലിയ വിഭാഗം ജനങ്ങൾ നമുക്കിടയിലുണ്ടെന്ന യാഥാർത്ഥ്യത്തെ അംഗീകരിക്കാനുള്ള വൈമനസ്യമാണ്.

വംശം, ജാതി, വർഗ്ഗം, മതം, ദേശം, ലിംഗാവസ്ഥ, ലൈംഗികത, എന്നീ തലങ്ങളിൽ വിവിധ മുഖ്യധാര സംസ്കാരങ്ങളിൽ നിന്ന് മാറ്റിനിറുത്തപ്പെട്ടവരുടെ വിലാപങ്ങളും സമരങ്ങളും പരിവേദനങ്ങളുംകൊണ്ട് മുഖരിതമാണ് 20-ാം നൂറ്റാണ്ട്. ആക്രമണങ്ങളെയും പീഡനങ്ങളെയും

ശിക്ഷകളെയും ഭയക്കാതെ ഈ ഭൂമിയിൽ ജീവിക്കുക എന്നത് ഓരോ വ്യക്തിയുടെയും അവകാശമാണെന്ന് മിക്ക ജനതകളും വിശ്വസിക്കുമ്പോഴും ചില മൂല്യസംഹിതകൾക്കനുസരിച്ച് ചില ജനവിഭാഗങ്ങൾ മേൽപ്പറഞ്ഞ അവകാശങ്ങളിൽ നിന്ന് പുറന്തള്ളപ്പെട്ടുകൊണ്ടേയിരിക്കുന്നു. ജാതിയമായും വർഗ്ഗപരമായും സാമുദായികമായും വംശീയമായും ലൈംഗികമായും ഒക്കെ അപരമാക്കി നിറുത്തപ്പെടുന്ന ഒരുകൂട്ടം മനുഷ്യർ ഒരുപാട് ആത്മപീഡനങ്ങൾ അനുഭവിക്കുന്നു. സ്നേഹിക്കുവാനും സ്നേഹിക്കപ്പെടാനുമുള്ള അവകാശത്തിനൊപ്പം പാർപ്പിടം, തൊഴിൽ സാമൂഹിക സുരക്ഷ എന്ന പ്രാഥമികമായ അവകാശങ്ങളും നിഷേധിക്കപ്പെടുന്നവരുടെ കൂട്ടത്തിൽ സ്വവർഗാനുരാഗികളും ഇന്നലെവരെ ഉൾപ്പെട്ടിരുന്നു. ഇവിടെ നിഷേധിക്കപ്പെടുന്നത് മനുഷ്യാവകാശങ്ങളാണ്, പൗരാവകാശങ്ങളാണ് എന്ന തിരിച്ചറിവാണ് ഇനിയുള്ള നമ്മുടെ ചർച്ചകളെ നയിക്കേണ്ടത്. ഈ തിരിച്ചറിവിലേക്ക് ഒരു ജനത എത്തണമെങ്കിൽ ഒരുപാട് സംശയങ്ങളും ആശങ്കകളും ദൂരീകരിക്കേണ്ടതുണ്ട്. അതുകൊണ്ടുതന്നെ ഒരു തുറന്ന ആശയവിനിമയം അനിവാര്യമായിരിക്കുന്നു.

കഴിഞ്ഞ എട്ടു വർഷത്തോളമായി നടന്നുവന്നിരുന്ന നീണ്ട നിയമയുദ്ധത്തിന്റെ നിർണ്ണായകമായ ഒരു ഘട്ടത്തിലാണ് ഈ സുപ്രധാന വിധിയിലൂടെ നമ്മൾ എത്തിച്ചേർന്നിട്ടുള്ളത്. മതത്തിന്റെയും സംസ്കാരത്തിന്റെയും സദാചാരത്തിന്റെയും പേരിലുള്ള മുറവിളികൾ പ്രതീക്ഷിച്ചതാണ്. ലൈംഗിക അരാജകത്വമായും പ്രകൃതിവിരുദ്ധമായും സ്വവർഗ്ഗാനുരാഗത്തെ മുദ്രകുത്താനുള്ള പ്രവണത അല്പം പഴയതാണ്. ഇതേ യുക്തികൾ മുന്നോട്ടുവെച്ചുകൊണ്ടാണ് ചരിത്രത്തിലെ വ്യത്യസ്ത കാലങ്ങളിൽ സ്ത്രീകളെയും കുട്ടികളെയും കോളനിവൽക്കൃത ജനതകളെയും കറുത്തവരെയും തവിട്ടു നിറക്കാരെയും അനവധി ഗോത്ര സംസ്കൃതികളെയും സാമ്രാജ്യങ്ങളും ഭരണകൂടങ്ങളും പുരുഷാധിപത്യക്രമങ്ങളും അടിച്ചമർത്തിയിട്ടുള്ളത്.

അതുകൊണ്ടുതന്നെ സ്ത്രീയുടെ നിയമപരമായ പരിരക്ഷക്കു വേണ്ടി വാദിക്കുന്നവർ തന്നെ ഈ പഴയ യുക്തി ഉപയോഗിച്ച് ഭിന്ന ലൈംഗികതകളോട് പുലർത്തുന്ന അസഹിഷ്ണുത അത്ഭുതപ്പെടുത്തുന്നു. സ്ത്രീക്ക് പുരുഷനോളം കായിക ബലമില്ലെന്നും അതുകൊണ്ടുതന്നെ അവൾ വിധേയപ്പെടേണ്ടത് പ്രകൃതിനിയമമാണെന്നും ഉറച്ചു വിശ്വസിക്കുന്ന വിദ്യാ സമ്പന്നർ കേരളത്തിൽത്തന്നെ ഇന്നും ധാരാളം. ആ പ്രകൃതിനിയമത്തെ തന്നെയാണ് സ്വവർഗ്ഗാനുരാഗത്തെ ശിക്ഷിക്കുവാനുള്ള ആയുധമായി രാകിമിനുക്കിയെടുക്കുന്നതും. ഔദ്യോഗിക സ്ത്രീവാദികൾ തന്നെ, പിന്നിട്ട വഴികൾ മറക്കുന്നത് വിസ്മയകരം!

രാഗത്തെയും പ്രണയത്തെയും ഇണ ചേരലിനെയും സന്താനോല്പാദനവുമായി മാത്രം ബന്ധപ്പെടുത്തുന്ന കാഴ്ചപ്പാടിലാണ് സ്വവർഗ്ഗാനുരാഗം പ്രകൃതിവിരുദ്ധമായി മാറുന്നത്. ഇവിടെ സ്വാഭാവികമായി ഉയരുന്ന ഒരു സംശയമുണ്ട്. ഗർഭധാരണത്തിലും പുനരുല്പാദന

ത്തിലും പര്യവസാനിക്കാത്ത ഒരുപാട് സ്ത്രീ പുരുഷ ദാമ്പത്യങ്ങളുണ്ട്. അവയെല്ലാം പ്രകൃതിവിരുദ്ധങ്ങളായി ഈ മതപുരോഹിതർ പ്രഖ്യാപിക്കുമോ. മക്കൾ വേണ്ട എന്ന തീരുമാനം ഒരു രാഷ്ട്രീയമായ തെരഞ്ഞെടുപ്പായി കാണുന്ന ദാമ്പത്യങ്ങളുണ്ട്. ഇന്നും മക്കളില്ലാത്ത ദാമ്പത്യങ്ങളെ അപൂർണ്ണമായാണ് മിക്കവരും കാണുന്നത്. അതിനും മുമ്പ് പ്രസവിക്കാത്ത ഭാര്യമാരെ കുടുംബത്തിന്റ ശാപമായി കണ്ടിരുന്നു. പ്രജനനശേഷി ഒരു മെഡിക്കൽസമസ്യയാണെന്നത് പൊതു ബോധത്തിലേക്കെത്തിക്കാൻ അനവധി തലമുറകളിലൂടെയുള്ള ശാസ്ത്ര വിദ്യാഭ്യാസം വേണ്ടിവന്നു. പ്രസവിക്കാത്ത സ്ത്രീയെ ശപിക്കപ്പെട്ടവളും അമംഗളകാരിയുമായി കണ്ടിരുന്ന ആചാര അനുഷ്ഠാനങ്ങളിൽ നിന്ന് മത സമൂഹങ്ങൾ തന്നെ പുതിയ അറിവുകളുടെ വെളിച്ചത്തിൽ മാറുകയായിരുന്നു. സ്ത്രീകളെ പുരോഹിതരായി കാണാൻ മടിച്ചിരുന്ന മത വിശ്വസങ്ങൾ പുതിയ കാലത്തിന്റെ ഉൾക്കാഴ്ചകൾക്കനുസരിച്ച് മാറുന്നതാണ് നമ്മൾ കാണുന്നത്. തൊട്ടുകൂടായ്മകളും വിലക്കുകളുംകൊണ്ട് മാറ്റിനിറുത്തപ്പെട്ടിരുന്ന ജനവിഭാഗങ്ങളെ സ്വീകരിച്ചും ഉൾക്കൊണ്ടും ആശ്ലേഷിച്ചുമാണ് മതങ്ങൾ സ്വയം പ്രസക്തമാകുന്നത്. സ്വവർഗ്ഗാനുരാഗം കുറ്റമോ രോഗമോ വൈകല്യമോ അല്ലെന്നും വളരെ സ്വഭാവികമായ ഇഷ്ടവും അഭിരുചിയുമാണെന്നും അന്തർദ്ദേശീയ ആരോഗ്യ സംഘടനകളും ആധുനിക വൈദ്യശാസ്ത്രവും നിശിതവും വ്യക്തവുമായി സ്ഥാപിച്ചതിന്റെ വെളിച്ചത്തിൽ മത പുരോഹിതർ തങ്ങളുടെ നിലപാടുകളും സമീപനങ്ങളും കാലോചിതമായി മാറ്റുക എന്നത് അനിവാര്യമാണ്. അങ്ങനെ സ്വയം നവീകരിക്കുവാനും മാറുവാനും തയ്യാറായ മതങ്ങൾ മാത്രമേ ചരിത്രത്തിൽ നിലനിന്നിട്ടുള്ളൂ.

പല ഉത്തരേന്ത്യൻ ഗ്രാമങ്ങളിലും ജാതിവിലക്കുകളെ ലംഘിക്കുന്ന കമിതാക്കളെ വേട്ടയാടിക്കൊന്ന് കഷണമാക്കുന്നത്, ജാതീയമായ ഉച്ചനീചത്വങ്ങൾ പ്രകൃതിനിയമമാണെന്ന് വിശ്വസിക്കുന്നവരാണ്. അത്തരമൊരു പ്രകൃതിനിയമമായ ശിശുവിവാഹത്തെ എതിർത്തപ്പോഴാണ് ഭൻവാരി ദേവി എന്ന ദലിത് സ്ത്രീ ഉന്നത ജാതീയരുടെ കൂട്ട ബലാൽസംഗത്തിനിരയായത്. പ്രകൃതിനിയമം എന്തെന്നും ഏതെന്നും തീരുമാനിക്കുന്നത് സമൂഹത്തിലെ പ്രബല വിഭാഗങ്ങൾ ആണെന്നും ഇന്ത്യൻ സംസ്കാരത്തിന്റെ ഉൾക്കാഴ്ചകളിൽ ഒന്നാണ്.

ഇപ്പോൾ അരങ്ങേറുന്ന ആഘോഷങ്ങൾക്കും സന്തോഷാശ്രുക്കൾക്കും പിന്നിൽ വർഷങ്ങളുടെ നീറ്റലുകളുണ്ട്; നൂറ്റണ്ടുകളുടെ പീഡനങ്ങളുണ്ട്; തിരസ്കൃതമായ ഒരു പ്രണയ പാരമ്പര്യമുണ്ട്; സ്നേഹത്തിന്റെ, അലിവിന്റെ, കനിവിന്റെ മറന്നുപോയ ഒരു വ്യാകരണമുണ്ട്. കൊളോണിൽ കാലഘട്ടത്തിൽ വിക്ടോറിയൻ സദാചാര ബോധത്തിനനുസരിച്ച് വാർത്തെടുക്കപ്പെട്ട സ്നേഹ നിയമങ്ങളുടെ അവിഷ്കാരമായിരുന്നു ഐ പി സി 377-ാം വകുപ്പ്. ഇന്ത്യൻ ഭരണഘടനയിലെ, 14,15,21 അനുച്ഛേദങ്ങളുമായി ഇടഞ്ഞുനില്ക്കുന്നതുകൊണ്ടാണ് ഈ വകുപ്പ്

വെട്ടിമാറ്റുന്നത് എന്ന് വിധി പ്രസ്താവനത്തിൽ പറയുന്നു. ഈ വെട്ടിമാറ്റലിൽ, അധിനിവേശപൂർവ്വ കാലങ്ങളിൽ ഇന്ത്യൻ സംസ്കൃതിയിൽ ഉണ്ടായിരിക്കാനിടയുള്ള ബഹുസ്വരതയെ, വ്യതിരിക്തതകളെ വീണ്ടെടുക്കാനുള്ള ശ്രമം കൂടിയുണ്ട്. കഴിഞ്ഞ ഒരു ദശകത്തിൽ, ആഗോള തലത്തിൽത്തന്നെ മനുഷ്യന്റെ കല, സാഹിത്യം, സാംസ്കാരിക മേഖലകളിൽ സ്വവർഗ്ഗാനുരാഗത്തിന്റെ അനവധി അടയാളങ്ങൾ കണ്ടെത്തിയ ഗവേഷകർ ഒരു വലിയ മിത്തിനെ പൊളിച്ചെഴുതുകയായിരുന്നു. സ്വവർഗ്ഗാനുരാഗികൾ ഒരു ലൈംഗിക ന്യൂനപക്ഷമാണെന്ന് മിത്ത് പീഡനത്തെയും അപമാനത്തെയും ഭയന്ന് പാപബോധത്താൽ വേട്ടയാടപ്പെട്ട് തങ്ങളുടെ ഇഷ്ടങ്ങളെയും താല്പര്യങ്ങളെയും ദമനം ചെയ്ത് ജീവിക്കുന്ന ഒരു വലിയ ജനവിഭാഗമാണ് സ്വവർഗ്ഗാനുരാഗികൾ. ഇവരുടെ സ്വത്വബോധം വിലക്കപ്പെട്ട ലൈംഗികതയിലേക്ക് ചുരുക്കപ്പെടുകയായിരുന്നു. ഒരു മനുഷ്യൻ അല്ലെങ്കിൽ പൗരൻ-പൗര എന്ന നിലയിലുള്ള അവകാശങ്ങൾക്ക് ഇവർ അർഹരല്ല എന്ന ബോദ്ധ്യമാണ് ഇവരോടുള്ള സമീപനത്തെ നിർണ്ണയിച്ചിരിക്കുന്നത്.

മറ്റേതൊരു പൗരനെയും പൗരയെയും പോലെ ജീവിക്കാനും പഠിക്കാനും തൊഴിൽ തേടാനും സ്വന്തം കഴിവുകളെയും കലാവാസനകളെയും വളർത്തുവാനും തങ്ങളുടേതായ കുടുംബ സ്വപ്നങ്ങളെ സാക്ഷാൽക്കരിക്കുവാനും ഇവർക്കും ആഗ്രഹമുണ്ട് എന്നത് അംഗീകരിക്കുവാൻ തന്നെ മുഖ്യധാരാ സമൂഹത്തിന് പ്രയാസമായിരുന്നു. സ്ത്രീയെ അപൂർണ്ണനായ പുരുഷനായി മാത്രം കണ്ട ആ പഴയയുക്തി തന്നെയാണ് ഇവരെയും മനുഷ്യരല്ലാതായി കാണാനുള്ള പ്രേരണയായി ഭവിച്ചത്.

അതെ. ഇവർക്കും ഇവരുടേതായ കുടുംബ സ്വപ്നങ്ങളുണ്ട്. പക്ഷേ ആ കുടുംബത്തിന്, നാമിതുവരെ കണ്ട കുടുംബത്തിന്റെ രൂപമോ ഭാവമോ ആയിരിക്കില്ല. അതുകൊണ്ടുതന്നെ സ്വവർഗ്ഗാനുരാഗത്തെ കുറ്റവിമുക്തമാക്കിയാൽ കുടുബത്തിന്റെ ഭദ്രത തകരുമെന്ന വാദം ചരിത്രനിരപേക്ഷമാണ്. ചരിത്രത്തിലുടനീളം കുടുംബ ഘടനക്ക് വന്നിട്ടുള്ള മാറ്റത്തെ കണക്കിലെടുക്കാത്തതാണ്.

സ്ത്രീ ശബ്ദമുയർത്തിയാൽ പണ്ട് കുടുംബത്തിന്റെ ഭദ്രത തകരുമായിരുന്നു. അവൾ പഠിച്ചാൽ തൊഴിൽ ചെയ്താൽ ജാതിമാറി പ്രണയിച്ചാൽ വിധവകൾ വീണ്ടും കല്ല്യാണം കഴിച്ചാൽ വിവാഹബന്ധം ഉപേക്ഷിച്ചാൽ എല്ലാം കുടുംബഭദ്രത തകരുമായിരുന്നു. ഇന്നും ചില കടുംപിടുത്തങ്ങൾ തുടരുന്നുണ്ടെങ്കിലും മിക്കവാറും ഇന്ത്യൻ കുടുംബ വ്യവസ്ഥകൾ സ്വയം അഴിച്ചു പണിയുകയാണുണ്ടായത്. അച്ഛനെതിരെ അമ്മാവനെതിരെ, കാരണവന്മാർക്കെതിരെ കുട്ടികൾ സംസാരിച്ചാലും കുടുംബത്തിന്റെ ഭദ്രത തകരുമായിരുന്നു. പക്ഷേ, കുട്ടിയുടെ ശബ്ദത്തെയും സ്ത്രീയുടെ ചലനത്തെയും ഉൾക്കൊണ്ടുകൊണ്ടേ കുടുംബത്തിന് സ്വയം നിലനിറുത്താനാകുമായിരുന്നുള്ളൂ. അതുപോലെതന്നെ ഭിന്ന ലൈംഗികതകളെ ഉൾക്കൊണ്ടുകൊണ്ടും മാത്രമേ ഇനിയുള്ള കാല

ങ്ങളിൽ കുടുംബത്തിന് തുടരുവാൻ കഴിയൂ. സ്നേഹബന്ധങ്ങളുടെ ഊഷ്മളതയാണ് കുടുംബജീവിതത്തിന്റെ കരുത്തെങ്കിൽ വ്യത്യാസ ങ്ങൾക്കും വൈജാത്യങ്ങൾക്കും ഭിന്ന അഭിരുചികൾക്കുമൊപ്പം സഹവ സിക്കാനുള്ള ഉദാരത അനിവാര്യമാണ് .നമുക്കിടയിൽ തന്നെ ഭയന്നിരി ക്കുന്ന സ്വയം അടക്കിപ്പിടിക്കുന്ന സുഹൃത്തുക്കൾ, മക്കൾ, സഹോദര ങ്ങൾ, ബന്ധുക്കൾ അനവധിയാണ്. വിധി പ്രസ്താവനയുടെ പിറ്റേന്ന് ചരിത്രകാരനും സാമൂഹിക പ്രവർത്തകനുമായ 57 വയസ്സുള്ള സലീം കിദ്വായിയുടെ വിറയാർന്ന ശബ്ദം *ടൈംസ് ഓഫ് ഇന്ത്യ* രേഖപ്പെടുത്തി. “പേടിച്ച് ജീവിക്കാത്തവർക്ക് ഒരിക്കലും ഈ വികാരം മനസ്സിലാവില്ല.”

ആത്മനിന്ദക്കും അപമാനത്തിനും പാപബോധത്തിനുമുള്ളിൽ വിങ്ങിയിരുന്ന ഒരുപാട് മനുഷ്യർ ആഹ്ലാദത്തോടെയും അന്തസ്സോടെയും സ്വയം കാണുന്നതും സമൂഹത്തെ നോക്കിക്കാണുന്നതും ആരോഗ്യകര മായ സാമൂഹിക ജീവിതത്തിന് അനുപേക്ഷണീയമാണ്. അത് സാമൂ ഹികബന്ധങ്ങളെ, ലൈംഗികതയെ കൂടുതൽ സുതാര്യമാക്കും. അനാ വശ്യമായ കാപട്യങ്ങളിലേക്കും കുറ്റബോധങ്ങളിലേക്കും വ്യക്തികളെ തള്ളിവിടാതെ ആത്മവിശ്വാസത്തോടെ തന്നത്തന്നെ അഭിമുഖീകരിക്കാ നുതകുന്ന ജീവിതത്തിന് തിരശ്ശീല ഉയരുകയാണിവിടെ.

മുൻവിധികളും അറിവില്ലായ്മയും അറിയാനുള്ള വൈമനസ്യവു മാണ് പലപ്പോഴും എതിർപ്പുകളെ സ്വാധീനിക്കുന്നത്. പ്രായപൂർത്തിയാ യവർ തമ്മിൽ പരസ്പരം സമ്മതത്തോടെ ബന്ധപ്പെടുന്നതിനെയാണ് വിധി കുറ്റവിമുക്തമാക്കിയിട്ടുള്ളത്. പരസ്പരസമ്മതം എന്ന ആശയത്തെ തീരെ ഉൾക്കൊള്ളാതെ, ഈ വിധി ബാലപീഡനത്തിനും ബലാൽസംഗ ത്തിനും വഴിയൊരുക്കും എന്ന ആരോപണം നമ്മുടെ കുറ്റകരമായ അല സതയിൽനിന്നാണ് ഉയരുന്നത്. കുടുംബത്തിനുള്ളിൽ നടക്കുന്ന ബലാൽസംഗത്തെ നമ്മൾ കാണാതെപോകുന്നതും ഈ അലസതയുടെ മറുപുറമാണ്.

നമ്മുടെ സമൂഹത്തിൽ ലൈംഗികതയെക്കുറിച്ച് തുറന്ന ഒരു സംവാദം ഇന്നും ദുഷ്കരമാണ്. അതിനെ ചൂഴുന്ന നിഗൂഢതയും രഹ സ്യാത്മകയും പുരുഷാധിപത്യ മൂല്യങ്ങളുമാണ് പരസ്പര സമ്മതം എന്ന നിബന്ധനയെ പലർക്കും അദൃശ്യമാക്കുന്നത്. ലൈംഗികാവകാശങ്ങളെ പ്പറ്റി, ഉത്തരവാദിത്വങ്ങളെപ്പറ്റി, സ്വാതന്ത്ര്യങ്ങളെപ്പറ്റി നമ്മൾ സംസാരി ക്കാതിരിക്കുന്നതാണ് കുറ്റകരം. ഈ മൗനമാണ്, നിശ്ശബ്ദതയാണ് സമൂ ഹത്തിലെ ദുർബ്ബല വിഭാഗങ്ങളെ ലൈംഗിക ചൂഷണത്തിന്റെ ഇരകളാക്കി മാറ്റുന്നത്. നിർബ്ബന്ധിച്ച് അടിച്ചേൽപ്പിക്കപ്പെടുന്ന, ബലം പ്രയോഗിച്ച് നട ത്തപ്പെടുന്ന ലൈംഗിക ബന്ധങ്ങളെയല്ല കുറ്റവിമുക്തമാക്കിയിട്ടുള്ളത്. ഒരേലിംഗ ജാതിയിൽപ്പെട്ട പ്രായപൂർത്തിയെത്തിയ രണ്ടു വ്യക്തികൾ തമ്മിലുള്ള ബന്ധത്തിനാണ് അനുമതി. സ്ത്രീക്കും പുരുഷനും പര സ്പരം തോന്നുന്ന ലൈംഗിക ആകർഷണംപോലെതന്നെ സ്വാഭാവി കവും സഹജവുമാണ് സ്വവർഗ്ഗാനുരാഗം എന്ന താത്വികമായ അംഗീ

കാരമാണ് ഇവിടെ ആവശ്യപ്പെടുന്നത്. സ്വവർഗ്ഗാനുരാഗികളെ സാമ്പ്രദായിക വിവാഹക്രമത്തിലേക്ക് തള്ളിവിട്ടതിന്റെ ദുരന്തഫലങ്ങൾ അനുഭവിക്കുന്ന കുടുംബങ്ങൾ നമുക്കു ചുറ്റും ഒരുപാടുണ്ട്. കുടുംബത്തിന്റെ ഭദ്രത ഇങ്ങനെയാണോ കാക്കേണ്ടത് എന്ന് ചിന്തിക്കാൻ സമയമായി.

സ്വവർഗ്ഗാനുരാഗത്തെ ഒരു കുറ്റമാക്കി, രോഗമാക്കി മാറ്റുന്നതോടെ അത് സമൂഹത്തിന്റെ അദൃശ്യസ്ഥലികളിലേക്ക് നീങ്ങുന്നു. അതിനുള്ളിലെ ബലാൽക്കാരവും ചൂഷണവും അറിയപ്പെടാതെ പോകുന്നു. വിലക്കുകൾ പൊട്ടിച്ച് പൊതു വ്യവഹാരത്തിലേക്ക് പ്രവേശിക്കുന്നതോടെ ആരോഗ്യകരമായ ലൈംഗിക അവബോധത്തിനും ലൈംഗിക സംസ്കാരത്തിനും വഴിതെളിയുന്നു. ലൈംഗിക ബന്ധങ്ങളിലെ പ്രണയശീലങ്ങളിലെ നൈതികതയെയും അധികാര പ്രയോഗങ്ങളെയും വീണ്ടുവിചാരം ചെയ്യുകയാണിന്ന് നാം. ഇന്ത്യൻ ജനതയെ കടുത്ത ആത്മപരിശോധനക്ക് വിധേയമാക്കുകയാണ് ഈ വിധി. അതുതന്നെയാണ് അതിന്റെ ചരിത്രദൗത്യവും. കാരണം, മനുഷ്യാവകാശങ്ങളുടെ പുതിയ ചക്രവാളങ്ങളെയാണ് ഈ വിധി വിഭാവനം ചെയ്യുന്നത്.

ചികിത്സ വേണം സമൂഹത്തിന്

ഡോ. സി ജെ ജോൺ

സ്വതന്ത്ര ലൈംഗികതാവാദികളുടെയും സദാചാര കാവൽക്കാരുടെയും വാദകോലാഹലങ്ങൾക്കിടയിൽ ശരിയാംവിധം പുറംലോകത്തെത്താതെ സ്വവർഗ്ഗാനുരാഗികളുടെ ശബ്ദം ഇല്ലാതാക്കപ്പെടുന്നതിനിടയിലാണ് ദൽഹി ഹൈക്കോടതിയുടെ പുതു വിധി വരുന്നത്-സ്വവർഗ്ഗ ലൈംഗികത കുറ്റകൃത്യമല്ല എന്ന പ്രഖ്യാപനം. എന്നാൽ ഇക്കൂട്ടരോടുള്ള സാമൂഹിക മനോഭാവം മാറ്റിയെടുക്കാൻ ഈ വിധിക്ക് ശക്തിയില്ല. കാരണം അതിനേക്കാൾ എത്രയോ ശക്തമാണ് ഇതിനെതിരായ മതവിലക്കുകളും കാഴ്ചപ്പാടും.

സ്വവർഗ്ഗരതിക്കാർക്ക് സ്വതന്ത്രരായി കഴിയാൻ അനുവാദം ലഭിച്ചെങ്കിലും അവർക്ക് സമൂഹത്തെ നേരിടേണ്ടിവരും. നിയമം മാറിയാലും സമൂഹത്തിന്റെ കാഴ്ചപ്പാട് മാറാൻ പോകുന്നില്ല. പൊലീസ് വേട്ടയാടലിൽ നിന്നുള്ള നിയമ പരിരക്ഷ മാത്രമാണ് വിധിമൂലം അല്പമെങ്കിലും ഉറപ്പിക്കാനാവുന്നത്.

തുറന്ന ലൈംഗികതയ്ക്കുള്ള സ്വാതന്ത്ര്യമായാണ് വിധിയെ പലരും വ്യാഖ്യാനിക്കുന്നത്. അത് സ്വാഗതാർഹമെന്ന് കരുതുന്ന കച്ചവടകണ്ണുകാരും ഉദാര ലൈംഗികതാ വാദികളുമുണ്ട്. എന്നാൽ മറുഭാഗത്ത്, അനിയന്ത്രിത ലൈംഗിക സംസ്കാരത്തിലേക്ക് നയിക്കുമെന്നുമാണ് ആശങ്ക.

രോഗമെന്ന പോലെ ഇക്കൂട്ടരെ ചികിത്സിച്ച് ഭേദമാക്കി മുഖ്യധാരയിലേക്ക് കൊണ്ടുവരാമെന്ന കണക്കുകൂട്ടലുകൾക്കുപിന്നിൽ ഒരു ലാഘവബുദ്ധിയുണ്ട്. പ്രായോഗികമായി ഏറെ ബുദ്ധിമുട്ടുള്ളതാണത്. സ്വവർഗ്ഗ ലൈംഗിക സ്വഭാവത്തിൽനിന്ന് മോചനം നേടുക എന്നത് അത്ര എളുപ്പമല്ല.

സ്വവർഗ്ഗരതിക്കാരിൽ ചിലർ ഇതിനെ രോഗാവസ്ഥയായി കാണുകയും ചികിത്സാ സഹായം തേടുകയും ചെയ്യുന്നു. എന്നാൽ മറ്റൊരു

കൂട്ടർ ഈ സ്വഭാവ വ്യത്യാസവും വ്യക്തിത്വത്തിന്റെ ഭാഗമായി കാണുകയും സ്വാഭാവിക പ്രകൃതമാണെന്ന് കരുതുകയും ചെയ്യുന്നു. ഈ വിഭാഗം ചികിത്സ തേടാറുമില്ല. മനോരോഗശാസ്ത്ര പ്രകാരം സ്വവർഗ്ഗരതിക്കാ രായ എല്ലാ വിഭാഗക്കാരെയും നിർബ്ബന്ധപൂർവ്വം ചികിത്സിക്കാനുമാവില്ല. ചികിൽസിക്കേണ്ട രോഗം എന്ന നിർവ്വചനത്തിൽ ആദ്യത്തെ വിഭാഗം മാത്രമേ പെടുന്നുള്ളൂ. ഇവരിൽ മറ്റു മനോരോഗലക്ഷണങ്ങൾ അധികമായി കാണാറില്ല. ചിലപ്പോൾ അതിവൈകാരികത കാണാറുണ്ട് എന്നു മാത്രം. സ്വവർഗ്ഗരതിയുള്ളവരിൽ പരമാവധി 20 മുതൽ 30 ശതമാനംവരെ ആളുകളേ ചികിത്സ തേടി വരുന്നുള്ളൂ. ചികിത്സ വിജയകരമാണെന്ന് അവകാശപ്പെടാനാവില്ല. ചികിൽസ ഒരു ഏകപക്ഷീയ ഏർപ്പാടല്ല. ചികിത്സ തേടുന്നയാളുടെ സജീവ സഹകരണം എല്ലാ ഘട്ടത്തിലും അത്യാവശ്യമാണ്. മനഃശാസ്ത്രപരമായ മറ്റു ചികിൽസകളെ അപേക്ഷിച്ച് സ്വവർഗ്ഗരതിക്ക് ചികിത്സാ കാലയളവും കൂടുതലാണ്. സ്വവർഗ്ഗരതിക്കാരുടെ മനോചികിത്സക്ക് നിയതമായ ഒരു കാലദൈർഘ്യം പറയുക സാധ്യമല്ല.

വിവാഹത്തോടെ മാറിക്കോളും എന്ന ചിന്തയിൽ സ്വവർഗ്ഗരതി സ്വഭാവമുള്ളവരെ നിർബ്ബന്ധിച്ച് വിവാഹം ചെയ്യിക്കുന്നതാണ് കൊടിയ ദുരന്തത്തിനിടയാക്കുന്നത്. ഈ സ്വഭാവം മാറാത്തതിനാൽ ഒരേ ലിംഗത്തിൽപ്പെട്ടവരുമായി ബന്ധം തുടരുകയും ക്രമേണ കുടുംബപ്രശ്നങ്ങൾക്കും ഛിദ്രതക്കും വഴിവെക്കുകയും ചെയ്യുന്നു. പുരുഷകേന്ദ്രീകൃത ലൈംഗികത നിലനില്ക്കുന്നതിനാൽ സ്വവർഗ്ഗാനുരാഗികളായ സ്ത്രീകൾ പലപ്പോഴും കുടുംബ ജീവിതത്തോട് പൊരുത്തപ്പെടാൻ നിർബ്ബന്ധിതരാവും. എന്നാൽ, സ്വവർഗ്ഗരതിഭാവമുള്ള പുരുഷനെ സംബന്ധിച്ച് അത് പ്രകടമാക്കുകയും പലപ്പോഴും സ്വാഭാവികമായ രീതിയിലെ രതിപോലും വിരളമാവുകയും ചെയ്യും.

സ്ത്രീ-പുരുഷ ലൈംഗികതക്ക് അനുയോജ്യമായാണ് മനുഷ്യന്റെ ശരീര ഘടന. ജൈവപരമായും ശരീര ഘടനാപരമായും സൃഷ്ടി ഈ രീതിയിലാണ്. പ്രകൃതിയുടെ സൃഷ്ടി ഈ രീതിയാണ് അനുശാസിക്കുന്നത്.

മനുഷ്യന്റെ കാഴ്ചപ്പാടും സ്വഭാവങ്ങളും നിർണ്ണയിക്കുന്നതിൽ പ്രകൃതിക്ക് മാത്രമല്ല അനുഭവങ്ങൾക്കും കാര്യമായ പങ്കുണ്ട്. ആ അനുഭവത്തിൽ ചില സവിശേഷതകൾ വന്നുചേർന്നു എന്നുവരാം. ഇതിനു വിരുദ്ധമായി പ്രവർത്തിക്കുന്നവരെയെല്ലാം കുറ്റവാളികളാക്കുകയും അവരെ ജയിലിലടയ്ക്കുകയും ചെയ്യുന്നതിലൊന്നും യുക്തിയില്ല. വികസിതരാജ്യങ്ങളിൽ പലയിടത്തും സ്വവർഗ്ഗരതി നിയമവിധേയമാക്കിയതോടെ പ്രത്യേകം കമ്യൂണിറ്റികളുണ്ടാക്കി മാറി താമസിക്കുന്നു എന്നതിലപ്പുറം നമ്മുടെ നാട്ടിലെയും യൂറോപ്യൻ രാജ്യങ്ങളിലെയും സ്വവർഗ്ഗരതിക്കാർ തമ്മിൽ എന്താണ് വ്യത്യാസം? സ്വവർഗ്ഗരതിക്ക് നമ്മുടെ നാട്ടിൽ നിയമ പരിരക്ഷ നൽകുന്നതുവഴി സ്ത്രീ പുരുഷ ബന്ധം ഇഷ്ടപ്പെടുന്ന ആളു

കളൊക്കെ സ്വവർഗ്ഗരതിക്കാരാവും എന്ന വാദത്തിൽ കഴമ്പില്ല. സ്ത്രീകൾക്കുനേരെയുള്ള കൈയേറ്റങ്ങൾ, സ്കൂൾ കുട്ടികൾക്കെതിരായ അതിക്രമങ്ങൾ, തൊഴിലിടങ്ങളിൽ സ്ത്രീകൾ നേരിടുന്ന ചൂഷണങ്ങൾ, ഗാർഹിക പീഡനങ്ങൾ, പെൺവാണിഭങ്ങൾ ഇവ ദിനംപ്രതി പെരുകിക്കൊണ്ടിരിക്കെ സ്വവർഗ്ഗ ലൈംഗികത അപരാധമെന്ന നിലയിൽ നടക്കുന്ന ചർച്ചകൾക്ക് പ്രസക്തിയില്ല തന്നെ. സത്യത്തിൽ ഇത്തരം ചർച്ചകൾ വലിയൊരു വിരോധാഭാസമാണ്.

നമ്മുടെ നിയമങ്ങൾ നമ്മുടെ മതബോധനങ്ങളെ ലംഘിക്കുന്നതാകുന്നില്ല. നിയമം നടപ്പിലാക്കുന്ന സംവിധാനങ്ങൾ ശക്തമല്ലാത്തതാണ് ഇതിന് കാരണം. ഏതുനിയമവും നടപ്പിലാക്കപ്പെടുന്നത് മനസ്സിലൂടെയാണ്. മതങ്ങളും മറ്റും മനസ്സിലൂടെയാണ് വേരൂന്നുന്നത്. ദൽഹി ഹൈക്കോടതി വിധിക്കുശേഷം സ്വവർഗ്ഗരതിയുമായി ബന്ധപ്പെട്ട കുറ്റകൃത്യങ്ങളോ വാണിഭങ്ങളോ വർദ്ധിക്കുന്നുണ്ടോയെന്ന് പരിശോധിക്കേണ്ടത് അത്യാവശ്യമാണ്. ലൈംഗിക രോഗങ്ങളുടെ വ്യാപനം തടയുന്നതിനാണിത്. ഈ പ്രശ്നത്തിൽ നിയമത്തിന്റേതല്ലാത്ത മാനുഷികമായ ഒരു തലമുണ്ട്. സ്വകാര്യതയിൽ തങ്ങളെ വേട്ടയാടിക്കൊണ്ടിരിക്കുന്ന ചില മാനുഷിക ചോദനകളെ എങ്ങനെ ആവിഷ്കരിക്കണം എന്ന ധർമ്മസങ്കടത്തിൽപ്പെട്ട് അതിന്റെ സ്വകാര്യത പരമാവധി നിലനിറുത്തിക്കൊണ്ട് പോകണം എന്നാഗ്രഹിക്കുന്ന അനേകസംഖ്യം ആളുകളുണ്ട്. നടുറോഡിൽ തമ്മിൽത്തമ്മിൽ വാരിപ്പുണരുന്നവരൊന്നുമല്ല അവർ. ഇവരാണ് മാനുഷിക പരിഗണന അർഹിക്കുന്നത്. കോടതി വിധിമൂലം ഇവർ സംരക്ഷിക്കപ്പെടട്ടെ. സാമൂഹിക സമ്മർദ്ദത്തിന് അടിപ്പെട്ട് വിവാഹം എന്ന കെണിയിൽ സ്വവർഗ്ഗരതിക്കാർ പെടുന്നതിന് പകരം ഒരു കമ്യൂണിറ്റി സൃഷ്ടിക്കാൻ അവർക്കാവുമെങ്കിൽ ചെയ്യട്ടെ. അതുവഴി കുറേ പെൺകുട്ടികളും ആൺകുട്ടികളും രക്ഷപ്പെടട്ടെ. അത്തരം ജീവിതം അവർക്ക് നിലവിലുള്ള ദാമ്പത്യജീവിതംപോലെ സംതൃപ്തി നല്കുന്നെങ്കിൽ ഒരുപാട് സമ്മർദ്ദങ്ങളുടെ ഒഴിഞ്ഞുപോക്കായി അതിനെ കാണാൻ കഴിയണം.

സഹവാസത്തിലൂടെ വരുന്ന സ്വവർഗ്ഗ പ്രേമം ഒരു പരിധിവരെ മാത്രമേ ഉള്ളൂ. ഹൈക്കോടതി വിധിയിലൂടെ സ്വവർഗ്ഗരതി വ്യാപകമാവുമെന്ന ശങ്കയ്ക്ക് അടിസ്ഥാനമില്ല. നിയമം അനുവദിച്ചാൽപ്പോലും ചെയ്യാതിരിക്കാനും നിയമം അനുവദിക്കാത്തത് ചെയ്യാനും മനുഷ്യന് കഴിയുന്നുണ്ട്. ഉൾക്കാഴ്ചയും ആത്മവിശ്വാസവും ഈ വിധി നൽകി എന്നു പറയുന്നതാവും ശരി.

സ്വവർഗ്ഗരതിക്കാർ ലൈംഗികതയെ വെറും ആസ്വാദനമായി കാണുന്നു എന്നവാദം പരമ്പരാഗത സങ്കല്പത്തിന്റെ ഭാഗമാണ്. സ്ത്രീ പുരുഷ ബന്ധങ്ങളിലെ എല്ലാ ഊരാക്കുടുക്കുകളും സംശയങ്ങളും ഇവരുടെ ബന്ധത്തിലും വരുന്നുണ്ട്. പലപ്പോഴും അതിവൈകാരികമായ ബന്ധംതന്നെ ഇവർക്കിടയിലുണ്ട്. കാരണം ഇതേ ലൈനിലുള്ള ആളുകൾ കുറവായതിനാൽ നഷ്ടപ്പെടുക എന്നത് സഹിക്കാൻ വയ്യാത്തതാണ്.

അതിനാൽ ചിലപ്പോൾ അവരുടെ പ്രതികരണങ്ങളും കൂടും. ബാംഗ്ലൂരിൽ ഞാൻ പഠിച്ചിരുന്ന കാലത്തെ ഒരു സംഭവം ഉദാഹരണമായി പറയാം. ഹോമോ സെക്ഷ്വലുകളായ രണ്ടുപേർ എന്റെ അടുക്കൽ കൗൺസിലിങ്ങിനു വന്നിരുന്നു. ഇരുവർക്കും പരസ്പരം ഏറെ അടുപ്പമാണെങ്കിലും കൂട്ടത്തിലൊരാൾക്ക് സംശയം. പങ്കാളി തന്നോട് അടുപ്പം കാണിക്കുന്നില്ലെന്ന്. കൗൺസിലിങ് കഴിഞ്ഞപ്പോൾ സംശയംകൂടി. അവൻ മറ്റുള്ളവരോട് മിണ്ടുന്നതും ഇടപഴകുന്നതും രണ്ടാമന് സഹിക്കാൻ കഴിയാതെയായി. ഒരുദിവസം സൈക്കിളിലെത്തിയ അവൻ എന്നെ കൊല്ലുമെന്ന് ഭീഷണിപ്പെടുത്തിയിട്ടാണ് പോയത്. എല്ലാവരും ചേർന്ന് അവനെ ഒറ്റപ്പെടുത്തുന്നെന്നും പങ്കാളിയെ അകറ്റുന്നെന്നുമായിരുന്നു പരാതി.

സ്വവർഗ്ഗ ലൈംഗികത എന്ന വൈജാത്യത്തെ എന്തുചെയ്യും എന്നതാണ് പ്രസക്തമായ ചോദ്യം. സ്വവർഗ്ഗരതിയെ അംഗീകരിക്കുക എന്ന ആവശ്യത്തിനപ്പുറം ലൈംഗിക ന്യൂനപക്ഷത്തോടുള്ള മാനുഷിക സമീപനമായി വിധിയെ കാണണം. സമൂഹത്തിന്റെ സുസ്ഥിരതയ്ക്ക് കോട്ടം തട്ടുകയും മറ്റുള്ളവരുടെ സ്വകാര്യതകളെ ഹനിക്കുകയും ചെയ്യുമ്പോഴാണ് നടപടി ആവശ്യമായി വരുന്നത്.

സ്വവർഗ്ഗരതിക്കാർക്കായി ഏറ്റവും ശക്തമായി രംഗത്തുവരുന്നത് ചില ആക്ടിവിസ്റ്റ് ഗ്രൂപ്പുകളാണ്. പല ആക്ടിവിസത്തിന്റെയും ലക്ഷ്യങ്ങളെന്താണെന്ന് മനസ്സിലാവുന്നില്ല. ഇവ എന്തിനെ പ്രതിനിധാനം ചെയ്യുന്നു? ഇവയുടെ അജണ്ടകളെന്താണ്? സങ്കടമുള്ളവരുടെ യഥാർത്ഥ പ്രശ്നത്തിലേക്കാണോ ആക്ടിവിസ്റ്റുകൾ വിരൽചൂണ്ടുന്നത്.

കോടതിവിധി സംബന്ധിച്ച നമ്മുടെ ചർച്ച പോലും പുരുഷ കേന്ദ്രീകൃതമായതിനാലാണ് സ്വവർഗ്ഗാനുരാഗികളുടെ സന്തുലിതമായ ഒരു കാഴ്ചപ്പാട് രൂപപ്പെടാത്തത്.

വികൃതി ഏവം പ്രകൃതി

ഡോ. കെ എസ് ഡേവിഡ്

പരിമിതമായ അറിവുകളുടെ വേലിക്കെട്ടിനകത്തുനിന്നുകൊണ്ട് ധാർമ്മിക സാമൂഹ്യമൂല്യങ്ങളെ വിശകലനം ചെയ്ത് മൂല്യങ്ങൾക്ക് അളവുകോൽ സൃഷ്ടിക്കുകയും പിന്നീട് അതിന് താത്ത്വിക ആത്മീയ പരിവേഷം നല്കി ജനസാമാന്യത്തെ വിശ്വസിക്കുകയും ചെയ്യുന്ന സാമൂഹിക പ്രക്രിയ മനുഷ്യാരംഭംമുതൽ തന്നെ ഉണ്ടായിരുന്നു എന്നുവേണം കരുതാൻ.

ഉദാഹരണങ്ങൾ നിരവധിയാണ്. മാനിയ, ലൈസ എന്നീ രണ്ടു ദുർഭൂതങ്ങളുടെ അതൃപ്തിയാണ് മനോരോഗത്തിനു കാരണം എന്നു ചിന്തിച്ചിരുന്ന ഒരു കാലം ഉണ്ടായിരുന്നു. ഗർഭപാത്രം ശരീരത്തിൽ ഓടി നടക്കുന്നതുകൊണ്ടാണ് സ്ത്രീകൾക്ക് മാനസിക പ്രശ്നങ്ങൾ ഉണ്ടാകുന്നത് എന്നു കരുതിയാണ് അതിനെ ഹിസ്റ്റീരിയ എന്നുവിളിച്ചത്. സ്ഥിതിയിൽ ഇന്നും വളരെ മാറ്റമൊന്നുമില്ല. ഇന്നും മാനസികരോഗികൾ ആദ്യമെത്തുന്നത് മന്ത്രവാദികളുടെ അടുക്കൽത്തന്നെയാണ്. സാധാരണ ജനങ്ങൾക്ക് അനുഭവപ്പെടുന്ന രോഗങ്ങളും പ്രശ്നങ്ങളും ആത്മീയതയുടെ ആവരണത്തിൽ അവതരിപ്പിച്ചുകൊണ്ട് തങ്ങടെ അപ്രമാദിത്വം കാത്തു സൂക്ഷിക്കാനുള്ള സ്വാർത്ഥതാൽപ്പര്യങ്ങളുടെ ആകെത്തുകയാണ് ഇതിന്റെ പിന്നിലെ യഥാർത്ഥ പ്രക്രിയ.

മനുഷ്യന്റെ സാധാരണ മാനസിക, ശാരീരിക പ്രവർത്തനങ്ങളെപ്പോലും ആത്മീയതയുടെ മേഖലകളിൽ തളച്ചിടാനുള്ള പൗരോഹിത്യത്തിന്റെ കാപട്യങ്ങൾക്ക് ഇരയായ ആദ്യപ്രശ്നം ലൈംഗികത തന്നെയാണ്. ആർക്കും സ്വയം നിയന്ത്രിക്കാൻ കഴിയാത്ത ഇത്തരം മാനസിക, ശാരീരിക പ്രക്രിയകളെ ആത്മീയ നീതിബോധത്തിന്റെ വെളിച്ചത്തിൽ വ്യാഖ്യാനിച്ച് അവനിൽ കുറ്റബോധം സൃഷ്ടിച്ച് അതുണ്ടാക്കുന്ന ബോധത്തിന്റെ ഫലം

പാപമോചനത്തിനുള്ള ചീട്ടുകളായി മാറ്റുന്ന ഈ വിദ്യ അന്നുമിന്നും ഒന്നു തന്നെയാണ്.

കൗമാര പ്രായത്തിലുണ്ടാകുന്ന മാനസിക ശാരീരിക ലൈംഗിക വ്യതിയാനങ്ങൾ (Development of Secondary sexual Characters) അവനിൽ സൃഷ്ടിക്കുന്ന ഉൽക്കണ്ഠയും ഭയവും ആകുലതയും സുഹൃത്തുക്കളുമായോ മുതിർന്നവരുമായോ ചർച്ച ചെയ്യാനോ സംശയനിവൃത്തി വരുത്താനോ കഴിയാത്ത സാമൂഹിക നിയന്ത്രണങ്ങളിൽ വളരുമ്പോൾ അവനിൽ വളരുന്നത് അനാരോഗ്യകരമായ, വികലമായ ലൈംഗിക ചിന്തകളും ലൈംഗിക പെരുമാറ്റവുമാണ്. ഇതു പലപ്പോഴും സമൂഹം സാധാരണഗതിയിൽ അംഗീകരിക്കാത്ത, അല്ലെങ്കിൽ അംഗീകരിക്കാൻ മടിക്കുന്ന രീതികളിലും ഭാവത്തിലുമുള്ള ലൈംഗിക പെരുമാറ്റങ്ങൾ വ്യക്തികളിൽ സൃഷ്ടിക്കും. ഇത്തരം പെരുമാറ്റങ്ങളാണ് പ്രകൃതിവിരുദ്ധമെന്ന് വ്യാഖ്യാനിക്കുന്ന ലൈംഗികപെരുമാറ്റങ്ങൾ.

വിവാഹത്തെയും ലൈംഗികതയെയുംകുറിച്ചുള്ള വ്യാഖ്യാനങ്ങളിലും പരസ്പരബന്ധമില്ലാത്ത മൂല്യബോധത്തിന്റെ ചിന്തകൾ കാണാം. ഒരു ഹിന്ദുവിന് സ്വന്തം അമ്മാവന്റെ മകളെ വിവാഹം ചെയ്യുകയോ ഇണ ചേരുകയോ ചെയ്യാം. എന്നാൽ ഒരു ക്രിസ്ത്യാനി ഇതു ചെയ്താൽ പ്രകൃതി വിരുദ്ധമായിട്ടാണ് വ്യാഖ്യാനിക്കപ്പെടുന്നത്. ഒരു മുസ്ലീം സ്വന്തം സഹോദരിയുടെ മകളെ വിവാഹം ചെയ്താലും സമൂഹം അത് അംഗീകരിക്കും. അപ്പോൾ അത് പ്രകൃതിവിരുദ്ധം അല്ലാതാകും.

സമൂഹത്തിനും മതത്തിനും തെറ്റുപറ്റുമ്പോൾ അല്ലെങ്കിൽ കൃത്യമായ ശാസ്ത്രീയബോധം വെളിവാകുമ്പോൾ നൂറ്റാണ്ടുകൾ കഴിഞ്ഞിട്ടാണെങ്കിൽപ്പോലും തിരുത്തുന്നത് ഒരു സാമൂഹികനീതിയാണ്. പല കാര്യങ്ങളിലും അത് സംഭവിച്ചിട്ടുണ്ട്. ഭൂമി ഉരുണ്ടതാണെന്ന് പറഞ്ഞതിനായിരുന്നല്ലോ മഹാനായ ശാസ്ത്രജ്ഞനെ നിഷ്ഠുരമായി വധിച്ചത്. പിന്നീട് സഭ അതു തിരുത്തുകയും മാപ്പു ചോദിക്കുകയും ചെയ്തു.

എന്നാൽ, ശാസ്ത്രരംഗങ്ങളിൽ എന്തു മാറ്റങ്ങൾതന്നെ വന്നാലും, ശാസ്ത്രീയ സത്യങ്ങൾ വെളിപ്പെട്ടാലും തങ്ങൾ വിശ്വസിക്കുന്ന മൂല്യബോധത്തിന്റെയും ധാർമ്മികതയുടെയും വെളിച്ചത്തിൽ മാത്രം നീതിബോധത്തെ വ്യാഖ്യാനിക്കുമെന്ന് വാശിപിടിക്കുന്ന നീതിപീഠംപോലും കാലത്തെ പിന്നോട്ട് നയിക്കുകയാണെന്നതാണ് സത്യം.

സ്വവർഗ്ഗലൈംഗികതയെക്കുറിച്ചുള്ള സുപ്രീംകോടതി വിധിയാണ് ഇത്തരമൊരു ചർച്ച അനിവാര്യമാക്കിയത്. നിയമത്തിന്റെ വെളിച്ചത്തിൽ വ്യാഖ്യാനിക്കപ്പെടേണ്ട ഒരു വിഷയമാണ് ലൈംഗികതയും സ്വവർഗ്ഗലൈംഗികതയും എന്ന ചിന്തയാണ് ആദ്യത്തെ പ്രശ്നം. സാധാരണ എല്ലാവരും വലതുകൈ ഉപയോഗിക്കുന്നവരാണ്. എന്നാൽ, ചില പ്രത്യേക ശാരീരിക മാനസിക അവസ്ഥയിൽ അപൂർവ്വം ചിലർ ഇടതുകൈ ഉപയോഗിക്കാറുണ്ട്. സാധാരണ സാമൂഹികരീതി വലതുകൈ ഉപയോഗിക്കുന്നതു തന്നെയാണ് എന്ന് വ്യാഖ്യാനിച്ച് ഇടതുകൈ ഉപ

യോഗിക്കുന്നതും ഇടതുകൈകൊണ്ട് ഭക്ഷണം കഴിക്കുന്നതും എഴുതുന്നതും പ്രകൃതിവിരുദ്ധമാണെന്ന് നിയമപരമായി തീരുമാനിക്കുന്നതു പോലെ തന്നെ മൗഢ്യമാണ് സ്വവർഗ്ഗലൈംഗികത നിയമവിരുദ്ധമായി കണക്കാക്കുന്നത്.

ലൈംഗികത ഒരുതരം അസാന്മാർഗ്ഗിക കാര്യമാണെന്നും ഒളിച്ചു വെക്കേണ്ടതും തുറന്ന് ചർച്ചചെയ്യാൻ പാടില്ലാത്തതാണെന്നുമാണ് ഭാരതീയ സാമൂഹിക മതവും സർക്കാരും പഠിപ്പിക്കാൻ ശ്രമിക്കുന്നത്. അതേസമയം ഒരു സന്ന്യാസി ശ്രേഷ്ഠനായ വാത്സ്യായനനാണ് ലൈംഗികതയുടെ വേദപുസ്തകമായ *കാമസൂത്രം* എഴുതിയതെന്നും സ്വവർഗ്ഗലൈംഗികതയുടെ രൂപങ്ങൾ മനോഹരമായി കൊത്തിവെച്ചിട്ടുള്ളത് ഗജുരാഹോ ക്ഷേത്ര ഗുഹകളിലാണെന്ന സത്യവും നാം സൗകര്യപൂർവ്വം വിസ്മരിക്കുന്നു.

ഇന്ത്യൻ പീനൽക്കോഡ് 377 സെക്ഷൻ അനുസരിച്ച് സ്വവർഗ്ഗത്തിൽപ്പെട്ട ലൈംഗികത നിയമപ്രകാരം കുറ്റകരമാണ്. 2009 ജൂലൈ 2 ന് നാസ് ഫൗണ്ടേഷൻ നൽകിയ അന്യായമനുസരിച്ച്, ഡൽഹി ഹൈക്കോർട്ട് ഇത്തരം വിവേചനങ്ങൾ മനുഷ്യത്വരഹിതമാണെന്നും, അനുവദനീയമല്ലാത്തതാണെന്നും കണ്ടെത്തുകയും അതിന്റെ വെളിച്ചത്തിൽ ഭരണഘടനാവിരുദ്ധമായ ഈ വകുപ്പ് നീക്കം ചെയ്യണമെന്ന് നിർദ്ദേശിക്കുകയും ചെയ്തു. എന്നാൽ, 2013 ഡിസംബർ 11 ന് പരമാധികാര കോടതിയായ സുപ്രീംകോർട്ട് ഹൈക്കോടതിയുടെ വിധി റദ്ദാക്കുകയും പഴയനിയമം പുനഃസ്ഥാപിക്കുകയും ചെയ്തു. ഈ വിഷയം വീണ്ടും ചർച്ചാവിഷയമായതും മാധ്യമശ്രദ്ധയിൽ വന്നതും ഈ സാഹചര്യത്തിലാണ്. ഒറ്റപ്പെട്ട ഒന്നോ രണ്ടോ പേരുടെ വികലമായ പെരുമാറ്റമാണ് ഇതെന്ന ചിന്തയാണ് ആദ്യം മാറേണ്ടത്.

ഗുജറാത്തിലെ രാജിപ്പിപാല എന്ന നാട്ടുരാജ്യത്തിലെ രാജകുടുംബാംഗമായ മാനവേന്ദ്ര സിങ് ഗോയൽ രാജകുമാരൻ, താനൊരു സ്വവർഗ്ഗപ്രേമിയാണെന്ന് വെളിപ്പെടുത്തിയത് 2005 ൽ ആണ്. ആ കാരണംകൊണ്ടുതന്നെ അദ്ദേഹത്തെ രാജകുടുംബത്തിലെ പാരമ്പര്യ അവകാശത്തിൽനിന്നും പുറത്താക്കുകയും ചെയ്തു. ഒപ്പേറവിൻ ഫ്രേ ഷോയിൽ 2007 ലും ബി ബി സി 3 യുടെ ടോക്ഷോയിൽ 2008 ലും പങ്കെടുത്തുകൊണ്ട് അദ്ദേഹം പറഞ്ഞത് ഞാനൊരു സ്വവർഗ്ഗലൈംഗികതയുടെ വക്താവായതുകൊണ്ട് എന്റെ സുഹൃത്തുക്കളെ എന്റെ വീട്ടിൽ വിടുന്നതിനും ഞാനുമായി സൗഹൃദം പുലർത്തുന്നതിനും അവരുടെ മാതാപിതാക്കൾ അനുവദിക്കാതിരുന്ന ഒരു അവസ്ഥയാണ് ഞാൻ ഇന്ത്യയിൽ ചെല്ലുമ്പോൾ എന്നെ കാത്തിരിക്കുന്നത് എന്നാണ്.

പിന്നീട് വളരെയധികം ആളുകൾ പരസ്യമായി രംഗത്തുവരാൻ തുടങ്ങി. 2008 ൽ ഡൽഹി, ബംഗളൂരു, കൊൽക്കത്ത, ഇൻഡോർ, പോണ്ടിച്ചേരി തുടങ്ങിയ പട്ടണങ്ങളിൽ ആയിരക്കണക്കിനാളുകൾ പ്രകടനം നടത്തിയപ്പോഴാണ് ഇന്ത്യയിലുള്ള സ്വവർഗ്ഗ ലൈംഗികപ്രേമികളുടെ

ഏകദേശ ശക്തിയെക്കുറിച്ച് ജനം അറിഞ്ഞത്. ബോളീവുഡ് നടിയായ സെലീന ജെയ്റ്റ്ലി പ്രകടനക്കാരോട് ഒപ്പംചേർന്ന് ഐക്യദാർഢ്യം പ്രകടിപ്പിച്ചു. സ്വവർഗ്ഗലൈംഗികതയെക്കുറിച്ചുള്ള ആദ്യത്തെ മാസിക *പിങ്ക് വേജസ്* 2007 ൽ പുറത്തിറങ്ങി. അതോടൊപ്പംതന്നെ *ബോംബെ ദോസ്ത്* പ്രസിദ്ധീകരണം മുടങ്ങിക്കിടക്കുകയായിരുന്ന സ്വവർഗ്ഗലൈംഗികതയുടെ മാസിക വീണ്ടും ആരംഭിക്കുകയും ചെയ്തു.

2009 ജൂൺ 27 ലെ സ്വവർഗ്ഗ സ്നേഹികൾ ഒഡീഷയുടെ തലസ്ഥാനമായ ഭുവനേശ്വറിൽവെച്ചു നടത്തിയ ഒരു വലിയ റാലിക്കുശേഷം യൂണിയൻ നിയമമന്ത്രിയായിരുന്ന വീരപ്പമൊയ്‌ലി സംസ്ഥാനങ്ങളുടെ നിയമമന്ത്രിമാരെ വിളിച്ചുകൂട്ടി സ്വവർഗ്ഗ ലൈംഗികത കുറ്റകൃത്യങ്ങളുടെ പട്ടികയിൽനിന്ന് ഒഴിവാക്കേണ്ടതിന്റെ ആവശ്യകതയെക്കുറിച്ച് മുന്നറിയിപ്പു നല്കി. നാസ് ഫൗണ്ടേഷൻ, നാഷണൽ എയ്ഡ്സ് കൺട്രോൾ ഓർഗനൈസേഷൻ, ലോ കമ്മീഷൻ ഓഫ് ഇന്ത്യ, കേന്ദ്ര ആരോഗ്യമന്ത്രാലയം, ദേശീയ മനുഷ്യാവകാശ കമ്മീഷൻ തുടങ്ങിയവരൊക്കെ സ്വവർഗ്ഗ സ്നേഹികൾക്കുവേണ്ടി ശബ്ദമുയർത്താൻ തയ്യാറായിട്ടുണ്ട് എന്നത് ഒരു പുതിയ തുടക്കമാണ്. 2008 ആഗസ്ത് 9 ന് മെക്സിക്കോ സിറ്റിയിൽ വെച്ചുനടന്ന ലോക എയ്ഡ്സ് കോൺഫറൻസിൽ വെച്ചാണ് യൂണിയൻ ആരോഗ്യമന്ത്രി അൻപുമണി രാംദാസ് ഐ പി സി 377ലെ കുറ്റകൃത്യങ്ങളുടെ പട്ടികയിൽ നിന്നും സ്വവർഗ്ഗ ലൈംഗികതയെ മാറ്റണമെന്ന ഇന്ത്യയുടെ താല്പര്യം പ്രകടിപ്പിക്കുകയുണ്ടായത്. നോബൽ സമ്മാനത്തിനർഹനായ അമർത്യാസെൻ, വിഖ്യാത എഴുത്തുകാരനായ വിക്രം സേത്ത് (Vikram Seth) തുടങ്ങിയവരൊക്കെ ഈ അഭിപ്രായക്കാരാണ്.

ആരംഭകാലം മുതൽ തന്നെ സ്വവർഗ്ഗ ലൈംഗികതയെ പാപത്തിന്റെ പട്ടികയിൽപ്പെടുത്തി വ്യാഖ്യാനിക്കാനാണ് മതങ്ങളും മതനേതാക്കളും താല്പര്യപ്പെട്ടിരുന്നത്.

സ്വവർഗ്ഗരതി ആധുനിക കാലഘട്ടത്തിന്റെ ഒരു സൃഷ്ടിയല്ല. പൗരാണികകാലം മുതൽക്കുതന്നെ ഇതു നിലനിന്നിരുന്നു എന്നും ഒരുപക്ഷേ ലോകാരംഭത്തോളം തന്നെ പഴക്കമുണ്ടെന്നും വേണം കരുതാൻ.

ക്രിസ്ത്യാനികളുടെ വേദപുസ്തകത്തിലെ പഴയനിയമത്തിൽ വിവരിക്കുന്ന ഒരു പട്ടണമുണ്ട് സോദോം എന്നാണ് ഈ പട്ടണത്തിന്റെ പേര്. ഇവിടത്തെ ജനങ്ങൾ ഭൂരിഭാഗവും സ്വവർഗ്ഗ പ്രേമികളായിരുന്നു. ഇവിടെയാണ് അബ്രഹാം പിതാവിന്റെ സഹോദരൻ ലോത്ത് താമസിച്ചിരുന്നത്. ഒരു ദിവസം അതിസുന്ദരന്മാരായ രണ്ട് പുരുഷന്മാർ അദ്ദേഹത്തെ കാണാൻ വന്നു. അവരുടെ സ്ത്രൈണ സൗന്ദര്യത്തിൽ ആകൃഷ്ടരായ സ്വദേശവാസികൾ ലോത്തിന്റെ വീട് വളഞ്ഞ് പുറത്തുനിന്നു വന്ന ഈ യുവാക്കളെ തങ്ങളുടെ സ്വവർഗ്ഗ കാമാസക്തി തീർക്കുന്നതിന് വിട്ടുതരണമെന്ന് ആവശ്യപ്പെട്ടു. അപ്പോഴാണ് ലോത്ത് വീടിനു പുറത്തുവന്ന് പറഞ്ഞത് "എനിക്ക് സുന്ദരികളായ രണ്ട് പെൺമക്കളുണ്ട്. അവരെ നിങ്ങൾക്ക് ഭോഗിക്കാനായി വിട്ടുതരാം, എന്റെ അതിഥികളായിവന്ന

പുരുഷന്മാരെ ഒഴിവാക്കണം" എന്ന്. സ്വന്തം പെൺമക്കളെ കാമപൂർത്തീ കരണത്തിന് വിട്ടു നൽകിയിട്ടുപോലും സ്വവർഗ്ഗരതിയെ പ്രതിരോധിക്ക ണമെന്ന ചിന്തയായിരുന്നു അത്. ആധുനിക കാലത്തും മതങ്ങൾ തങ്ങ ളുടെ മതവിശ്വാസങ്ങളുമായി ബന്ധപ്പെട്ടുതന്നെയാണ് സ്വവർഗ്ഗ ലൈംഗി കതയെ കാണുന്നത്.

സ്വവർഗ്ഗ ലൈംഗികത ഒരുതരം മനോരോഗമാണെന്നും യോഗവഴി അത് മാറ്റിയെടുക്കാൻ കഴിയുമെന്നുമാണ് വിവാദ യോഗ ഗുരു ബാബ രാംദാസ് പറയുന്നത്. വിശ്വഹിന്ദു പരിഷത്തിന്റെ വൈസ് പ്രസിഡന്റ് ഓംപ്രകാശ് സിംഗാൾ പറഞ്ഞത് മൃഗങ്ങളുടേതിന് തുല്യമാകുമായിരുന്ന ഭാരതീയ സംസ്കാരത്തെ പരിരക്ഷിച്ചത് സുപ്രീംകോടതിയുടെ വിധി യാണ് എന്നാണ്.

എന്നാൽ ഇതിന് മറ്റൊരുവശമുണ്ട്. പല ക്രിസ്ത്യൻ സഭകളും സ്വവർഗ്ഗലൈംഗികത നൈസർഗ്ഗികമായി കാണുകയും അതിലെ അംഗ ങ്ങളുടെ സ്വവർഗ്ഗ വിവാഹങ്ങൾ നടത്തിക്കൊടുക്കുകയും ചെയ്യുന്നു. പല ക്രിസ്ത്യൻ സഭകളും സ്വവർഗ്ഗ സ്നേഹികളെ പുരോഹിതരാക്കുന്നു. ചില സഭകൾക്ക് മഹാപുരോഹിതന്മാരും ഉണ്ട്. സ്വവർഗ്ഗ ലൈംഗികതയെ നഖശിഖാന്തം എതിർക്കുന്ന കത്തോലിക്ക സഭയിൽപ്പോലും ഇതിനെ അനുകൂലിക്കുന്ന ധാരാളം വൈദികരും ബിഷപ്പുമാരും ഉണ്ട് എന്നതാണ് സത്യം. ഈ അടുത്തകാലത്താണ് ഒരു ബിഷപ്പ് താൻ സ്വവർഗ്ഗ പ്രേമി യാണെന്ന് പറഞ്ഞതും സ്ഥാനം നഷ്ടപ്പെട്ടതും.

നൂറ്റാണ്ടുകൾ കഴിഞ്ഞിട്ടാണെങ്കിലും ഭൂമി ഉരുണ്ടതാണെന്ന് അംഗീ കരിക്കേണ്ടി വന്നതുപോലെതന്നെ അധികനാൾ തടവറയിൽ ആക്കാവുന്ന ഒന്നാണ് ഈ നൈസർഗ്ഗികമായ ലൈംഗികാസക്തി എന്ന് തോന്നുന്നില്ല.

ആദ്യകാലങ്ങളിൽ സ്വവർഗ്ഗ ലൈംഗികതയെ മനോരോഗത്തിന്റെ പട്ടികയിൽപ്പെടുത്തി ചികിത്സിക്കുന്നതോ മനോരോഗികളായി തടവിലാ ക്കുന്നതോ ആയിരുന്നു ചിട്ട. അന്ന് മനോരോഗികളുടെ സഹവാസത്തിൽ നിന്ന് സമൂഹത്തെ രക്ഷിക്കാനായി ആൾവാസമില്ലാത്ത സ്ഥലം കണ്ടു പിടിച്ചാണ് മനോരോഗാശുപത്രികൾ സ്ഥാപിച്ചിരുന്നത്. അല്ലാതെ ചികി ത്സയായിരുന്നില്ല ലക്ഷ്യം. ഇത്തരം കേന്ദ്രങ്ങളിൽ സ്വവർഗ്ഗരോഗികളെന്ന് സംശയിക്കുന്നവരെ അടച്ചിടുകയായിരുന്നു പതിവ്.

ഇരുപതാം നൂറ്റാണ്ടിന്റെ അവസാനകാലത്ത് മനോരോഗ ചികി ത്സയും മനഃശാസ്ത്ര ചികിത്സയും അവിശ്വസനീയമായ രീതിയിലാണ് പുരോഗതി പ്രാപിച്ചത്. അതുകൊണ്ടുതന്നെ പല മാനസിക പ്രശ്നങ്ങ ളെക്കുറിച്ചും രോഗങ്ങളെക്കുറിച്ചുമുള്ള ചിന്തകളും നിഗമനങ്ങളും മാറ്റി മറിക്കപ്പെടുകയും, കാലഘട്ടത്തിന് അനുയോജ്യമായ സാമൂഹിക ക്രമ വുമായി ബന്ധപ്പെടുകയും ചെയ്തു. അങ്ങനെയുള്ള മാറ്റങ്ങൾക്ക് വിധേയ മായ ഒരു കാര്യമാണ് സ്വവർഗ്ഗ ലൈംഗികതയെക്കുറിച്ചുള്ള കാഴ്ചപ്പാട്.

മാനസികാരോഗ്യരംഗത്ത് പ്രവർത്തിക്കുന്ന വിദഗ്ദ്ധരുടെ 'ബൈബിൾ' എന്നോ മാഗ്നകാർട്ട എന്നോ വിശേഷിക്കപ്പെടാവുന്ന മൂല

ഗ്രന്ഥമാണ് ഡി എസ് എം എന്നു പറയുന്ന *ഡൈഗ്നോസ്റ്റിക് സ്റ്റാറ്റിസ്റ്റിക്സ് മാനുവൽ*. കാലാകാലങ്ങളിൽ മാനസിക രോഗങ്ങളെയും പ്രശ്നങ്ങളെയും പുനർ പഠനത്തിനും അപഗ്രഥനത്തിനും വിധേയമാക്കിയശേഷം പുറത്തിറക്കുന്ന ക്ലാസിഫിക്കേഷൻ ഗൈഡ് ആണ് ഡി എസ് എം.

ലോക മാനസികാരോഗ്യ രംഗത്തു സംഭവിക്കുന്ന മാറ്റങ്ങൾ കൃത്യമായി അപഗ്രഥിക്കുന്ന ഇത്തരം ഗ്രന്ഥങ്ങൾ കാലാകാലങ്ങളായി പുതുക്കുമ്പോൾ മാനസികാരോഗ്യരംഗത്തെ മാറ്റങ്ങൾ വെളിവാക്കപ്പെടും. എഴുപതുകളുടെ ആരംഭത്തിൽ ഇറക്കിയ (*DSM 3rd Classification*) *ഡി എസ് എം 3 ക്ലാസിഫിക്കേഷ*നിൽ സ്വവർഗ്ഗ ലൈംഗികതയെ (Sexual variation) സെക്ഷ്വൽ വേരിയേഷൻ അഥവാ പ്രകൃതി വിരുദ്ധ ലൈംഗികത എന്നുതന്നെയാണ് നിർവ്വചിച്ചിരിക്കുന്നത്. ചികിത്സിക്കപ്പെടേണ്ട ഒരു മാനസിക രോഗമായിട്ടുതന്നെയാണ് സ്വവർഗ്ഗലൈംഗികതയെ കണ്ടത്. പിന്നീട് വന്ന (*DSM - 4*) *ഡി എസ് എം 4* കുറെക്കൂടി പുരോഗമനപരമായ ഒരു നിഗമനത്തിലാണ് എത്തിച്ചേർന്നത്. *ഡി എസ് എം 4 ക്ലാസിഫിക്കേഷന*നുസരിച്ച് സ്വവർഗ്ഗ ലൈംഗികത (Sexual deviation) ലൈംഗിക വികലത എന്നു നിർവ്വചിക്കപ്പെടുകയും മനോരോഗത്തിന്റെ പട്ടികയിൽ നിന്നു മാനസിക പ്രശ്നങ്ങളുടെ പട്ടികയിലേക്ക് മാറ്റപ്പെടുകയും ചെയ്തു. ജീവശാസ്ത്രപരമായ മാറ്റങ്ങൾ പോലെതന്നെ ഒരു വ്യക്തി ജീവിക്കുന്ന സാമൂഹിക സാഹചര്യങ്ങൾ, ഉദാഹരണമായി എതിർലിംഗങ്ങളുമായി ഇടപെടാൻ അനുവദിക്കാത്ത സെമിനാരികൾ കോൺവെന്റുകൾ, ജയിലുകൾ, ബോർഡിങ് സ്കൂളുകൾ എന്നിവിടങ്ങളിലെ ജീവിതം അവനിൽ സൃഷ്ടിക്കുന്ന ഒരു പ്രത്യേക മാനസികാവസ്ഥ സ്വവർഗ്ഗ ലൈംഗികതയ്ക്ക് പ്രേരിപ്പിക്കുന്നു എന്ന വസ്തുത കണക്കിലെടുത്തുകൊണ്ടാണ് ഈ പുതിയ നിർവ്വചനം പിന്നീടുവന്ന (*DSM5*) *ഡി എസ് എം 5*ൽ സ്വവർഗ്ഗ ലൈംഗികതയെക്കുറിച്ചുള്ള നിർവചനം ആരോഗ്യകരമായ ലൈംഗികമാറ്റം (Positive Sexual Variation) എന്ന് മാറ്റപ്പെട്ടു. ലോക മാനസികാരോഗ്യ രംഗത്തുള്ളവരുടെ സ്വവർഗ്ഗലൈംഗികതയെക്കുറിച്ചുള്ള ചിന്തകളിൽ വന്നമാറ്റം അതിനെക്കുറിച്ചുള്ള ജനിതക ഗവേഷണങ്ങളെയും പഠനങ്ങളെയും അടിസ്ഥാനമാക്കിയാണ്. പുതിയ ക്ലാസ്സിഫിക്കേഷനിൽ സ്വവർഗ്ഗലൈംഗികത എന്ന പദം തന്നെ ഉപയോഗിച്ചിട്ടില്ല.

പൗരാണിക ഭാരതീയ തത്ത്വചിന്തയുമായി വളരെയധികം പൊരുത്തപ്പെടുന്നതും ഉൾക്കൊള്ളുന്നതുമാണ് ഈ പുതിയ നിഗമനങ്ങൾ. നാലു വേദങ്ങളിൽ ഏറ്റവും പ്രമുഖമാണെന്നു കരുതുന്ന *ഋഗ്വേദ* (*Rigveda*) ത്തിൽ പറയുന്ന വളരെ പ്രധാനപ്പെട്ട ഒരു കാര്യമുണ്ട്. വികൃതി ഏവം പ്രകൃതി (Un natural is also natural) പ്രകൃതിവിരുദ്ധം എന്ന് വിവക്ഷിക്കുന്നതൊക്കെ പ്രകൃതിയുടെ ഭാഗമാണ് എന്നാണ് ഈ ശ്ലോകം വ്യാഖ്യാനിക്കുന്നത്. ഇതിന്റെ വെളിച്ചത്തിൽ നോക്കുമ്പോൾ പ്രകൃതിവിരുദ്ധമായി വ്യാഖ്യാനിക്കപ്പെടുന്ന സ്വവർഗ്ഗ ലൈംഗികത പ്രകൃതിയുടെ സൃഷ്ടിതന്നെയാണ്.

ലൈംഗിക ന്യൂനപക്ഷവും കോടതിവിധിയും

അഡ്വ. കാളീശ്വരം രാജ്

സ്വവർഗ്ഗരതി ക്രിമിനൽ കുറ്റമാണെന്നും ശിക്ഷാനിയമത്തിലെ 377-ാം വകുപ്പ് ഭരണഘടനാ വിരുദ്ധമല്ലെന്നുമുള്ള സുപ്രീംകോടതിവിധി വലിയ വിമർശനങ്ങളാണ് ക്ഷണിച്ചുവരുത്തിയത്. കോടതിയെക്കാൾ മുന്നിലാണ് ഇന്ത്യയിലെ സിവിൽ സമൂഹവും രാഷ്ട്രീയ സമൂഹവും എന്ന് തോന്നിക്കും വിധത്തിലായിരുന്നു ഇതുസംബന്ധിച്ച വിലയിരുത്തലുകൾ നടന്നത്. പുനഃപരിശോധനാ ഹർജിയുടെയും നിയമഭേദഗതിയുടെയും സാദ്ധ്യതകൾ പരിശോധിക്കുമെന്ന് കേന്ദ്രം വ്യക്തമാക്കിയിരിക്കുന്നു.

1860 ലാണ് ഇന്ത്യൻ ശിക്ഷാനിയമം നിലവിൽ വന്നത്. അതിനു മുമ്പ് 1837 ലെ കരടുനിയമത്തിലും സമാനവ്യവസ്ഥകൾ ഉണ്ടായിരുന്നു. പ്രകൃതിവിരുദ്ധമായ ലൈംഗിക പ്രവൃത്തികൾക്ക് ജീവപര്യന്തം തടവുശിക്ഷവരെ വിധിക്കാമെന്ന് 377-ാം വകുപ്പ് പറയുന്നു. സ്വവർഗ്ഗാനുരാഗികൾ തമ്മിലുള്ള പരസ്പര സമ്മതത്തോടെയുള്ള ലൈംഗിക ബന്ധം പോലും കുറ്റകരമാകുന്നത് ഈ വകുപ്പനുസരിച്ചാണ്. അതേസമയം ബലപ്രയോഗത്തിലൂടെയുള്ള സ്വവർഗ്ഗരതിയും കുട്ടികൾക്കുനേരെയുള്ള സ്വവർഗ്ഗാനുരാഗത്തിൽ അധിഷ്ഠിതമായ ലൈംഗികാക്രമണവും ശിക്ഷാർഹമാകുന്നതും ഇതേ വകുപ്പനുസരിച്ചാണ്. 377-ാം വകുപ്പ് മൊത്തത്തിൽ ഭരണഘടനാ വിരുദ്ധമാണെന്ന് 2009 ജൂലായ് രണ്ടിലെ വിധിയിൽ ഡൽഹി ഹൈക്കോടതി പറഞ്ഞിരുന്നില്ല. ഉഭയസമ്മതത്തോടെയുള്ള പ്രായപൂർത്തിയായവരുടെ സ്വവർഗ്ഗരതി ഒരു സ്വകാര്യ പ്രവൃത്തിയാണെന്നും അതിൽ സാമൂഹികമായ അപകടങ്ങൾ ഇല്ലെന്നുമായിരുന്നു ഹൈക്കോടതിയുടെ നിലപാട്. അതിലുപരി, അത്തരമൊരവസ്ഥയെ കുറ്റകരമാക്കുന്നത് ഭരണഘടനയുടെ 21-ാം അനുച്ഛേദത്തിന്റെ നിഷേധമായിരിക്കുമെന്നും ഡൽഹി ഹൈക്കോടതി അഭിപ്രായപ്പെട്ടിരുന്നു.

ജനാധിപത്യമെന്നത് ഭൂരിപക്ഷത്തിന്റെ സർവ്വാധിപത്യമല്ല. ന്യൂന

പക്ഷത്തിന്റെ അവകാശങ്ങളെ മാനിക്കുന്ന ഭൂരിപക്ഷത്തിന്റെ മര്യാദയാണത്. പരമ്പരാഗത ജനാധിപത്യത്തിൽനിന്ന് ഭരണഘടനാ ജനാധിപത്യം വ്യത്യസ്തമാകുന്നത് ഇങ്ങനെയാണ്. ലൈംഗിക ന്യൂനപക്ഷത്തിന്റെ അവകാശങ്ങൾ അംഗീകരിക്കാൻ ഭൂരിപക്ഷം തയ്യാറാകുമ്പോഴാണ് ഇതു സംബന്ധിച്ച ഭരണഘടനാ നീതി നടപ്പാവുക. ഇന്ത്യയിലെ സ്വവർഗ്ഗാനുരാഗികളുടെ എണ്ണം 25 ലക്ഷത്തിൽപ്പരം വരുമെന്ന് ചില കണക്കുകൾ പറയുന്നു. നല്ലൊരു വിഭാഗവും ജന്മനാതന്നെ ഇത്തരം സവിശേഷതകൾ ആർജ്ജിച്ചവരാണ്. ഇക്കൂട്ടർക്ക് തങ്ങളുടെ അവകാശങ്ങൾ വ്യക്തമാക്കിക്കൊണ്ട് സത്യസന്ധമായും പരസ്യമായും സാമൂഹിക ജീവിതം നയിക്കുന്നതിന് ഇപ്പോഴത്തെ നിലവിലുള്ള 377-ാം വകുപ്പ് തടസ്സമാണെന്ന ഡൽഹി ഹൈക്കോടതി വിധിയോട് നീതിബോധമുള്ള ആർക്കും വിയോജിക്കാൻ കഴിയില്ല. 377-ാം വകുപ്പിന്റെ പരിധിയിൽ വരുന്ന കുട്ടികൾക്കെതിരെയുള്ളതും ബലപ്രയോഗത്തിലൂടെയുള്ളതുമായ ലൈംഗിക അതിക്രമങ്ങൾ ശിക്ഷിക്കപ്പെടേണ്ടവയാണെന്ന് പറഞ്ഞതുവഴി ഹൈക്കോടതി വിധി വസ്തുനിഷ്ഠവും സന്തുലിതവും കൂടിയായിത്തീർന്നു.

ലൈംഗിക ന്യൂനപക്ഷത്തിന്റെ അവകാശങ്ങളെക്കുറിച്ചുള്ള പുതിയ അവബോധം ലോകമൊട്ടാകെ അടുത്തകാലത്തായി ഉയർന്നുവന്നിട്ടുണ്ട്. ധാർമ്മികമായ അർത്ഥത്തിൽ പൂർണ പൗരത്വം നിഷേധിക്കപ്പെട്ടവർ എന്നാണ് ദക്ഷിണാഫ്രിക്കയിലെ ഭരണഘടനാ കോടതി അവരെ വിശേഷിപ്പിച്ചത്. സ്വവർഗ്ഗാനുരാഗികൾ തമ്മിലുള്ള ബന്ധത്തിന് നിയമസാധുത നൽകാൻ പലരാജ്യങ്ങളും തയ്യാറാവുകയുണ്ടായി. അർജന്റീന, കാനഡ, നെതർലാന്റ്, ബെൽജിയം, നോർവ, ഫ്രാൻസ്, ന്യൂസിലാന്റ്, ബ്രിട്ടൻ, സ്പെയിൻ, സ്വീഡൻ, ദക്ഷിണാഫ്രിക്ക, മെക്സിക്കോ, ബ്രസീൽ എന്നിവ ഉദാഹരണങ്ങൾ. ഈ നിലയിലുള്ള ആഗോളപ്രവണതയോട് പുറംതിരിഞ്ഞുനില്ക്കുന്നതാണ് സുപ്രീംകോടതി വിധി. ഇതു സംബന്ധിച്ച ബ്രസീലിയൻ സുപ്രീംകോടതിയുടെയും ദക്ഷിണാഫ്രിക്കൻ ഭരണഘടനാ കോടതിയുടെയും വിധികൾ പോലും ആധുനികവും പുരോഗമനപരവുമാണ്.

ഇന്ത്യയിലെ ലൈംഗിക ന്യൂനപക്ഷം വ്യാപകമായി പീഡിപ്പിക്കപ്പെടുന്നതായി ആക്ഷേപമുണ്ട്. പൊലീസുകാരുടെയും മറ്റും ഭാഗത്തുനിന്നുള്ള പീഡനം ഒരു ഭാഗത്ത്. സാമൂഹികമായ അന്യവൽക്കരണം മറുഭാഗത്ത്. പലപ്പോഴും സ്വവർഗ്ഗരതിയെ പ്രോത്സാഹിപ്പിക്കുന്നെന്ന് ആരോപിച്ചുകൊണ്ടാണ് പൊലീസ്, വ്യത്യസ്തരായി ജനിച്ചുപോയ അഥവാ വ്യത്യസ്തരായി ജീവിക്കുന്ന ഈ മനുഷ്യരെ വേട്ടയാടുന്നത്. ഇത്തരം വ്യതിരിക്ത ലൈംഗികതയെ കുറ്റകരമായി കാണുന്ന പാരമ്പര്യമായിരുന്നില്ല ഇന്ത്യയുടേത്. ബ്രിട്ടീഷുകാർ കൊണ്ടുവന്ന ശിക്ഷാനിയമം മുഖേനയാണ് സ്വവർഗ്ഗരതി കൊലപാതകം പോലൊരു കുറ്റകൃത്യമായിത്തീർന്നത്. കൊലപാതകത്തിനും പലപ്പോഴും നല്കപ്പെടുന്ന ശിക്ഷ ജീവപര്യന്തം തടവാണല്ലോ! എഡ്വേർഡ് സെയ്ഡിനെപ്പോലുള്ള

ചിന്തകർ പടിഞ്ഞാറൻ ധാർമ്മിക മൂല്യങ്ങളെ കിഴക്കൻ രാജ്യങ്ങളിൽ നിയമരൂപത്തിൽ അടിച്ചേൽപ്പിച്ചതിനെക്കുറിച്ച് സൂചിപ്പിക്കുന്നുണ്ട് (അദ്ദേഹത്തിന്റെ പ്രസിദ്ധമായ *ഓറിയന്റലിസം* എന്ന കൃതി കാണുക). നിയമരംഗത്തെ സാമ്രാജ്യത്വം തന്നെയാണിത്. ഇത്തരം കാര്യങ്ങൾ സുപ്രീം കോടതി കാണാതെപോയി. കുറ്റകൃത്യത്തിന്റെ ചരിത്രം വിവരിക്കുന്ന വിധിഭാഗങ്ങളിൽ ഇതുമായി ബന്ധപ്പെട്ട 13-ാം നൂറ്റാണ്ടുമുതലുള്ള ബ്രിട്ടീഷ് ചരിത്രത്തെക്കുറിച്ച് പരാമർശമുണ്ട്. എന്നാൽ, ഇന്ത്യയിലെ ഇതു സംബന്ധിച്ച ചരിത്രം തുടങ്ങുന്നത് 19-ാം നൂറ്റാണ്ടിൽ ബ്രിട്ടീഷുകാർ ഇവിടെ വന്നതിനുശേഷം മാത്രമാണെന്ന നിലയിലാണ് വിധിയിലെ പരാമർശം. 1828 ലെയും 1837 ലെയും 1860 ലെയും ബ്രിട്ടീഷുകാർ സൃഷ്ടിച്ച നിയമങ്ങളെക്കുറിച്ച് ചർച്ച ചെയ്ത സുപ്രീംകോടതി ന്യൂനപക്ഷ ലൈംഗികതയെ കുറ്റമായി കാണാൻ വിസമ്മതിച്ച ഇന്ത്യൻ പാരമ്പര്യത്തെ കാണാതെപോയത് വിചിത്രമായിത്തോന്നുന്നു. അക്കാര്യം കോടതിയുടെ ശ്രദ്ധയിൽപ്പെടുത്തിയതാണെന്ന് വിധിയിൽനിന്ന് വ്യക്തമാകുന്നുണ്ട്.

സുപ്രീംകോടതിയുടെ യുക്തി

ഡൽഹി ഹൈക്കോടതി വിധി സ്വയം വിശദീകരിക്കുന്നതും യുക്തിഭദ്രവും സുവ്യക്തവുമാണ്. സുപ്രീംകോടതി വിധിയിൽ ഉദ്ധരിക്കപ്പെട്ട ഡൽഹി ഹൈക്കോടതി വിധിയുടെ ഭാഗങ്ങൾ മാത്രം മതിയാകും അതിന്റെ ഗുണപരമായ ഔന്നത്യം വ്യക്തമാക്കാൻ. മാത്രവുമല്ല എഫ് എസ് നരിമാൻ, ശ്യാം ദിവാൻ, ആനന്ദ് ഗ്രോവർ തുടങ്ങിയ അഭിഭാഷകർ ഡൽഹി വിധിയുടെ നിയമപരമായ അടിത്തറ സുപ്രീംകോടതിയിൽ വ്യക്തമായി വിശദീകരിച്ചതുമാണ്. 172-ാം ലോ കമീഷൻ റിപ്പോർട്ടിൽ പ്രായപൂർത്തിയായവർക്കിടയിലെ പരസ്പര സമ്മതത്തോടെയുള്ള സ്വവർഗ്ഗാനുരാഗത്തിന്റെ കാര്യത്തിൽ ആഗോളപ്രവണതകളെ പിന്തുടരാനുള്ള ബാദ്ധ്യത ഇന്ത്യക്കുണ്ടെന്ന് വ്യക്തമാക്കിയിരുന്നു. 377-ാം വകുപ്പിന്റെ നീതിരാഹിത്യത്തെക്കുറിച്ച് സ്വാമി അഗ്നിവേശ്, സോളി സോറോബ്ജി, ലക്ഷ്മി സെഗാൾ, അരുണാറോയ്, അമർത്യസെൻ, ഉപേന്ദ്ര ബക്ഷി എന്നിവർ തുറന്ന വിമർശനമുന്നയിച്ച കാര്യവും സുപ്രീം കോടതിയുടെ ശ്രദ്ധയിൽ കൊണ്ടുവന്നതാണ്.

ഭാര്യാ ഭർത്താക്കന്മാർക്കിടയിലെ അസ്വാഭാവിക ലൈംഗിക പ്രവൃത്തികളെപ്പോലും കുറ്റകരമാക്കുന്ന വിധത്തിലാണ് 377-ാം വകുപ്പിന്റെ രൂപം. 'സ്വകാര്യമായ അശ്ലീലത്തെ സംബന്ധിച്ച ഈ വകുപ്പിന്റെ സമീപനം അശ്ലീലപ്രവൃത്തികളെ സംബന്ധിച്ച പൊതു സങ്കല്പത്തിന് വിപരീതമാണ്. ശിക്ഷാനിയമത്തിലെ 294-ാം വകുപ്പു പ്രകാരം ഒരു കാര്യം പരസ്യമാകുമ്പോൾ മാത്രമേ അശ്ലീലമാവൂ. 'രഹസ്യമായ അശ്ലീലം' എന്നൊന്നില്ല. എന്നാൽ 377-ാം വകുപ്പ് വിചിത്രമായ ഒരു കുറ്റത്തെക്കുറിച്ച് പറയുന്നു. ലൈംഗികാവകാശങ്ങൾ എങ്ങനെ മനുഷ്യാവകാശങ്ങളുടെ ഭാഗമാകുന്നുവെന്നും വ്യക്തിത്വ സവിശേഷതയെ ക്രിമിനൽ കുറ്റ

മായി കാണുന്നത് ശരിയല്ലെന്നും സുപ്രീംകോടതി മുമ്പാകെ ആധികാരികമായി വിശദീകരിച്ചതാണ്(വിധിയുടെ 18-ാം ഖണ്ഡിക കാണുക). ലഖ്നൗ, ബാംഗ്ലൂർ, ചെന്നൈ, ഗോവ, അലിഗഢ് തുടങ്ങിയ നഗരങ്ങളിൽ ലൈംഗിക ന്യൂനപക്ഷങ്ങൾക്കെതിരെ നടന്ന പീഡനങ്ങളെക്കുറിച്ചുള്ള വസ്തുതാപരമായ വിവരണവും സുപ്രീകോടതിയിൽ നല്കപ്പെട്ടു. 377-ാം വകുപ്പിലെ കുറ്റം ചെയ്യുന്ന ഭാഗത്തെ വേർപെടുത്തി അസാധുവാക്കുക മാത്രമേ ഡൽഹി ഹൈക്കോടതി ചെയ്തിട്ടുള്ളൂവെന്നും ആ വിധിയെ റദ്ദാക്കുമ്പോൾ ചിലരുടെ ജീവിതംതന്നെ കുറ്റകരമായിത്തീരുന്ന അവസ്ഥയുണ്ടാകുമെന്നും കോടതിയിൽ വ്യക്തമാക്കപ്പെട്ടതാണ്. ലൈംഗികത ചിലപ്പോൾ ഒരു മനുഷ്യാവസ്ഥയാണെന്ന ഈ വാദത്തെ ശരിയായ അർത്ഥത്തിൽ ഉൾക്കൊള്ളാൻ പക്ഷേ, സുപ്രീംകോടതിക്ക് കഴിഞ്ഞില്ല.

നിർഭാഗ്യമെന്ന് പറയട്ടെ, സാമൂഹിക ധാർമ്മിക മൂല്യങ്ങളെ സംബന്ധിച്ച കാലഹരണപ്പെട്ട വാദമുഖങ്ങളും കുറ്റകൃത്യങ്ങളെ സംബന്ധിച്ച പോപ്പുലിസ്റ്റ് ധാരണകളുമാണ് കോടതിയെ ആകർഷിച്ചത്. ഭൂരിപക്ഷത്തിന്റെ ലൈംഗികാവസ്ഥയെ പ്രോത്സാഹിപ്പിക്കുക എന്നത് ഭരണകൂടത്തിന്റെ അധികാരപരിധിയിൽ വരുന്ന ന്യായമായ നടപടിയാണെന്നു പോലും അപ്പീൽ ഹർജിക്കാരൻ വാദിക്കുകയുണ്ടായി. നിർഭാഗ്യവശാൽ ഇത്തരം വാദമാണ് ഇപ്പോൾ ഫലത്തിൽ അംഗീകരിക്കപ്പെട്ടിരിക്കുന്നത്.

സുരേഷ് കുമാർ കൗശാലിന്റെ കേസ് എന്നറിയപ്പെടുന്ന ഈ വ്യവഹാരത്തിലെ കോടതി വിധിയുടെ മറ്റുചില പോരായ്മകൾ താഴെപ്പറയുന്നവയാണെന്ന് തോന്നുന്നു.

1.) 377-ാം വകുപ്പിന്റെ അവ്യക്തതയെക്കുറിച്ചും അതിൽ അന്തർലീനമായ നീതിനിഷേധത്തെക്കുറിച്ചും വിധിയിൽത്തന്നെ സുപ്രീംകോടതിയിൽ സൂചിപ്പിച്ചിട്ടുണ്ട്. എന്നിട്ടും ഡൽഹി ഹൈക്കോടതി വിധിയെ മൊത്തത്തിൽ അസ്ഥിരപ്പെടുത്തുകയും 377-ാം വകുപ്പിനെ മൊത്തത്തിൽ ശരിവയ്ക്കുകയുമാണ് കോടതി ചെയ്തത്.

2.) സ്വവർഗ്ഗാനുരാഗികൾക്കിടയിൽ എയ്ഡ്സ് പോലുള്ള മാരകരോഗങ്ങൾ വ്യാപകമാണ്. സ്വവർഗ്ഗ ബന്ധങ്ങൾക്ക് നിയമപരമായ അംഗീകാരവും സ്വീകാര്യതയും ഇല്ലാത്തതിനാൽ രോഗികൾ പലരും രോഗവിവരവും അതിലേക്കു നയിച്ച സാഹചര്യം സംബന്ധിച്ച വിവരങ്ങളും മറച്ചുവയ്ക്കുന്നു. ഈ നിലയിലുള്ള പഠന റിപ്പോർട്ടുകൾ യഥാവിധി പരിഗണിച്ചുകൊണ്ടുള്ളതാണ് ഡൽഹി ഹൈക്കോടതി വിധി. എന്നാൽ സുപ്രീംകോടതി ഇക്കാര്യം ഗൗരവപൂർവ്വം പരിശോധിച്ചില്ല.

3.) നിയമവ്യവസ്ഥയിൽ കൃത്യതയില്ലെന്നു പറഞ്ഞ സുപ്രീംകോടതി ആ വ്യവസ്ഥയനുസരിച്ചുള്ള വിചാരണയും ശിക്ഷാവിധിയും തടഞ്ഞിട്ടില്ല. ക്രിമിനൽ നിയമരംഗത്ത് ഇതുവഴി ആരോഗ്യകരമായ അവസ്ഥയല്ല ഉണ്ടാവുക.

4.) ഭരണഘടനാപരമായ സുപ്രധാന വിഷയങ്ങളും മൗലികാവകാശ ലംഘനങ്ങളും ഒരു ആക്ടിവിസ്റ്റ് ജുഡീഷ്യറിയുടെ പ്രധാന മേഖലക ളാണെന്ന് തെളിയിച്ച ലോകത്തെ ഏറ്റവും ശക്തമായ സുപ്രീംകോടതി അനവസരത്തിലുള്ള അച്ചടക്കമാണ് കാണിച്ചത്. ലൈംഗിക സവിശേ ഷതകളുടെ പേരിലുള്ള തുല്യതാ നിഷേധവും ഇതര മൗലികാവകാശ നിഷേധവും പാർലമെന്റിന്റെ പരിശോധനയ്ക്കാണ് വിധേയമാക്കേണ്ട ത് എന്ന സമീപനവും തെറ്റും ഉദാസീനവുമാണ്.

5.) കുറച്ചുപേരെ മാത്രമേ 377-ാം വകുപ്പനുസരിച്ച് പ്രോസിക്യൂട്ട് ചെയ്തിട്ടുള്ളൂ എന്ന കാരണം നിരത്തിക്കൊണ്ട് സുപ്രീംകോടതി ഡൽഹി ഹൈക്കോടതിയെ വിമർശിച്ചത് തെറ്റായിപ്പോയി. 'കുറച്ചു പേർക്കും, മൗലി കാവകാശങ്ങളുണ്ടെന്നു കാണാൻ സുപ്രീംകോടതിക്ക് കഴിയുന്നില്ലെങ്കിൽ മറ്റാർക്കാണ് അതിനു കഴിയുക?

ധാർമ്മികതയെ സംബന്ധിച്ച ഒരാളുടെ അഭിപ്രായത്തെ മറ്റുള്ള വർക്കെല്ലാം ബാധകമായ നിയമമാക്കി മാറ്റുന്നതിനെതിരെ ഡറാക് ജർമ്മൻ മുന്നറിയിപ്പ് നൽകിയിട്ടുണ്ട്. അത് കോടതിക്കും ബാധകമാണ്. ഏതാ യാലും കൗശാൽ കേസിലെ സുപ്രീംകോടതി വിധി ഭയാനകമായ വിധത്തിൽ യാഥാസ്ഥിതികമാണ്.

ഭാഗം 5
അഭിമുഖങ്ങൾ

ഹിജഡ ജീവിതത്തിന്റെ നേർക്കാഴ്ചകൾ

പി അഭിജിത്/വിൻസന്റ് പീറ്റർ

കേരളത്തിൽ ധാരാളം ഫോട്ടോ എക്സിബിഷനുകൾ ഉണ്ടായിട്ടുണ്ട്. പ്രകൃതിയും മനുഷ്യനും പക്ഷികളും യന്ത്രങ്ങളുമൊക്കെ വിഷയമാകുന്ന പ്രദർശനങ്ങൾ. ഇതിൽനിന്നൊക്കെ വ്യത്യസ്തമായി പൊതുസമൂഹത്തിൽനിന്ന് അകറ്റിനിർത്തപ്പെടുകയും ആട്ടിയോടിക്കപ്പെടുകയും ചെയ്യുന്ന മനുഷ്യജന്മങ്ങളായ 'ഹിജഡ' കളുടെ ജീവിതവും അവസ്ഥകളും സൂക്ഷ്മമായി പകർത്തിയ ചിത്രങ്ങളുടെ പ്രദർശനങ്ങൾ കേരളത്തിലെ വിവിധ നഗരങ്ങളിൽ നടക്കുകയുണ്ടായി. ജന്മവൈകല്യമെന്നോ ഹോർമോൺ വ്യതിയാനമെന്നോ ഒക്കെ പറഞ്ഞ് മാറ്റിനിർത്തുമ്പോഴും പൊതുജീവിതത്തിന്റെ പുറംപോക്കുകളിൽ വിരുദ്ധലൈംഗികതയുടെ അനുഭൂതികൾ പകരുന്നവരായി മാത്രമാണ് ചരിത്രത്തിൽ ഇവർ അടയാളപ്പെട്ടിട്ടുള്ളത്. ഒരു സമൂഹമെന്ന നിലയിലും വ്യക്തി എന്ന നിലയിലും ഹിജഡകൾ അനുഭവിക്കുന്ന സ്വത്വനിരാസത്തിന്റെ നേർക്കാഴ്ചകൾ പകർത്തുകയും പ്രദർശനങ്ങൾ സംഘടിപ്പിക്കുകയും ചെയ്തിട്ടുള്ള ന്യൂസ് ഫോട്ടോഗ്രാഫർ പി അഭിജിത്ത് ഹിജഡകളുടെ ജീവിതത്തിന്റെ നേർക്കാഴ്ചകളും അനുഭവങ്ങളും പങ്കുവയ്ക്കുന്നു. ഹിജഡകൾക്കിടയിൽ പ്രവർത്തിക്കുന്ന 'തായ്തോഴി' എന്ന സംഘടന ഇക്കഴിഞ്ഞ ആഗസ്തിൽ ചെന്നൈയിൽ അഭിജിത്തിന്റെ ഫോട്ടോ പ്രദർശനം സംഘടിപ്പിക്കുകയുണ്ടായി.

ഹിജഡകളോടൊപ്പം താമസിച്ചുകൊണ്ട് അവരുടെ ജീവിതം പകർത്തുകയായിരുന്നല്ലോ. അവരുടെ ജീവിതം വിഷയമാക്കുന്നതിനും കുറച്ചെങ്കിലും സാഹസമെന്ന് പറയാവുന്ന തുടർച്ചയാവശ്യമുള്ള ഈ വിഷയം തെരഞ്ഞെടുത്ത സാഹചര്യം പറയാമോ?

കോഴിക്കോട് ന്യൂസ് ഫോട്ടോ ഗ്രാഫറായി ജോലി ചെയ്യുന്ന സമയം. സുഹൃത്തും ഫോട്ടോഗ്രാഫറുമായ അജിലാലാണ് തമിഴ്നാട്ടിലെ വില്ലുപുരം എന്ന ഗ്രാമത്തിലെ കൂത്താണ്ടവർ ക്ഷേത്രത്തെക്കുറിച്ചും അവിടെ ആണ്ടിലൊരിക്കൽ നടക്കുന്ന ഹിജഡകളുടെ ഉത്സവത്തെക്കുറിച്ചും പറഞ്ഞത്. ചിത്രങ്ങളെടുക്കാൻ ധാരാളം യാത്രചെയ്യാറുള്ള അജിലാൽ വില്ലുപുരത്തേക്കുള്ള യാത്രയ്ക്ക് എന്നെ ക്ഷണിച്ചു. അങ്ങനെ ഞങ്ങൾ വില്ലുപുരത്തേക്കു തിരിച്ചു. വാഹന സൗകര്യമൊന്നും കാര്യമായില്ലാത്ത കുഗ്രാമത്തിലേക്ക് കാളവണ്ടിയിലാണ് ഞങ്ങൾ സഞ്ചരിച്ചത്. ഹിജഡകളെ ആദ്യമായി ഞാൻ അടുത്തുകാണുന്നത് അവിടെവച്ചാണ്. അറപ്പുളവാക്കുന്ന രീതിയിലുള്ള വസ്ത്രധാരണവും രീതികളുമായിരുന്നു പലർക്കും. ചിലർ അതീവസുന്ദരികളും. രാവിലെ ഞങ്ങൾ രണ്ടുപേരും രണ്ടായിത്തിരിഞ്ഞ് ഫോട്ടോ എടുക്കാൻ പോകും. അവിടെവച്ച് കുറേപ്പേരെ പരിചയപ്പെടുകയും കുറച്ച് പടങ്ങളെടുത്ത് തിരികെ പോരുകയും ചെയ്തു. രണ്ട് മൂന്ന് ദിവസങ്ങൾ കഴിഞ്ഞിട്ടും അവിടെക്കണ്ട ദൃശ്യങ്ങൾ എന്നെ അലട്ടിക്കൊണ്ടിരുന്നു. അവരുടെ മാനസികാവസ്ഥ എന്താണ്, ശാരീരികമായും ലിംഗപരമായും അവർ എങ്ങനെ, കൂട്ടമായി ജീവിക്കുമ്പോൾ അവരുടെ രീതികൾ എങ്ങനെ, തമ്മിൽ തമ്മിൽ അവരുടെ സമീപം എങ്ങനെയായിരിക്കും. ഞാൻ അടങ്ങുന്ന സമൂഹം എന്തുകൊണ്ട് ഇവരെ ഒറ്റപ്പെടുത്തുന്നു. എന്നൊക്കെയുള്ള ചിന്തകൾ. സാമൂഹിക ജീവിതത്തിൽ അന്നുവരെ പരിചിതമല്ലാത്ത ഒരുപറ്റം മനുഷ്യരുടെ വിചിത്രമായ കൂട്ടായ്മയും ആചാരാനുഷ്ഠാനങ്ങളും അവരെക്കുറിച്ച് കൂടുതൽ മനസ്സിലാക്കുന്നതിന് പ്രേരിപ്പിച്ചു.

ഇന്ത്യയുടെ പലഭാഗത്തുമുള്ള ഹിജഡകൾ ഉത്സവത്തിനായിമാത്രം ഒത്തുചേരുന്ന വില്ലുപുരത്തെ കൂത്താണ്ടവർ ക്ഷേത്രത്തിൽ ഉത്സവശേഷം പോയാൽ അവരെ കാണാൻ പറ്റണമെന്നില്ല. അങ്ങനെ അന്വേഷണത്തിന്റെ ഭാഗമായി ബാംഗ്ലൂരിലുള്ള ഹിജഡകളുടെ സംഘടനയായ 'സംഗമ'യെപ്പറ്റി അറിയുകയും അവരുമായി ബന്ധപ്പെടുകയും ചെയ്തു. സംഗമയുടെ പ്രവർത്തകർ ആദ്യം കാര്യമായി സഹകരിക്കാൻ കൂട്ടാക്കിയില്ലെങ്കിലും നിർബ്ബന്ധിച്ചപ്പോൾ അവരിൽപ്പെട്ട മൂന്നുപേരെ ഇന്റർവ്യൂ ചെയ്യാൻ അനുവദിച്ചു. കൂടുതൽ അന്വേഷണത്തിനായി തുനിഞ്ഞപ്പോൾ പണം അപഹരിക്കപ്പെടുകയോ ക്യാമറ തകർക്കപ്പെടുകയോ ഒക്കെ സംഭവിക്കാമെന്ന് മുന്നറിയിപ്പ് തന്നു സംഗമയുടെ പ്രവർത്തകർ. അൽപ്പം നിരാശയോടെ ബാംഗ്ലൂരുനിന്ന് പുറപ്പെടാൻ തുനിയുമ്പോഴാണ് യാദൃച്ഛികമായി സൗമ്യ എന്ന ഹിജഡയെ പരിചയപ്പെട്ടത്. സൗമ്യയുമായുള്ള പരിചയം അവരുടെ താമസസ്ഥലത്തുപോകുന്നതിനും അവരുടെ ഒപ്പം താമസിക്കുന്നതിനും ഹിജഡകളുടെ ജീവിതം പകർത്തുന്നതിനും സഹായിച്ചു. അന്ന് ചിത്രപ്രദർശനങ്ങളോ ഹിജഡകളെക്കുറിച്ചുള്ള പുസ്തകങ്ങളോ ഒന്നും മനസ്സിലുണ്ടായിരുന്നില്ല. സുഹൃത്തുക്കളുടെ നിർബ്ബന്ധമാണ് ഇതിലേക്കൊക്കെ നയിച്ചത്. കാലിക്കറ്റ് യൂണിവേഴ്സിറ്റിയടക്കം നിരവധി

ക്യാമ്പസുകളിലും കോഴിക്കോട് മെഡിക്കൽ കോളജിലും കേരളത്തിലെ വിവിധ നഗരങ്ങളിലും ഫോട്ടോ പ്രദർശനം നടത്തി. പ്രദർശനങ്ങൾകൊണ്ട് കേരളീയ സമൂഹത്തിൽ ഹിജഡകളെക്കുറിച്ചുള്ള അവബോധത്തിൽ മാറ്റമുണ്ടായിട്ടുണ്ട് എന്നാണ് ഞാൻ കരുതുന്നത്.

കേരളത്തിൽ യഥാർത്ഥത്തിൽ ഹിജഡകൾ/തേർഡ്ജന്റർ ഒരു സമൂഹമായി രൂപപ്പെട്ടിട്ടുണ്ടോ?

ഇല്ല. ഹിജഡകൾ ആകാൻ ആഗ്രഹിക്കുന്നവർ പലരും കേരളത്തിൽ നിന്ന് മറ്റ് സംസ്ഥാനങ്ങളിലേക്ക് പലായനം ചെയ്യുന്ന രീതിയാണ് കണ്ടുവരുന്നത്. തമിഴ്നാട്, കേരളം, ആന്ധ്ര സംസ്ഥാനങ്ങളിലും ബോംബയിലും ധാരാളം മലയാളികളായ ഹിജഡകളെ കാണാം. കേരളത്തിൽ ഹിജഡകൾ ഒരു സമൂഹമായി രൂപപ്പെടാത്തതുകൊണ്ടാകാം ഇവർ മറ്റ് സംസ്ഥാനങ്ങളിലേക്ക് ചേക്കേറുന്നത്. ഗീത എന്ന മലയാളിയെ ചെന്നൈ നഗരത്തിൽ വച്ച് കണ്ടിട്ടുണ്ട്. ഞാൻ മലയാളിയാണ് എന്ന് മനസ്സിലായപ്പോൾ ഗീതക്ക് വലിയ സന്തോഷമായി. ഭക്ഷണമൊക്കെ തന്നു. പക്ഷേ, ഫോട്ടോ എടുക്കാൻ വിസമ്മതിച്ചു. ഗീത, പ്രിയ എന്ന മലയാളിയെ പരിചയപ്പെടുത്തി. അത് അവരുടെ 'ചേല' (മകൾ) ആയിരുന്നു. കുടുംബത്തിലുണ്ടായിരുന്നപ്പോഴും നാടുവിട്ടപ്പോഴും തങ്ങൾ കുടുംബത്തിനപമാനമായിരുന്നതിനാൽ ഫോട്ടോ എടുക്കുന്നതും പ്രസിദ്ധീകരിക്കുന്നതോ പ്രദർശിപ്പിക്കപ്പെടുന്നതോ ഒക്കെ കുടുംബത്തിന് കൂടുതൽ അപമാനകരമാകുമെന്ന് അവർ കരുതുന്നു. വീട്ടുകാരെ ഇനിയും വിഷമിപ്പിക്കാൻ അവർ ആഗ്രഹിക്കുന്നില്ല.

യഥാർത്ഥത്തിൽ ഹിജഡ എന്നു പറയുന്നത് കേരളത്തിൽ ഒരു കമ്യൂണിറ്റിയായി രൂപപ്പെട്ടിട്ടില്ലെങ്കിലും മറ്റ് സംസ്ഥാനങ്ങളിൽ കൃത്യമായ നിയമാവലികളും ആചാരാനുഷ്ഠാനങ്ങളുമുള്ള, ചിട്ടയോടെ പ്രവർത്തിക്കുന്ന സമൂഹമായി ജീവിക്കുന്നു. ഇവരിൽ ഭൂരിഭാഗവും ശസ്ത്രക്രിയയ്ക്ക് വിധേയരായി ലിംഗം മുറിച്ചുമാറ്റിയവരും ചിലർ ജന്മനാ വൈകല്യമുള്ളവരും ചിലർ സ്ത്രീവേഷം കെട്ടുന്നവരുമാണ് (cross dresserss). ഇവർ കോത്തി എന്നാണ് അറിയപ്പെടുന്നത്. ഒരേസമയം പുരുഷനോടും സ്ത്രീയോടും ലൈംഗികതാൽപ്പര്യമുള്ള മാനസികാവസ്ഥയാണിവർക്ക്.

കേരളത്തിൽ ഹിജഡ - സമൂഹമില്ലെന്നാണ് താങ്കൾ പറയുന്നത്. എന്താണ് ഇവരുടെ നിയമാവലികളും ആചാരാനുഷ്ഠാനങ്ങളും?

ഹിജഡകൾ ഇന്ത്യയുടെ പല ഭാഗങ്ങളിലും കൂട്ടമായാണ് താമസിക്കുന്നത്. ഡൽഹി, മുംബൈ, ഹൈദരാബാദ്, ബാംഗ്ലൂർ, ചെന്നൈ തുടങ്ങിയ സ്ഥലങ്ങളിൽ ഇവർ കൂടുതലായി കാണപ്പെടുന്നു. ഏഴ് ഗൃഹങ്ങളായാ, (ഘരാന)ണ് ഇവർ വിഭജിക്കപ്പെട്ടിരിക്കുന്നത്. ഓരോ ഘരാനക്കും ഓരോ 'നായക്' ഉണ്ടാകും. 'നായക്' ആണ് ചില സുപ്രധാന തീരുമാനങ്ങളെടുക്കുന്നത്. ഇവർക്കിടയിലുണ്ടാകുന്ന പ്രശ്നങ്ങൾക്കും പരാതി

കൾക്കും തീർപ്പുണ്ടാക്കുന്നത് നായ്കാണ്. ഗുരു-ചേല (അമ്മ-മകൾ) ബന്ധത്തിലൂടെയാണ് ഹിജഡ സമൂഹം രൂപപ്പെടുന്നത്. സാധാരണ സമൂഹത്തിലുള്ളതുപോലെ തന്നെ കൃത്യമായ ബന്ധങ്ങളും വ്യവസ്ഥകളും ഇവർക്കുണ്ട്. അതിപ്രകാരമാണ്.

ദാദാഗുരു	-	അമ്മയുടെ അമ്മയുടെ ഗുരു
നാനാഗുരു	-	അമ്മുടെ ഗുരു
ഗുരു	-	അമ്മ
കാലാഗുരു	-	അമ്മയുടെ സഹോദരി
ഗുരുഭായ്	-	സഹോദരി
ബഡാഗുരുദേവ്	-	മൂത്തസഹോദരി
ചോട്ടാഗുരുഭായ്	-	ഇളയ സഹോദരി
ചേല	-	മകൾ
നാത്തിചേല	-	മകളുടെ മകൾ
ചാന്ദിചേല	-	മകളുടെ മകളുടെ മകൾ

ഇവരുടെ ഇടയിലെ സുപ്രധാന തീരുമാനങ്ങൾ കൈക്കൊള്ളുന്ന യോഗം 'ജമാഅത്ത്' എന്നാണ് അറിയപ്പെടുന്നത്. ഹൽദി മെഹന്തി, ജൽസ തുടങ്ങിയ ചടങ്ങുകളും മറ്റും ഇവർക്കിടയിലുണ്ട്.

ഹൽദി മെഹന്തി, ജൽസ തുടങ്ങിയ സവിശേഷമായ ചടങ്ങുകളെക്കുറിച്ച് ?

ഒരാൾക്ക് ഈ സമൂഹത്തിൽ അംഗമാകണമെങ്കിൽ ഏതെങ്കിലുമൊരു ഗുരു (അമ്മ), ചേല (മകൾ) ആയി സ്വീകരിക്കണം. അതിനുശേഷം കുറേക്കാലം ഗുരു തന്റെ ചേലയുടെ സ്വഭാവവും രീതികളും വിലയിരുത്തും. തങ്ങളുടെ സമൂഹത്തിൽ ഉൾപ്പെടുത്താൻ പറ്റിയ ആളാണെന്ന് തെളിഞ്ഞാൽ അയാളെ 'നിർവ്വാൺ' ന് (ലിംഗ ശസ്ത്രക്രിയ) വിധേയമാക്കും. അതിനുശേഷം നാൽപ്പതുനാൾ നീളുന്ന ചടങ്ങാണ് ഹൽദിമെഹന്തി (മൈലാഞ്ചി ഇടൽ). ഈ നാൽപ്പത് ദിവസവും സാധാരണ ഭക്ഷണവും പാലും കഴിക്കരുത് എന്നാണ് നിയമം. ചപ്പാത്തി, മട്ടൻസൂപ്പ്, പാകംചെയ്ത ആട്ടിൻതല എന്നിവയാണ് പ്രധാന ഭക്ഷണം. ഇരുപതാം ദിവസം അയൽപക്കത്തെ ഹിജഡകൾ മഞ്ഞൾ, നെയ്യ്, ചായപ്പൊടി തുടങ്ങിയവയുമായി കാണാൻ വരും. ഈ നാൽപ്പതു ദിവസവും കണ്ണാടിയിൽ മുഖംകാണാൻ പാടില്ല എന്നതാണ് വ്യവസ്ഥ. നാൽപ്പതാം ദിവസം അർദ്ധരാത്രി 'ജൽസ' (പാൽ) എന്ന ചടങ്ങ് ആരംഭിക്കും. നൃത്താഘോഷങ്ങളോടെയാണ് ചടങ്ങുകൾ ആരംഭിക്കുന്നത്. വിവാഹത്തിന് പങ്കെടുക്കാൻ വരുന്നതുപോലെ സമീപപ്രദേശത്തുള്ള ഹിജഡകളെല്ലാം ഈ ചടങ്ങിനെത്തിച്ചേരും. വരുന്നവരെല്ലാം വസ്ത്രങ്ങളും സൗന്ദര്യസംവർദ്ധക വസ്തുക്കളും സമ്മാനിക്കും. അതിനുശേഷം ശസ്ത്രക്രിയക്ക് വിധേയയായ ചേലയെ ഗുരുവും മറ്റ് ചിലരും ചേർന്ന് മുറ്റത്തൊരുക്കിയ പന്തലിലേക്ക് കൊണ്ടുവരും. തുടർന്ന് മുറ്റത്തിരുത്തി മഞ്ഞൾ തേച്ച് കുളിപ്പിക്കും. അതിനുശേഷം മുറിക്കുള്ളിൽ കൊണ്ടുപോയി പച്ചനിറത്തി

ലുള്ള വസ്ത്രം ധരിപ്പിക്കും. മുഖമാസകലം മൂടി തലയിൽ പാൽ നിറച്ച കുംഭവുമേന്തി ചേലയെ പുറത്തേക്കാനയിക്കും. ഈ പാൽ സമീപത്തെവിടെയെങ്കിലുമുള്ള പുഴയിലോ കിണറ്റിലോ ഒഴുക്കും. അതിനുശേഷം ചേല തന്റെ നഗ്നത ഒരു പച്ചമരത്തിന് മുൻപിൽ പ്രദർശിപ്പിക്കും. തിരിച്ച് വന്നതിനുശേഷം ഗുരു ചേലയുടെ മുഖത്തെ തുണിമാറ്റി കണ്ണാടി കാണിക്കും. ഇതൊരു രണ്ടാം ജന്മമാണെന്നും താൻ ഇനിമുതലൊരു സ്ത്രീയാണെന്നുമുള്ള സന്ദേശമാണ് കണ്ണാടി കാണിക്കുന്നതിലൂടെ ഗുരു ചേലക്ക് നൽകുന്നത്. കുലദേവതയായ സന്തോഷിമാതയുടെ ചിത്രം സാക്ഷിയാക്കിയാണ് ഈ ചടങ്ങ് നടത്തുന്നത്. കോഴിപ്പുറത്തേറിയ സന്തോഷിമാതയുടെ ചിത്രത്തിന് ദുർഗ്ഗാദേവിയുടെ ചിത്രത്തോട് സാദൃശ്യമുണ്ട്. തുടർന്ന് ചേല ദേവിയുടെ അനുഗ്രഹം തേടും. ദേവിയുടെ ചിത്രത്തിന് മുമ്പിൽ നേരത്തെ തയ്യാറാക്കി വച്ചിരുന്ന പഴവർഗ്ഗങ്ങൾ കഴിച്ചതിനുശേഷം ചടങ്ങിനെത്തിയ മുതിർന്ന ഹിജഡകളുടെ കാലിൽ വീണ് നമസ്കരിച്ച് അനുഗ്രഹം തേടും. പുലർച്ചെ നാലു മണിയോടെ ചടങ്ങുകൾ പൂർത്തിയാകുമ്പോൾ ഓരോരുത്തരും തങ്ങളുടെ വീടുകളിലേക്ക് മടങ്ങും. ഇതോടെ 'ജൽസ'ക്ക് വിരാമമാകും.

ലിംഗഛേദനം നടക്കുന്നതോടെയാണ് ഹിജഡകളുടെ ജീവിതം കൂടുതൽ മാറ്റത്തിനു വിധേയമാകുന്നത്. ഇത് എങ്ങനെയാണ് നടത്തുന്നത്?

നേരത്തെ സൂചിപ്പിച്ചതുപോലെ ശസ്ത്രക്രിയ-നിർവ്വാണ്-ന് തയ്യാറായ വ്യക്തിയോട് ആശുപത്രി വഴിയുള്ള ശസ്ത്രക്രിയയാണോ അതോ 'തായമ്മ നിർവ്വാ'ണമാണോ വേണ്ടതെന്ന് ചോദിക്കുകയും ആശുപത്രിയിലാണ് വേണ്ടതെങ്കിൽ അതിനുവേണ്ട സാമ്പത്തികവുമായി ആശുപത്രിയിൽ ചെന്ന് ശസ്ത്രക്രിയ നടത്തുകയും ചെയ്യും. തമിഴ്നാട്ടിലെ പല ആശുപത്രികളിലും ക്ലിനിക്കുകളിലും ഇതിനുള്ള സൗകര്യമുണ്ട്. തായമ്മ നിർവ്വാണമാണ് വ്യക്തി ആഗ്രഹിക്കുന്നതെങ്കിൽ മാനസികമായി അദ്ദേഹത്തെ അതിനായി തയ്യാറാക്കുകയും എന്തെങ്കിലും ആഗ്രഹമുണ്ടോ എന്ന് ചോദിക്കുകയും ഒരു തേങ്ങ ഉടയ്ക്കുകയും ചെയ്യും. തേങ്ങ കൃത്യം രണ്ട് മുറിയായിട്ടാണ് ഉടഞ്ഞതെങ്കിൽ അത് മംഗളമായിക്കരുതി ശസ്ത്രക്രിയ നടത്താൻ തയ്യാറാകും. അവർക്കിടയിലെ തന്നെ ഒരാൾ (തായമ്മ)യാണ് ഭക്തിയുടെ അന്തരീക്ഷത്തിൽ പാലിൽ മുക്കി തിളപ്പിച്ച കത്തിയെടുത്ത് ലിംഗഛേദം നടത്തുന്നത്. തുടർന്നുള്ള ദിവസങ്ങൾ കാലുകൾ അകത്തിവച്ച് കിടക്കും. മുറിവുണങ്ങുന്നതിനായി പച്ചമരുന്നുകളും മറ്റും പ്രയോഗിക്കും. ഇരുപതു ദിവസം കഴിയുമ്പോഴേക്കും മുറിവുകൾ കുറേശ്ശെയായി ഉണങ്ങിത്തുടങ്ങും. നാൽപ്പതാം ദിവസമാകുമ്പോഴേക്കും സ്ത്രൈണതയിലേക്കുള്ള മാറ്റങ്ങൾ കണ്ടുതുടങ്ങും. ഇപ്പോൾ കൂടുതൽ പേരും ശസ്ത്രക്രിയക്കായി ആശുപത്രികളെയാണ് ആശ്രയിക്കുന്നത്. പക്ഷേ, ഇവർക്കിടയിൽ തായമ്മ നിർവ്വാൺ നടത്തുന്നവർക്ക് സമൂഹത്തിൽ പ്രത്യേക പരിഗണന ലഭിക്കാറുണ്ട്. തായമ്മ നിർവ്വാണിൽ മര

ണപ്പെടാനുള്ള സാദ്ധ്യത അധികമാണ്. അതുകൊണ്ടാവാം ഇതിനെ അതിജീവിച്ചെത്തുന്നവർക്ക് പ്രത്യേക പരിഗണനന ലഭിക്കുന്നതും.

സ്ത്രീ-പുരുഷ ശരീരങ്ങളുടെ സമന്വയവും സ്ത്രീകളുടെ മനസ്സുമുള്ള ഒരാളെയാണ് ഹിജഡ എന്ന് പറയാവുന്നത്. സ്ത്രീകളുടെ മാനസികാവസ്ഥ പുലർത്തുന്ന പുരുഷന്മാരും (കോത്തികളും) ഹിജഡ സമൂഹത്തിന്റെ ഭാഗമാണ്. മൂന്നാംലിംഗം (തേർഡ്ജന്റർ) എന്നത് പൂർണ്ണമായും സ്ത്രീയും പുരുഷനുമല്ലാത്ത ഒരു ശാരീരികാവസ്ഥയാണോ അതോ ഒരു മാനസികാവസ്ഥ മാത്രമാണോ...?

പ്രധാനമായും പുരുഷനായിരിക്കുമ്പോൾ തന്നെ ഒരു സ്ത്രീയുടെ മാനസികാവസ്ഥ പുലർത്തുന്നവരെയാണ് തേർഡ്ജന്റർ എന്ന് അടയാളപ്പെടുത്തുന്നത്. ബാഹ്യമായ രൂപമാറ്റങ്ങൾകൊണ്ട് പൂർണ്ണമായും ഒരു സ്ത്രീയാവാനുള്ള ശ്രമമാണ് ഇവർ നടത്തുന്നത്. ജന്മനാ സ്ത്രീ - പുരുഷ സമന്വയമുള്ളവരും അപൂർവ്വമായെങ്കിലുമുണ്ട്.

ഹിജഡകളുടെ ലൈംഗികതയെക്കുറിച്ച് പറയുമ്പോൾ സ്വവർഗ്ഗരതിക്കാരുടെ ഒരു കൂട്ടായ്മയായി ചിലരെങ്കിലും തെറ്റിദ്ധരിക്കുന്നുണ്ട്. ഹിജഡകളും സ്വവർഗ്ഗരതിക്കാരും തമ്മിലുള്ള വേർതിരിവ് എവിടെയാണ് തുടങ്ങുന്നത്? അല്ലെങ്കിൽ ഇവർ തമ്മിലുള്ള വ്യത്യാസമെന്താണ്?

സ്വവർഗ്ഗരതി എന്നത് ഗേ സെക്സ് എന്നാണ് പരക്കെ അറിയപ്പെടുന്നത്. പുരുഷനും പുരുഷനും തമ്മിലുള്ള സ്നേഹബന്ധവും അവർ തമ്മിൽ നടത്തുന്ന ലൈംഗികബന്ധവും സ്വവർഗ്ഗരതിയാണ്. അതുപോലെതന്നെ സ്ത്രീകൾ തമ്മിൽ ഉണ്ടാകുന്ന സ്നേഹബന്ധവും ലൈംഗികതയും ലെസ്ബിയനിസം എന്നാണ് പറയപ്പെടുന്നത്. അതേസമയം ഹിജഡകളുടെ കാര്യത്തിൽ ജനിക്കുമ്പോൾത്തന്നെ മാനസികമായി സ്ത്രീ ആണ്. അതിനാൽ സ്വന്തം സ്വത്വം പ്രകടിപ്പിക്കാനാവാത്ത മാനസികാവസ്ഥയാണവർക്കുള്ളത്. പ്രത്യേകമായ ഒരു മാനസികാവസ്ഥയിലാണ് ഇവരുടെ ജീവിതം അടിസ്ഥാനപ്പെട്ടിട്ടുള്ളത്. ലൈംഗിക ബന്ധത്തിന്റെ വേളയിൽപ്പോലും ശാരീരികമെന്നതിനെക്കാൾ മാനസികമായ രതിമൂർഛയാണ് ഇവർ അനുഭവിക്കുന്നത്.

മതങ്ങൾക്ക് ഇവരോടുള്ള സമീപനമെന്താണ് ? സംഘടിത മതങ്ങളെല്ലാം തന്നെ സ്ത്രീ-പുരുഷ ലിംഗ കേന്ദ്രീകൃതമായ കാഴ്ചപ്പാടുകളിൽ നിലയുറപ്പിച്ചവയാണ്. മൂന്നാംലിഗം എന്ന കാഴ്ചപ്പാടിനെ/യാഥാർത്ഥ്യത്തെ അവർ അംഗീകരിക്കുന്നില്ല?

ഇന്ത്യയിലെ എല്ലാ മതങ്ങളും ഹിജഡകളെ പ്രത്യക്ഷത്തിൽ അംഗീകരിക്കുന്നില്ല. ഹിജഡകൾക്കനുകൂലമായി 2009 ൽ സുപ്രീംകോടതി വിധി വന്നപ്പോൾ അതിനെ നഖശിഖാന്തം എതിർത്തവരാണ് ഇവിടെയുള്ള എല്ലാ മതസംഘടനകളും അവരുടെ പ്രസ്ഥാനങ്ങളും. അതേ

സമയം പുരാണേതിഹാസങ്ങളും മറ്റും പരിശോധിക്കുമ്പോൾ ചരിത്രാതീതകാലം മുതൽ ഹിജഡകൾ സമൂഹത്തിലുണ്ടായിരുന്നു എന്ന് കാണാൻ പറ്റും. പഴയകാലങ്ങളിൽ യാഗങ്ങളിലും മറ്റും ഇവരുടെ സാന്നിദ്ധ്യം സവിശേഷമായിരുന്നു. രാജകൊട്ടാരങ്ങളിൽ പാട്ടുപാടാനും നൃത്തം ചെയ്യാനും ഇവർ ഉണ്ടായിരുന്നു. രാജാക്കന്മാരുടെ ഉപദേശകരായും ഇവർ വർത്തിച്ചിരുന്നു. *രാമായണ*ത്തിലും *മഹാഭാരത*ത്തിലും ഹിജഡകളെപ്പറ്റി പരാമർശിക്കുന്നുണ്ട്. രാമൻ വനവാസത്തിന് പോകുന്ന സമയത്ത് യാത്രയാക്കാൻ വന്നവരോട് സ്ത്രീകളും പുരുഷന്മാരും മടങ്ങിപ്പൊയ്ക്കൊള്ളാൻ പറഞ്ഞപ്പോൾ കുറച്ചുപേർ മാത്രം അവിടെ ബാക്കിയായി. എന്താണ് മടങ്ങാത്തതെന്ന് അവരോട് ചോദിച്ചപ്പോൾ തങ്ങൾ സ്ത്രീകളിലും പുരുഷന്മാരിലും പെടുന്നവരല്ലെന്ന് പറഞ്ഞതായും വരും കാലങ്ങളിൽ നിങ്ങൾ മറ്റുള്ളവരെ അനുഗ്രഹിച്ച് ജീവിക്കുമെന്നും നിങ്ങൾ പറയുന്ന കാര്യങ്ങൾ സത്യമായി ഭവിക്കുമെന്നുമുള്ള വരം നൽകിയതുമായാണ് പറയപ്പെടുന്നത്. *മഹാഭാരത*ത്തിൽ പരാമർശിക്കപ്പെടുന്ന ശിഖണ്ഡി ഇത്തരമൊരു കഥാപാത്രമാണ്.

ഇസ്ലാമിക ധർമ്മശാസ്ത്രത്തിൽ ഹിജഡകളെക്കുറിച്ച് പരാമർശമുണ്ട്. 'ഹുൻസ' എന്ന പേരിലാണ് ഇവർ പറയപ്പെടുന്നത്. ഇവരെ സ്ത്രീകളായി കണക്കാക്കണമെന്നും സ്ത്രീകൾക്ക് നല്കുന്ന എല്ലാ പരിഗണനകളും ഇവർക്ക് നല്കണമെന്നും ഇസ്ലാമിക ധർമ്മശാസ്ത്രത്തിൽ പറയുന്നുണ്ട്.

എന്താണ് ഇവരുടെ ഉപജീവനമാർഗ്ഗം.......? പാരമ്പര്യ തൊഴിൽ എന്നത് ഇവർക്കിടയിലുണ്ടോ?

ഹിജഡകളുടെ കുലത്തൊഴിൽ ഭിക്ഷാടനവും, ബദായി (അനുഗ്രഹം) യുമാണ്. ലൈംഗിക തൊഴിലിലേർപ്പെടുന്നവരും ഇവരുടെ ഇടയിലുണ്ട്. ട്രെയിനിലും മറ്റും അനുഗ്രഹം ചൊരിയാനും ഭിക്ഷാടനത്തിനുമായി ഇവർ അടുത്തുവരുമ്പോൾ ആളുകൾക്ക് അരോചകമാവുകയും ആട്ടിയകറ്റുകയും ചെയ്യാറുണ്ട്. അതിൽ ചിലരെങ്കിലും പ്രകോപിതരാകുന്നുണ്ടാകാം. പൊതുസമൂഹത്തിലും പലതരത്തിലുള്ള സ്വഭാവക്കാരുണ്ടല്ലോ; ഇങ്ങനെയൊക്കെയാണെങ്കിലും പുതിയ തലമുറയിൽപ്പെട്ട ചിലരെങ്കിലും ഉയർന്ന വിദ്യാഭ്യാസം നേടുകയും നല്ല തൊഴിൽ ചെയ്ത് ജീവിക്കുകയും ചെയ്യുന്നുണ്ട്. മോഡലിങ് രംഗത്തും സിനിമയിലും നാടകത്തിലും സജീവമായി പ്രവർത്തിക്കുന്നവരുമുണ്ട്. സിവിൽസർവ്വീസ് പരീക്ഷയ്ക്ക് പഠിക്കുന്നവരും ഇവർക്കിടയിലുണ്ട്.

ഇവരുടെ ഇടയിൽ മതേതരബോധം കൂടുതലാണെന്നു പറയാറുണ്ടല്ലോ? കുറ്റകൃത്യങ്ങളോ സംഘർഷങ്ങളോ ഇവർക്കിടയിലുണ്ടാകാറുണ്ടോ?

ഇവരുടെ സമൂഹത്തിൽ ഇവർ തമ്മിൽ കാര്യമായ സംഘർഷങ്ങൾ ഉണ്ടാകാറില്ല. ഇങ്ങനെയാകുന്ന ഒരാൾക്ക് കുടുംബത്തിൽ നിന്നും സമൂ

ഹത്തിൽ നിന്നും ഒറ്റപ്പെടുന്നതിന്റെ വേദന നല്ലതുപോലെ അറിയുന്നതുകൊണ്ടാകാം ഇവർക്കിടയിൽ സംഘർഷങ്ങൾ ഉണ്ടാകാത്തത്. ഇവരിൽ മിക്കവരും മദ്യം ഉപയോഗിക്കുന്നവരായതിനാൽ ചില സമയത്തുണ്ടാകുന്ന അസ്വാരസ്യങ്ങൾ 'ജമാഅത്ത്' കൂടി പറഞ്ഞ് തീർക്കുകയാണ് പതിവ്. പൊതുസമൂഹത്തിൽ നമ്മളിന്ന് കാണുന്ന ജാതീയവും മതപരവുമായ വേർതിരിവുകളോ ലഹളകളോ ഇവർക്കിടയിൽ കാണുന്നില്ല. ഒരു വീട്ടിൽത്തന്നെ ഹിന്ദുവും ക്രിസ്ത്യാനിയും മുസ്ലിമും ഒരുമിച്ച് താമസിക്കുന്നത് കാണാം. പണമുള്ളവർക്കും പാവപ്പെട്ടവർക്കും ഇവർക്കിടയിൽ പ്രത്യേക പരിഗണനകളില്ല. എല്ലാവർക്കും ഒരേ സ്ഥാനമാണ്.

ഹിജഡകളെ പൊതുസമൂഹത്തിൽ നിന്ന് ആട്ടിയോടിക്കുമ്പോഴും അവരെ ലൈംഗികമായി ഉപയോഗിക്കുന്നതായി കാണാം. അങ്ങനെ ഉപയോഗിക്കപ്പെടുമ്പോഴും വ്യക്തി എന്ന നിലയിലും സമൂഹം എന്ന നിലയിലും ലിംഗപരമായും ഇവർ മുഖ്യധാരക്ക് പുറത്താണ്?

അതെ. അവർ പൊതുസമൂഹത്തിന് പുറത്തുതന്നെയാണ്. ഭരണകൂടത്തിന്റെ ഒരു പരിരക്ഷയും ഇല്ലാതിരിക്കെത്തന്നെ പൊലീസിൽ നിന്നും ഗുണ്ടകളിൽ നിന്നും സദാചാരവാദികളിൽ നിന്നും കൊടിയ പീഡനങ്ങളും അവഹേളനവും നേരിടേണ്ടി വരുന്നുണ്ട്. സാമൂഹ്യവിരുദ്ധരുടെ കുത്തേറ്റ് മരിച്ച ബാംഗ്ലൂരിലെ മഞ്ജുളാമ്മ ഉദാഹരണം. ധാരാളം ഉദാഹരണങ്ങൾ വേറെയുമുണ്ട്. താമസസ്ഥലത്തിന് തീയിട്ട് ഹിജഡകളെ കൊല ചെയ്തത് ഡൽഹിയിലാണ്. മനുഷ്യരെന്ന പരിഗണന അവർക്ക് ലഭിക്കേണ്ടതുണ്ട്.

മാനസികമായി സ്ത്രീകളാണെന്ന് പറയുമ്പോഴും അമ്മയാകാനുള്ള ആഗ്രഹം ഇവർക്കിടയിലുണ്ടോ?

ഇവർക്ക് ഗർഭപാത്രമില്ലാത്തതിനാൽ പ്രസവിക്കാനാവില്ല. പക്ഷേ മാതൃത്വം അദമ്യമായ ഒരു വികാരമായി അവരുടെ ഉള്ളിലുണ്ട്. ദത്തെടുത്തുകൊണ്ടും പാവക്കുട്ടികളെ ഓമനിച്ചുമാണ് അവർ ആ വേദന ശമിപ്പിക്കുന്നത്. സെമ്മൻചേരി എന്ന സ്ഥലത്ത് സ്വർണ്ണ എന്ന ഹിജഡ വീര എന്ന യുവാവിനെ കല്യാണം കഴിക്കുകയും ഭാരതി എന്ന പെൺകുഞ്ഞിനെ ദത്തെടുത്ത് സന്തോഷത്തോടെ ജീവിക്കുകയും ചെയ്യുന്നുണ്ട്. അവരുടെ ചിത്രം എന്റെ ശേഖരത്തിലുണ്ട്. ചെന്നൈയിലെ സെമ്മൻചേരിയിൽ ഒരു കുഞ്ഞിനെ ദത്തെടുത്തു ജീവിക്കുന്ന ഹിജഡ ദമ്പതികളുണ്ടെന്നറിഞ്ഞാണ് ഞാൻ അവിടെയെത്തുന്നത്. മറ്റൊരാളുടെ നേരത്തേയുള്ള നിർദ്ദേശമുണ്ടായിരുന്നതിനാൽ കാര്യമായ പരിചയപ്പെടുത്തൽ വേണ്ടിവന്നില്ല. സെമ്മൻചേരിക്കടുത്തുള്ള ഒരു ക്ഷേത്രത്തിൽ പൂജാരിയായിരുന്നു സ്വർണ്ണ. തൊട്ടടുത്തു കൂലിപ്പണി ചെയ്തിരുന്ന വീരയുമായി പ്രണയത്തിലാവുകയായിരുന്നു. ഇരു കുടുംബങ്ങളുടെയും സമ്മതത്തോടെ അവർ വിവാഹിതരായി. സ്വർണ്ണ ചിട്ടിനടത്തിയും വീര പഴയ

തുപോലെ കൂലിപ്പണിചെയ്തുമാണ് കുടുംബം പുലർത്തുന്നത്. രണ്ടു വയസ്സുള്ള ഭാരതിയെ ഉടുപ്പിടുവിച്ച് പൗഡറൊക്കെയിട്ട് സുന്ദരിയാക്കി ഇരുവരും ചേർന്ന് സന്തോഷിമാതയുടെ ചിത്രത്തിനുമുമ്പിൽ എനിക്കായി പോസ് ചെയ്തു. ക്യാമറയിലൂടെ അവരെ ഫോക്കസ് ചെയ്യുമ്പോൾ ഞാൻ കണ്ടത് വിരുദ്ധലൈംഗികതയെയും സമൂഹം നിർമ്മിച്ച വേലിക്കെട്ടുകളെയും അതിജീവിച്ച മനുഷ്യരുടെ സന്തോഷിക്കുന്ന മുഖങ്ങളായിരുന്നു.

ഹിജഡകളുടെ വാർദ്ധക്യകാല ജീവിതം എങ്ങനെയാണ്?

കുടുംബബന്ധങ്ങളുടെ കെട്ടുറപ്പുള്ളവർപോലും വാർദ്ധക്യത്തിൽ വഴിയിലുപേക്ഷിക്കപ്പെടുന്ന സാഹചര്യമാണുള്ളത്.

വാർദ്ധക്യം ഹിജഡകളെ സംബന്ധിച്ച് ദുരിതകാലമാണ്. സൗന്ദര്യം നശിച്ച് പ്രമേഹവും കിഡ്നി സംബന്ധമായ അസുഖങ്ങളും ക്ഷയരോഗവും മറ്റ് സാംക്രമിക രോഗങ്ങളും ബാധിച്ച് മരിക്കുന്നവരാണധികവും. സൗന്ദര്യ സംരക്ഷണത്തിനുവേണ്ടി കഴിക്കുന്ന മരുന്നുകളുടെ പാർശ്വഫലങ്ങളും മറ്റും അവരുടെ ആരോഗ്യത്തെ സാരമായി ബാധിക്കുന്നുണ്ട്. ശാരീരിക അവശതകൾ അലട്ടുമ്പോൾ ആത്മഹത്യയിൽ അഭയം പ്രാപിക്കുന്നവരാണ് ഏറെയും. ചേലകളെ (മകളെ) ബുദ്ധിമുട്ടിക്കാതെ തന്നെ അവർ മരണത്തെ വരിക്കുന്നു. ചിലർക്ക് ചേലകൾ കൈത്താങ്ങാകുന്നു. അവർ ഗുരുവിനെ ശുശ്രൂഷിക്കുന്നു.

ഹിജഡകളുടെ ജീവിതവുമായി വ്യക്തിപരമായ അടുപ്പമുണ്ടല്ലോ. അത്തരമൊരനുഭവം വിശദീകരിക്കാമോ?

മിസ് ഇന്ത്യ ട്രാൻസ്ജന്റർ ഫാഷൻ ഷോയുടെ ചിത്രങ്ങളെടുക്കാൻ വേണ്ടി ചെന്നൈയിലെത്തിയപ്പോഴാണ് എയ്ഞ്ചൽ ഗ്ലാഡിയെ ഞാൻ ആദ്യമായി പരിചയപ്പെടുന്നത്. കണ്ണൂർ സ്വദേശിയായ എന്റെ സുഹൃത്ത് മിസ് ഹബാണ് മദ്രാസ് യൂണിവേഴ്സിറ്റിയിൽ അവന്റെ ക്ലാസ്മേറ്റായ എയ്ഞ്ചൽ ഗ്ലാഡിയെ എനിക്ക് പരിചയപ്പെടുത്തിയത്. മദ്രാസ് യൂണിവേഴ്സിറ്റിയിലെ ആദ്യ ട്രാൻസ്ജന്റർ വിദ്യാർത്ഥിയായിരുന്നു ഗ്ലാഡി. ചുരുങ്ങിയസമയം കൊണ്ടുതന്നെ ഞങ്ങൾ അടുത്ത സുഹൃത്തുക്കളായി. തഞ്ചാവൂരിലെ ഇടത്തരം റോമൻകത്തോലിക്ക കുടുംബത്തിലാണ് പോൾ ഗ്ലാഡിൻ എന്ന ഗ്ലാഡി ജനിച്ചത്. അച്ഛനും അമ്മയും അനിയനുമടങ്ങുന്ന കുടുംബം. അച്ഛൻ ഷോപ്കീപ്പറും അമ്മ നേഴ്സുമായിരുന്നു. ഒമ്പതാം ക്ലാസിൽ പഠിക്കുമ്പോഴാണ് പോൾ ഗ്ലാഡിൻ തന്റെ സ്വത്വം തിരിച്ചറിഞ്ഞത്. ആദ്യമൊക്കെ ഇതു തുറന്നുപറയുന്നതിന് ഗ്ലാഡിക്ക് പേടിയായിരുന്നു. പിന്നീട് വീട്ടുകാരോട് എല്ലാം തുറന്നുപറഞ്ഞ് വീടുവിട്ട് ചെന്നെ നഗരത്തിലെത്തി. ചെന്നൈയിലെ ഗവൺമെന്റ് ആശുപത്രിയിൽ ശസ്ത്രക്രിയ നടത്തി പോൾ ഗ്ലാഡിൻ എയ്ഞ്ചൽ ഗ്ലാഡിയായി. ഞാൻ പരിചയപ്പെട്ട ഹിജഡകളിൽ നിന്നും തികച്ചും വ്യത്യസ്തയായി

രുന്നു ഗ്ലാഡി. മറ്റുള്ളവർ സെക്സ്‌വർക്കും ഭിക്ഷാടനവും ഉപജീവനമാർഗ്ഗമായി സ്വീകരിക്കുമ്പോൾ സെക്സ് വർക്ക് ചെയ്യാനിഷ്ടപ്പെടാത്ത ഗ്ലാഡി ട്യൂഷനെടുത്തും ടി സി എസ് എന്ന സോഫ്റ്റ് വെയർ സ്ഥാപനത്തിൽ ജോലി ചെയ്തുമാണ് ജീവിച്ചിരുന്നത്. ധാരാളം വായിക്കുന്ന, കുട്ടികൾക്ക് ക്ലാസെടുക്കുന്ന, ഒറ്റനോട്ടത്തിൽ ഹിജഡയാണെന്ന് തിരിച്ചറിയാൻ പറ്റാത്ത വ്യക്തിത്വമാണ് ഗ്ലാഡി. ഓണം ആഘോഷിക്കാൻ കേരളത്തിൽ വരണമെന്ന് ആഗ്രഹം പ്രകടിപ്പിച്ച ഗ്ലാഡിയെ ഞാൻ കേരളത്തിലേക്ക് ക്ഷണിച്ചു. ഗ്ലാഡിയെ വീട്ടിലേക്ക് ക്ഷണിച്ചതറിഞ്ഞപ്പോൾ വീട്ടിൽ ആകെ പ്രശ്നമായി. ബന്ധുക്കളും അയൽക്കാരുമൊക്കെ അത് എങ്ങനെ ഉൾക്കൊള്ളുമെന്ന സങ്കോചമുണ്ടായി. പക്ഷേ, എന്റെ ക്ഷണം സ്വീകരിച്ച ഗ്ലാഡി 2009 ലെ ഓണക്കാലത്ത് കോഴിക്കോടുള്ള എന്റെ വീട്ടിലെത്തി. ഭാഷാപ്രശ്നമുണ്ടായെങ്കിലും കുറച്ച് സമയത്തിനകം ഗ്ലാഡി എല്ലാവരുമായും നല്ല അടുപ്പത്തിലായി. വീട്ടിലെ രണ്ടുദിവസത്തെ താമസത്തിനിടയിൽ അടുക്കള ജോലികളിലും തയ്യൽ മെഷീനിൽ തയ്ക്കാനുമൊക്കെ ഗ്ലാഡിക്കുള്ള വൈദഗ്ദ്ധ്യം കണ്ട് വീട്ടുകാർ അത്ഭുതപ്പെട്ടു. എന്റെ അച്ഛനോടും അമ്മയോടും ഭാര്യയോടും നല്ല സൗഹൃദത്തിലായ ഗ്ലാഡി കണ്ണീരോടെയാണ് യാത്ര പറഞ്ഞത്. എന്റെ അയൽക്കാരുമൊക്കെയായി ഗ്ലാഡി നല്ല സൗഹൃദം സ്ഥാപിച്ചിരുന്നു. കലാരംഗത്ത് സജീവമായ ഗ്ലാഡി ഈയടുത്ത് റിലീസായ മിഷ്കിൻ എന്ന സംവിധായകന്റെ *ഓനായും ആട്ടിൻകുട്ടിയും* എന്ന പുതിയ സിനിമയിൽ ഒരു പ്രധാന കഥാപാത്രത്തെ അവതരിപ്പിച്ചിട്ടുണ്ട്. കഴിഞ്ഞ ജൂലൈയിൽ തിരുവനന്തപുരത്തു നടന്ന ഫോട്ടോ പ്രദർശനം ഉദ്ഘാടനം ചെയ്തതും എയ്ഞ്ചൽ ഗ്ലാഡിയായിരുന്നു.

തമിഴ്നാട്ടിൽ ഇക്കഴിഞ്ഞ പാർലമെന്റ് തിരഞ്ഞെടുപ്പിൽ ഭാരതി കണ്ണമ്മ എന്ന ഹിജഡ മത്സരിച്ചിരുന്നല്ലോ, ഹിജഡകളുടെ രാഷ്ട്രീയ ഇടപെടലുകളും മുന്നേറ്റവുമായി ഇതിനെ കാണാമോ?

തമിഴ്നാട്ടിൽ ബഹുമാനപൂർവ്വം തിരുനങ്കൈ എന്നാണ് ഹിജഡകളെ വിളിക്കുന്നത്. അർജ്ജുനന് ഉലൂപിയിൽ ഉണ്ടായ മകൻ അറവാന്റെ ഭാര്യയായതിന്റെ സൂചകമായാണ് ഈ പ്രയോഗം വന്നത്. സാമൂഹ്യ അംഗീകാരം നേടിയെടുക്കുക എന്ന ലക്ഷ്യം മുൻനിർത്തി മധുരയിൽനിന്നും 16-ാം ലോകസഭാ തിരഞ്ഞെടുപ്പിൽ ഇന്ത്യയിൽ ആദ്യമായൊരു ട്രാൻസ്ജന്റർ ലോകസഭയിലേക്ക് മത്സരിച്ചു. എച്ച് ഡി എഫ് സി ബാങ്കിൽ സെയിൽസ് മാനേജറായി ജോലിചെയ്തിരുന്ന ഭാരതി കണ്ണമ്മയാണ് അഴിമതിയും സ്വജനപക്ഷപാതവും നിറഞ്ഞുനിൽക്കുന്ന രാഷ്ട്രീയ ഭരണ മേഖലകളിൽ തങ്ങളെപ്പോലുള്ളവർ വരുന്നത് നാടിന്റെ നന്മയ്ക്ക് ഉതകുമെന്ന അഭിപ്രായവുമായി മത്സരിച്ചത്. താൻ മത്സരിക്കുന്നതിലൂടെ തങ്ങളുടെ സമൂഹത്തിൽനിന്നും ലിംഗവിവേചനത്തിനെതിരായും സാമൂഹ്യനീതിക്കുവേണ്ടിയും ഉള്ള പോരാട്ടങ്ങളിൽ ഹിജഡകളുടെ രാഷ്ട്രീയം

ഉയർത്തിപ്പിടിച്ചുകൊണ്ട് കൂടുതൽ പേർ മുന്നോട്ടുവരുമെന്നും അവർ പറയുന്നു. നാമനിർദ്ദേശ പത്രികയിൽ അതേഴ്സ് എന്ന കോളം പൂരിപ്പിച്ചുകൊണ്ടാണ് അവർ മത്സരിച്ചത്. മധുരയിൽനിന്നുതന്നെയുള്ള സ്വപ്ന എന്ന ട്രാൻസ്ജന്റർ തമിഴ്നാട്ടിലെ പി എസ് സി പരീക്ഷ എഴുതാൻ നടത്തിയ പോരാട്ടവും ഏറെ ശ്രദ്ധിക്കപ്പെട്ടിരുന്നു. അധികൃതർ പരീക്ഷയെഴുതാൻ അനുവദിക്കാത്തതിനെ തുടർന്ന് നടത്തിയ സമര പോരാട്ടങ്ങളിലൂടെ ഹൈക്കോടതി വിധി അനുകൂലമായതിനെത്തുടർന്നാണ് സ്വപ്നയ്ക്ക് പരീക്ഷയെഴുതാനായത്. സിനിമ, നാടകം, മോഡലിങ്, ടെലിവിഷൻ പരിപാടികൾ തുടങ്ങി വിവിധ മേഖലകളിൽ ട്രാൻസ്ജന്ററുകൾ സാന്നിദ്ധ്യം അറിയിച്ചുകഴിഞ്ഞു. ട്രാൻസ്ജന്ററാകാൻ ആഗ്രഹിക്കുന്ന സൂര്യ എന്ന മലയാളി സ്വന്തം സ്വത്വം വെളിപ്പെടുത്തി തുറന്നുപറച്ചിലിനു മുന്നോട്ടുവന്നതുതന്നെ അവരുടെ സാമൂഹ്യമായ തിരിച്ചറിവിന് ഉദാഹരണമാണ്.

സ്വവർഗ്ഗരതി ക്രിമിനൽ കുറ്റമാണെന്ന് സുപ്രീംകോടതി വിധി വന്നു?

ഇപ്പോൾ വന്നിട്ടുള്ള ഈ വിധി മൊത്തം ലൈംഗിക ന്യൂനപക്ഷങ്ങൾക്കും എതിരാണ്. പുരുഷനിലെയും സ്ത്രീകളിലെയും സ്വവർഗ്ഗാനുരാഗികൾ, ഹിജഡകൾ, കോത്തികൾ, എന്നിവരെയെല്ലാം ഈ വിധി നേരിട്ടുബാധിക്കും. ഹിജഡകളെ സംബന്ധിച്ച് പറയുകയാണെങ്കിൽ യഥാർത്ഥത്തിൽ അവർ തങ്ങളുടെ മാനസികാവസ്ഥയനുസരിച്ചുള്ള സ്വാഭാവിക ലൈംഗിക താൽപ്പര്യങ്ങൾ പുലർത്തുന്നവരാണ്.

ഒരാളുടെ രതി എന്തായിരിക്കണം, എങ്ങനെയായിരിക്കണം എന്നത് തീരുമാനിക്കാനും തെരഞ്ഞെടുക്കാനുമുള്ള അവകാശം അതത് വ്യക്തികളിൽ നിക്ഷിപ്തമാണ്. ഇതുപക്ഷേ, ഉഭയ സമ്മതപ്രകാരമായിരിക്കണം. എന്തിനും ഏതിനും മനുഷ്യാവകാശങ്ങളെപ്പറ്റി പറയുന്ന നമ്മുടെ നാട്ടിൽ ഇവരുടെയും അവകാശങ്ങൾ അംഗീകരിക്കപ്പെടേണ്ടതുണ്ട്. ഇത്തരം ആളുകളുടെയും അവരുടെ മാനസികാവസ്ഥയെയും പൂർണ്ണമായും മനസ്സിലാക്കാൻ കഴിയാത്തതുകൊണ്ടാവാം മറിച്ചുള്ള അഭിപ്രായങ്ങൾ ഉണ്ടാകുന്നത്.

ഫോട്ടോ പ്രദർശനങ്ങളെപ്പറ്റിയും ആളുകളുടെ പ്രതികരണങ്ങളെപ്പറ്റിയും പറഞ്ഞവസാനിപ്പിക്കാം?

ആദ്യപ്രദർശനം കോഴിക്കോട് ഇൻഡോർ സ്റ്റേഡിയം ഹാളിൽ. 2007 ലായിരുന്നു. കോഴിക്കോടുകാർക്ക് അതൊരു വ്യത്യസ്ത അനുഭവമായിരുന്നു. വായിച്ചറിഞ്ഞിട്ടുണ്ടെങ്കിലും ഫോട്ടോയിലൂടെ നേരിട്ടുകാണുന്നതിന്റെ വ്യത്യസ്തതയുണ്ടല്ലോ. സ്ത്രീകളുടെ വലിയതോതിലുള്ള പങ്കാളിത്തം എല്ലാ പ്രദർശനങ്ങളിലുമുണ്ടായിരുന്നു. പ്രദർശനം സാധാരണക്കാർക്ക് അറപ്പും വെറുപ്പും മാത്രമുണ്ടായിരുന്ന ഹിജഡകളോടുള്ള മനോഭാവത്തിൽ മാറ്റം വരുത്തുന്നതിനുതകിയിട്ടുണ്ട്. കോഴിക്കോട്ടെ

പ്രദർശനത്തിന്റെ അവസാനദിവസം ഞാൻ ക്ഷണിച്ചതനുസരിച്ച് ഇന്ത്യയിൽനിന്ന് ഇംഗ്ലീഷിൽ ആത്മകഥയെഴുതിയ രേവതിയും സന്തോഷ് ശിവന്റെ *നവരസ* എന്ന സിനിമയിൽ പ്രധാനവേഷത്തിലഭിനയിച്ച ഖുശ്ബുവുമുൾപ്പെടെ അഞ്ചുപേർ വന്നിരുന്നു. സംവാദവും നൃത്തവും പാട്ടുമൊക്കെയായി അവർ പ്രദർശനത്തിനെത്തിയവരുമായി അടുത്തിട പഴകി.

2010 ൽ കോഴിക്കോട് സ്പോർട്സ് കൗൺസിൽ ഹാളിൽ വച്ച് *ഹിജഡ* പുസ്തകത്തിന്റെ പ്രകാശനം എഴുത്തുകാരൻ സുഭാഷ്ചന്ദ്രൻ രേവതിക്ക് നൽകിക്കൊണ്ട് നിർവ്വഹിച്ചു. കേരളത്തിലെ ഒരു ചെറിയ ശതമാനം ജനങ്ങളിലെങ്കിലും ഹിജഡകളോടുള്ള മനോഭാവത്തിൽ മാറ്റം വരുത്താൻ പ്രദർശനവും പുസ്തകവും സഹായിച്ചു എന്നാണ് ഞാൻ കരുതുന്നത്. തിരുവനന്തപുരത്തെ ഫോട്ടോ പ്രദർശനം കാണാൻ വന്ന എഴുത്തുകാരി രാധിക സി നായർ സന്ദർശക പുസ്തകത്തിൽ ഇപ്രകാരം കുറിച്ചിട്ടു:

> ട്രെയിനിൽ യാത്രപോകുമ്പോൾ കാശുചോദിച്ചുവന്ന് ശല്യപ്പെടുത്തുന്ന, കാഴ്ചയ്ക്ക് കൗതുകവും വിസ്മയവും ജനിപ്പിച്ചുകൊണ്ട് മനസ്സിൽ വെറുപ്പുണർത്തുന്നവരായിരുന്നു എനിക്ക് 'ഹിജഡകൾ'. ഡൽഹിയിൽ താമസക്കാരായ എന്റെ ജ്യേഷ്ഠഭാര്യ അവതരിപ്പിച്ച കഥകളിലും 'ഹിജഡകൾ' അനുഗ്രഹം നൽകാൻ വന്ന് കാശ് കൊയ്യുന്നവരായിരുന്നു. ആ ജീവിതങ്ങളെ സത്യസന്ധമായി അവതരിപ്പിച്ച് മുൻധാരണകളെ മാറ്റിമറിച്ചു അഭിജിത്തിന്റെ ഫോട്ടോ പ്രദർശനം. ഇനിയൊരിക്കലും ഒരു 'ഹിജഡയും' എന്നിൽ വെറുപ്പു സൃഷ്ടിക്കില്ല. 'അവളെ' ഞാൻ പരിഹസിക്കില്ല. അഭിജിത്..... അഭിനന്ദനം. ഒരുപാട് ഫ്രയിമുകൾകൊണ്ട് ഒരു മനസ്സുമാറ്റിയതിന് അഭിനന്ദനങ്ങൾ.........

സ്വവർഗ്ഗരതി സ്വാഭാവികരതിയാണ്

മാനവേന്ദ്രസിങ് ഗോയൽ/കെ കെ ശ്രീനിവാസൻ

രാജവാഴ്ച/അധികാരം, ലൈംഗിക സ്വത്വാവിഷ്കാരം, ജനാധിപത്യം ഇവ മൂന്നും കണ്ണിചേരുന്ന സാമൂഹിക പരിസരം. അതിന്റെ പ്രത്യുപകാരം കൈപ്പറ്റുന്നതാകട്ടെ, രാജവാഴ്ചയുടെ കല്പനകളും ശാസനകളും കണ്ടുംകേട്ടും ശീലിച്ച രാജകുമാരൻ. ഗുജറാത്ത് രാജപിപ്പള ഗോയൽ രാജവംശത്തിലെ പിൻഗാമിയായ യുവരാജാവ് മാനവേന്ദ്രസിങ് ഗോയൽ.

തിരുവായ്ക്ക് എതിർവായില്ലാതെ പ്രജകളെ അടക്കി ഭരിച്ചിരുന്ന രാജവംശത്തിന്റെ പിൻഗാമി ഇന്ന് ജനാധിപത്യം അനുവദിച്ചു നൽകിയിട്ടുള്ള പൗരസ്വാതന്ത്ര്യം ആവോളം നുകരുകയാണ്. സിവിൽ സമൂഹം നിഷിദ്ധമെന്നും പ്രകൃതിവിരുദ്ധമെന്നും മുദ്രകുത്തിയിട്ടുള്ള സ്വവർഗ്ഗാനുരാഗത്തിലാണ് തന്റെ ലൈംഗിക സ്വത്വം കുടികൊള്ളുന്നതെന്ന് സമൂഹത്തോട് ഉറക്കെ വിളിച്ചുപറഞ്ഞുകൊണ്ടാണ് ജനാധിപത്യത്തിന്റെ പൗരസ്വാതന്ത്ര്യം മാനവേന്ദ്ര യുവരാജാവ് നുകരുന്നത്. രാജവാഴ്ച ഇത്തരമൊരു വെളിപ്പെടുത്തലിനെ അസാദ്ധ്യമാക്കിയിരുന്നു. ജനാധിപത്യം അത് പക്ഷേ, സാദ്ധ്യമാക്കിയിരുന്നു. രാജവാഴ്ചയോടുള്ള ജനാധിപത്യത്തിന്റെ മധുരമായ പകരംവീട്ടൽ കൂടിയാവാമിത്. അതേസമയം തന്നെ ജനാധിപത്യം കല്പിച്ചു നല്കിയിട്ടുള്ള പൗരസ്വാതന്ത്ര്യം തുല്യമായി പങ്കുവയ്ക്കപ്പെടുന്നില്ലെന്ന് വിളിച്ചുപറയുവാനുള്ള ആയുധമായും ജനാധിപത്യം ഈ യുവരാജാവിനാൽ ഉപയോഗിക്കപ്പെടുന്നുവെന്നത് സവിശേഷ ശ്രദ്ധയാകർഷിക്കുന്നു. രാജപിപ്പളയിലെ ഗോയൽ രാജവാഴ്ചയുടെ തിരിശേഷിപ്പുകൾ തുടിക്കുന്ന രാജകൊട്ടാരത്തിൽ നടന്ന കൂടിക്കാഴ്ചയുടെ ലിഖിതരേഖ തുടർന്ന് വായിക്കുക.

താങ്കളുടെ കുടുംബ പശ്ചാത്തലത്തിൽനിന്ന് തുടങ്ങാം.

ഞാൻ ഗുജറാത്തിലെ രാജപിപ്പള ഗോയൽ രാജവംശാംഗമാണ്. എന്റെ പിതാമഹന്മാർ 1378 ലാണ് ഈ രാജവംശത്തിന് അടിത്തറ പാകിയത്. ഈ രാജകുലത്തിന്റെ 39-ാമത് പിൻഗാമിയാണ് ഞാൻ.

വിദ്യാഭ്യാസം

വിദ്യാഭ്യാസം പൂർണ്ണമായും ബോംബെയിലായിരുന്നു. ബികോം നിയമ ബിരുദധാരിയാണ്.

വിവാഹം

1991 ലായിരുന്നു വിവാഹം. മദ്ധ്യപ്രദേശിലെ ഒരു രാജവംശത്തിലെ രാജകുമാരിയെയാണ് വിവാഹം ചെയ്തത്. പക്ഷേ, പതിനാറുമാസത്തിനു ശേഷം വിവാഹമോചനത്തിനായി സംയുക്ത ഹർജി നല്കി. വിവാഹ ജീവിതം പൂർണ്ണാവസ്ഥയിലല്ലെന്നുള്ളതിനെ അടിസ്ഥാനമാക്കി വിവാഹമോചനം അനുവദിക്കപ്പെടുകയായിരുന്നു.

എൽ ജി ബി ടി (Lesbian, Gay, Bisexual, Transgender-LGBT)ജനതതിയുടെ അവകാശസംരക്ഷണമാണ് താങ്കളുടെ മുഖ്യപ്രവർത്തന മേഖലയെന്നറിയാം. അതിലേക്ക് വരാം. മറ്റു പ്രവർത്തന മണ്ഡലമെന്താണ്?

ജൈവകൃഷി പ്രോത്സാഹനദിശയിൽ മണ്ണിരകളെ ഉപയോഗിച്ച് ജൈവവളം ഉല്പാദിപ്പിക്കുന്നുണ്ട്. എന്റെ ഗ്രാമത്തിലെ കൃഷിക്കാർക്ക് ആവശ്യമായ ജൈവവളം ഉല്പാദിപ്പിക്കുകയെന്നതാണ് ലക്ഷ്യം. രാസവളങ്ങളുടെ പിടിയിൽനിന്ന് നമ്മുടെ മണ്ണിനെ സംരക്ഷിച്ചെടുക്കുന്നതിന്റെ സമയം അതിക്രമിച്ചിരിക്കുകയാണ്. നിർഭാഗ്യവശാൽ, ഇക്കാര്യം അധികൃതർ വേണ്ടത്ര ശ്രദ്ധിക്കുന്നില്ല.

ഇതിനുപുറമെ ഞാൻ ഒരു സംഗീത വിദ്യാർത്ഥികൂടിയാണ്. കുട്ടിക്കാലം മുതൽ തന്നെ ഭാരതീയ ക്ലാസിക് സംഗീതം അഭ്യസിച്ചുവരുന്നു. പ്രശസ്ത സംഗീതജ്ഞൻ പണ്ഡിറ്റ് പുരുഷോത്തം വാല ഖൽക്കറുടെ കീഴിൽ കഴിഞ്ഞ ഒരു പതിറ്റാണ്ടായി സോളോ ഹാർമോണിയം അഭ്യസിക്കുന്നു. ചിലപ്പോഴൊക്കെ സ്റ്റേജ് പ്രോഗ്രാമുകളും അവതരിപ്പിക്കാറുണ്ട്.

ഇതെല്ലാം സാക്ഷ്യപ്പെടുത്തുന്നത് താങ്കളുടെ ബഹുമുഖ വ്യക്തിത്വമാണെന്ന് പറയേണ്ടിയിരിക്കുന്നു.....

...താങ്കൾക്ക് അങ്ങനെ വേണമെങ്കിൽ വിലയിരുത്താം. യോഗാഭ്യാസത്തിലും ശ്രദ്ധകേന്ദ്രീകരിക്കുന്നുണ്ട്. മുംബൈ ഇൻസ്റ്റിറ്റ്യൂട്ട് ഓഫ് യോഗയിലെ വിദ്യാർത്ഥി കൂടിയാണ് ഞാൻ. മറ്റുള്ളവർക്ക് യോഗവിദ്യകൾ പകർന്നു കൊടുക്കുവാനും ഞാൻ സമയം കണ്ടെത്തുന്നുണ്ട്. വ്യക്തിത്വ വികസന-ധ്യാന ക്യാമ്പുകൾ സംഘടിപ്പിക്കുന്നു. അന്ധവിദ്യാർത്ഥികൾ, എന്റെ ഗ്രാമവാസികൾ, പൊലീസ് ഉദ്യോഗസ്ഥർ തുടങ്ങിയവരാണ് ഈ ക്യാമ്പുകളിലേറെയും പങ്കെടുക്കുന്നത്.

വിവിധ മേഖലകളിൽ വ്യാപരിക്കുമ്പോഴും താങ്കളുടെ മുഖ്യ ഊന്നൽ HIV/AIDSനിവാരണ ബോധവല്കരണ യത്നത്തിലാണല്ലേ?

തീർച്ചയായും. ഗുജറാത്തിലാണ് HIV/AIDS നിവാരണബോധ വൽക്കരണ പ്രചാരണങ്ങൾ നടത്തുന്നത്- പ്രത്യേകിച്ചും ഗുജറാത്തിലെ എൽ ജി ബി ടി സമൂഹത്തിനിടയിൽ.

താങ്കളുടെ 'ലക്ഷ്യ' എന്ന സംഘടനയെക്കുറിച്ച് വിശദീകരിക്കാമോ?

ലൈംഗിക ന്യൂനപക്ഷങ്ങൾക്കായി ഒരു പൊതുവേദിയെന്ന നിലയിലാണ് 'ലക്ഷ്യ' രൂപീകരിക്കപ്പെട്ടത്. സ്വവർഗ്ഗാനുരാഗികളായ പുരുഷന്മാരും (Gay) നപുംസകങ്ങളും(Transgender) അഭിമുഖീകരിക്കുന്ന പ്രശ്നങ്ങൾ ചർച്ച ചെയ്യുക. അതിലൂടെ ഉരുത്തിരിയുന്ന പരിഹാര നിർദ്ദേശങ്ങൾ പരസ്പരം പങ്കുവെയ്ക്കുക. ഉദാഹരണമായി വിവാഹം കഴിക്കണമെന്നുള്ള ബാഹ്യ സമ്മർദ്ദങ്ങൾ, പൊലീസ് പീഡനങ്ങൾ, സാമൂഹിക നിയമപ്രശ്നങ്ങൾ, ലൈംഗിക സ്വത്വ പ്രതിസന്ധി, ജീവിത പങ്കാളിയുമായുള്ള പൊരുത്തക്കേടുകൾ, പ്രശ്നങ്ങൾ ഇവയെല്ലാംതന്നെ ചർച്ച ചെയ്യപ്പെടാനും പരിഹാര നിർദ്ദേശങ്ങൾ രൂപപ്പെടുവാനുമുള്ള വേദിയായാണ് 'ലക്ഷ്യ' പിറവിയെടുത്തത്. ഇതിനിടെ തന്നെ ഞങ്ങളുടെ എം എസ് എം (MSM (Male Having Sex with Male) കമ്യൂണിറ്റിയിലുള്ളവർ പെട്ടെന്ന് HIV/AIDSന്റെ പിടിയിലകപ്പെടുന്നുവെന്ന് തിരിച്ചറിയപ്പെട്ടു. ഇതോടെയാണ് ഞങ്ങളുടെ കമ്യൂണിറ്റിക്കും transgender കമ്യൂണിറ്റിക്കുമിടയിലെ HIVനിവാരണ ബോധവല്കരണപ്രവർത്തനങ്ങൾക്ക് മുൻതൂക്കം നൽകുന്നത്.

'ലക്ഷ്യ'യുടെ പ്രവർത്തനരീതിയെന്താണ്?

സുരക്ഷിത ലൈംഗികബന്ധം അനുവർത്തിക്കുവാൻ പ്രേരിപ്പിക്കുക. ഇതിന്റെ ഭാഗമായി ഗർഭനിരോധന ഉറകൾ ഉപയോഗിക്കേണ്ടതിന്റെ ആവശ്യകത ബോദ്ധ്യപ്പെടുത്തുക. ഒന്നിലേറെ ലൈംഗിക പങ്കാളിയെ സ്വീകരിക്കുന്നത് ഒഴിവാക്കി HIVപകരുന്നതിനുള്ള സാദ്ധ്യത ഒഴിവാക്കണമെന്ന് പ്രചരിപ്പിക്കുന്നു. പൊലീസ്, ഡോക്ടർമാർ, ആശുപത്രി ജീവനക്കാർ, തദ്ദേശസ്വയംഭരണസ്ഥാപനങ്ങൾ, വക്കീലന്മാർ, മാധ്യമങ്ങൾ ഇവരെല്ലാം തന്നെ ഞങ്ങളുടെ പ്രവർത്തനങ്ങളിൽ ഭാഗഭാക്കുകളാണ്. രതിജന്യ രോഗനിർണ്ണയവും ചികിത്സയും 'ലക്ഷ്യ' സൗജന്യമായി നടത്തുന്നു.

'ലക്ഷ്യ'യുടെ പ്രവർത്തനങ്ങൾ ലക്ഷ്യം കാണുന്നുണ്ടോ?

തീർച്ചയായും എനിക്കു പറയാൻ കഴിയും. 'ലക്ഷ്യ' മാതൃകാനുസാരമായ പ്രവർത്തനങ്ങളാണ് കാഴ്ചവെയ്ക്കുന്നതെന്ന് ഞങ്ങൾ പ്രവർത്തനമാരംഭിക്കുന്നവേളയിൽ, MSM- Transgender സമൂഹങ്ങൾക്കിടയിൽ HIVരോഗബാധിതരുടെ തോത് ഏറെ കൂടുതലായിരുന്നു.

'ലക്ഷ്യ'യാണ് ഗുജറാത്തിൽ ആദ്യമായി ഇവർക്കിടയിൽ HIV നിവാരണ പ്രചാരണ പരിപാടികൾക്ക് തുടക്കം കുറിക്കുന്നത്.

ചിട്ടയായ പ്രചാരണപരിപാടികളിലൂടെ HIVയ്ക്കെതിരെ ഞങ്ങളുടെ സമൂഹത്തെ ജാഗരൂഗരാക്കാനായിട്ടുണ്ട്. ജനങ്ങൾക്കിടയിലെ മിഥ്യാധാരണകൾ ഒഴിവാക്കുന്നതിലും 'ലക്ഷ്യ' യുടെ പ്രവർത്തനങ്ങൾ ലക്ഷ്യം കണ്ടിട്ടുണ്ട്. ഇതിന്റെയെല്ലാം ഫലമായി HIVബാധിതരുടെ തോത് കുത്തനെ കുറയുന്നുണ്ടെന്ന് അഭിമാനത്തോടെ പറയാനാകും.

ദേശീയ HIV/AIDS നിയന്ത്രണ പ്രവർത്തനങ്ങളെ എങ്ങനെ വിലയിരുത്തുന്നു?

നമുക്കറിയാം, കേന്ദ്ര സർക്കാരിന്റെ കീഴിലുള്ള ദേശീയ എയ്ഡ്സ് നിയന്ത്രണസംഘടന (NACC)യാണ് HIV/AIDS നിയന്ത്രണപ്രവർത്തനങ്ങൾക്ക് ചുക്കാൻ പിടിക്കുന്നതെന്ന്. സംസ്ഥാനങ്ങളിലാകട്ടെ, എയ്ഡ്സ് നിയന്ത്രണ സൊസൈറ്റി (ACTS)കളാണ് ബോധവല്ക്കരണ പ്രചാരണപ്രവർത്തനങ്ങൾ ജനങ്ങളിലെത്തിക്കുന്നത്. ഇതിനുംപുറമെ, ഇൻഫോസം INFOSEM(Integrated Network for Sexual Minorities) എന്ന പേരിൽ ലൈംഗിക ന്യൂനപക്ഷങ്ങൾക്കായി ദേശീയ കൂട്ടായ്മയ്ക്ക് രൂപം നല്കിയിട്ടുണ്ട്. HIV നിയന്ത്രണ പ്രവർത്തനങ്ങളിലും എൽ ജി ബി ടി കമ്യൂണിറ്റി അഭിമുഖീകരിക്കുന്ന പ്രശ്നങ്ങൾക്കുള്ള പരിഹാരങ്ങളിലൂന്നിയും പ്രവർത്തിക്കുന്ന സംഘടനകളാണ് ഈ കൂട്ടായ്മയിലെ പങ്കാളികൾ. അന്തർസംസ്ഥാന പ്രോജക്ടുകളിലടക്കം വിവിധ പ്രോജക്ടുകളിൽ ഈ സംഘടനകൾ സംയുക്തമായി പ്രവർത്തിക്കുന്നു. വിവിധ സംസ്ഥാന സർക്കാരുകളുമായി സംഘടനകൾക്ക് യോജിച്ചു പ്രവർത്തിക്കാനുള്ള അവസരങ്ങൾ സൃഷ്ടിക്കപ്പെടുന്നുണ്ട്. ഇത്തരമൊരു കൂട്ടായ്മയിലൂടെ അതത് സംസ്ഥാനങ്ങളിലെ എൽ ജി ബി ടി സമൂഹത്തിന്റെ പ്രശ്നങ്ങളും HIV നിയന്ത്രണപ്രവർത്തനരീതികളും ദേശീയാടിസ്ഥാനത്തിൽ അവതരിപ്പിക്കപ്പെടുന്നുവെന്നത് ശ്രദ്ധേയമാണ്.

കേരളത്തിലെ HIV/AIDS നിയന്ത്രണ പ്രവർത്തനങ്ങളെ വിലയിരുത്തിയിട്ടുണ്ടോ?

ദേശീയാടിസ്ഥാനത്തിൽ തന്നെ കേരളത്തിലെ പ്രവർത്തനങ്ങൾ മാതൃകാപരമാണെന്ന് പറയാം. എല്ലാറ്റിലുമുപരി, കേരളത്തിലെ ഉയർന്ന സാക്ഷരതാനിരക്ക് HIV/AIDS നിയന്ത്രണബോധവൽക്കരണ പ്രവർത്തനങ്ങൾക്ക് മുഖ്യവഴികാട്ടിയാണ്. താങ്കളുടെ സംസ്ഥാനത്തിന്റെ പ്രവർത്തനമാതൃക ഇന്ത്യയിലെ മറ്റു സംസ്ഥാനങ്ങളും സംഘടനകളും കടംകൊള്ളാനുള്ള ശ്രമത്തിലാണ്. കേരളത്തിലെ ACTSന്റെ പ്രതിനിധികൾ ഗുജറാത്തിൽ സന്ദർശനം നടത്തിയിട്ടുണ്ട്. കേരളത്തിന്റെ മുൻകൈയിൽ വിവിധ സംഘടനകളെ ഏകോപിച്ചുകൊണ്ടുള്ള ഒരു ശൃംഖലയുടെ സാദ്ധ്യതകൾ ആരായപ്പെടുന്നുണ്ട്. കേരളത്തിൽ ചില എൻ ജി ഒകൾ

ലൈംഗികത്തൊഴിലാളികൾക്കിടയിൽ പ്രവർത്തിക്കുന്നു, മറ്റു ചിലവയാകട്ടെ MSM-Transgender സമൂഹങ്ങൾക്കിടയിലും. എന്നിരുന്നാലും ഐക്യത്തോടെ HIV/AIDS എന്ന പകർച്ചവ്യാധിക്കെതിരെ പ്രവർത്തിക്കുന്നുവെന്നത് ശ്ലാഘനീയമാണ്.

HIV/AIDS പ്രോജക്ടുകൾക്കായുള്ള ഫണ്ടുകളെക്കുറിച്ച്, പ്രത്യേകിച്ച് അതിന്റെ ദുർവിനിയോഗത്തെപ്രതി വിമർശനങ്ങൾക്ക് ഒട്ടും കുറവില്ല...

ശരിയാണ്. ഫണ്ട് ദുരുപയോഗം പലപ്പോഴും വിമർശനവിധേയമാണ്. അതുകൊണ്ടുതന്നെ, കൃത്യതയാർന്നതും കാര്യക്ഷമതയാർന്നതുമായ ആഭ്യന്തര ഓഡിറ്റിങ്ങുകൾക്ക് പുറമെ സർക്കാർ മേൽനോട്ടത്തിലുള്ള ഓഡിറ്റിങ്ങുകളുമുണ്ട്.

ഫണ്ടുകളിലേറെയുമെത്തുന്നത് പാശ്ചാത്യ ഫണ്ടിങ് ഏജൻസികളിൽനിന്നാണല്ലേ?

അതെ, അന്താരാഷ്ട്ര ഫണ്ടിങ് ഏജൻസികൾ തന്നെയാണ്. ഉദാഹരണമായി, ബിൽ ആന്റ് മിലിൻഡഗേറ്റ്സ് ഫൗണ്ടേഷൻ (Bill and Melindia Gates Fountation) എന്ന അന്തർദ്ദേശീയ സംഘടനയാണ് NACOയിലൂടെ ഞങ്ങളുടെ 'ലക്ഷ്യ' യ്ക്ക് ഫണ്ട് ചെയ്യുന്നത്.

വാസ്തവത്തിൽ HIV/AIDS നിയന്ത്രണ ബോധവല്കരണ പ്രവർത്തനങ്ങളിൽ എൻ ജി ഒകൾ സജീവമാണെന്നു തന്നെ പറയാമോ?

പറയാതെ തന്നെ അറിയാമല്ലോ. എൻ ജി ഒ കൾ സർക്കാർ സംഘടനകളല്ലെന്ന്. എങ്കിലും ദേശീയ എയ്ഡ്സ് നിയന്ത്രണ സംഘടന (NACO)യുടെ മാർഗ്ഗരേഖയുടെ അടിസ്ഥാനത്തിലാണ് എൻ ജി ഒകളുടെ പ്രവർത്തനങ്ങൾ. സർക്കാരും എൻ ജി ഒ കളും തമ്മിലുള്ള പങ്കാളിത്ത പ്രവർത്തനമെന്നു പറയാം. പരസ്പരം സഹകരണത്തോടെയും പ്രതിജ്ഞാബദ്ധതയോടുമുള്ള സുതാര്യമായ പങ്കാളിത്ത പ്രവർത്തനങ്ങൾ സജീവമാണ്. സർക്കാർ ഭരണസംവിധാനങ്ങൾക്ക് കഴിയാത്ത പ്രവർത്തനങ്ങൾപോലും തികഞ്ഞ ഉത്തരവാദിത്തത്തോടെയും കാര്യക്ഷമതയോടെയും ഏറ്റെടുത്ത് നടത്തുന്നതിൽ എൻ ജി ഒകൾ ഒട്ടും ചെറുതല്ലാത്ത പങ്ക് വഹിക്കുന്നുണ്ട്. ഇതിന്റെ ഭാഗമായാണ് എൻ ജി ഒ കൾ പ്രൊഫഷണൽ വൈദഗ്ദ്ധ്യമുള്ളവരുടെ സേവനം ഉറപ്പാക്കുന്നത്. ഇവിടെ പ്രത്യേകം പറയാനുള്ളത്, ഞങ്ങളുടെ സംഘടന- ലക്ഷ്യ- ഒരു എൻ ജി ഒ അല്ലെന്നതാണ്. അത് ഒരു സി ബി ഒ ആണ്. അതായത്. Community Based Organisation.

സി ബി ഒ എങ്ങനെയാണ് എൻ ജി ഒ കളിൽനിന്ന് വ്യത്യസ്തമാകുന്നത്?

ഞങ്ങൾ ഒരു കമ്യൂണിറ്റിയാണ്. അതായത് MSM കമ്യൂണിറ്റി. 'ലക്ഷ്യ' യുടെ ഡയറക്ടർ ബോർഡ് നിയന്ത്രിക്കുന്നത് ഈ കമ്യൂണിറ്റി

യാണ്. ഞങ്ങൾ പ്രവർത്തിക്കുന്നത് ഞങ്ങളുടെ കമ്യൂണിറ്റിക്കുവേണ്ടി യാണ്. ഞങ്ങളുടെ പ്രവർത്തനങ്ങൾ എൻ ജി ഒ കളെ അപേക്ഷിച്ച് ഏറെ പ്രതിജ്ഞാബദ്ധതയും കഠിനാദ്ധ്വാനവും നിറഞ്ഞതാണ്.

താങ്കളടങ്ങുന്ന MSM കമ്യൂണിറ്റിയോടുള്ള സിവിൽ സമൂഹത്തിന്റെ സമീപനമെന്താണ്?

ഇക്കാര്യത്തിൽ എനിക്ക് പറയാനുള്ളത്, പൊതു സമൂഹത്തിന്റെ മനോഘടനയിൽ ഏറെ മാറ്റങ്ങൾ അനിവാര്യമാണെന്നാണ്. വളരെയേറെ കാലമായിത്തന്നെ, ഇന്ത്യയിലെ എൽ ജി ബി ടി കമ്യൂണിറ്റിയെക്കുറിച്ച് മനസ്സിലാക്കുന്നതിൽ ഏറെ പാകപ്പിഴകളുണ്ട്. ഇത് സമൂഹത്തിൽ വിപരീതാവസ്ഥ സൃഷ്ടിക്കാനാണ് വഴിവെച്ചത്. ഇനി അഥവാ നിയമം മാറിയാൽ പ്പോലും ഒരു മാറ്റമുണ്ടാകുമെന്ന് ഞാൻ കരുതുന്നില്ല. ഞങ്ങളുടെ കമ്യൂണിറ്റിക്ക് സമൂഹിക സ്വീകാര്യത തരപ്പെടണമെങ്കിൽ, ഞാൻ വീണ്ടും പറയുന്നു, പൊതുസമൂഹത്തിന്റെ മനോഘടനയിൽ കാര്യമാത്രമായ മാറ്റങ്ങൾ രൂപപ്പെട്ടേ മതിയാവൂ.

എൽ ജി ബി ടി കമ്യൂണിറ്റിയെ പിന്തുണയ്ക്കുന്നതിൽ സിനിമ ശ്രദ്ധ ചെലുത്തുന്നുണ്ടെന്ന് പറയാനാവുമോ- പ്രത്യേകിച്ചും മാറിയ സാഹചര്യത്തിൽ?

ആദ്യകാലങ്ങളിൽ, സിനിമയിൽ കോമിക് വേഷങ്ങളിലാണ് ഞങ്ങൾ ചിത്രീകരിക്കപ്പെട്ടിരിക്കുന്നത്. എൽ ജി ബി ടി സമൂഹത്തിന്റെ ഗൗരവമേറിയ പ്രശ്നങ്ങൾക്ക് സിനിമാ പ്രമേയങ്ങളിലിടം ലഭിച്ചിരുന്നില്ല. എന്നാലിപ്പോൾ സിനിമ ഏറെ പക്വതയാർജ്ജിക്കുന്നതിന്റെ ലക്ഷണങ്ങൾ പ്രകടമാക്കുന്നുണ്ട്. അതുകൊണ്ടുതന്നെ, ഞങ്ങളുടെ കമ്യൂണിറ്റിയെ ബാധിക്കുന്ന പ്രശ്നങ്ങളെ അതീവഗൗരവത്തോടെ സമീപിക്കാൻ സിനിമാലോകം തയ്യാറാകുന്നുണ്ട്.

ഞങ്ങൾക്ക് സാമൂഹിക സ്വീകാര്യതയുടെ പരിസരം സൃഷ്ടിച്ചുതരുന്നതിൽ സിനിമയുടെ പങ്ക് ചെറുതല്ല. ഞങ്ങളുടെമേൽ ചെലുത്തപ്പെടുന്ന വിവാഹസമ്മർദ്ദം, വിവാഹബന്ധങ്ങളിൽ ഉരുത്തിരിയുന്ന അസ്വാരസ്യങ്ങൾ ഇവയിലേക്കെല്ലാം മാതാപിതാക്കളുടെയും കുടുംബത്തിന്റെയും ശ്രദ്ധ ക്ഷണിക്കുന്നതിലും സിനിമ സ്വാധീനം ചെലുത്തുന്നു. പൊതുസമൂഹത്തിന്റെ മുഖ്യധാരയിൽ ലൈംഗികതയ്ക്ക് ഇടംനേടിക്കൊടുക്കുന്നതിലും വലിയൊരളവുവരെ സിനിമ അതിന്റെ പങ്ക് വഹിക്കുന്നുണ്ട്. ഈയിടെ റിലീസ് ചെയ്യപ്പെട്ട *ദോസ്താന* എന്ന ഹിന്ദി ചലച്ചിത്രം ഈ ദിശയിൽപ്പെട്ട ഒന്നാണെന്ന് വിലയിരുത്താം. GAY എന്ന വാക്ക് സിനിമയിൽ ഉപയോഗിക്കപ്പെടാതിരിക്കാൻ ശിൽപ്പികൾ പ്രത്യേകം ശ്രദ്ധിച്ചിട്ടുണ്ടെങ്കിലും ഒരു ഗേ എന്താണെന്നും എങ്ങനെയാണെന്നും പൊതുസമൂഹത്തെ ബോദ്ധ്യപ്പെടുത്താൻ, ഒരു കുടുംബ സിനിമ എന്ന നിലയിൽത്തന്നെ *ദോസ്താന* ശ്രമിക്കുന്നുണ്ടെന്ന് വിലയിരുത്താവുന്നതാണ്.

ദീപാ മേത്തയുടെ ഫയർ റിലീസ് ചെയ്തപ്പോൾ ഒരുകൂട്ടം സിനിമാ ശില്പികളും അതിനെ അംഗീകരിക്കാൻ വിമുഖരായിരുന്നു. അതേസമയം തന്നെ, ഹൈന്ദവ മതമൗലിക രാഷ്ട്രീയ പ്രസ്ഥാനമായ ശിവസേനയും ഫയറിനെതിരെ തെരുവിലിറങ്ങി. യഥാർത്ഥത്തിൽ അവർ ഉയർത്തിയ പ്രതിഷേധത്തിന്റെ പ്രതിഫലനമെന്തായിരുന്നു?

ഞാൻ മുമ്പേ സൂചിപ്പിച്ചുവല്ലോ, എൽ ജി ബി ടി കമ്യൂണിറ്റിയോടുള്ള സിനിമാ ലോകത്തിന്റെ സമീപനം നിഷേധാത്മകമായിരുന്നുവെന്ന്. അതിന്റെ ശേഷിപ്പാണ് സിനിമാക്കാർക്കിടയിൽ നിന്നുതന്നെ ഫയറിനെതിരെ ഉയർന്ന ഭിന്നസ്വരം. പിന്നെ ശിവസേനയുടെ പ്രതിഷേധം. അത് തീർത്തും അജ്ഞതയിൽനിന്നും ഉടലെടുത്തതാണ്. യഥാർത്ഥത്തിൽ പ്രതിഷേധക്കാർ വിഷയത്തെപ്രതി അറിവോ, അവബോധമോ തൊട്ടുതീണ്ടാത്തവരാണ്. അത്തരക്കാർക്ക് പ്രതിഷേധിക്കുവാൻ അവകാശമില്ല. വിഷയത്തിന്റെ പ്ലസും മൈനസും തിരിച്ചറിഞ്ഞുള്ള പ്രതിഷേധം അതല്ലെങ്കിൽ പിന്തുണ, ഇതിനെയൊക്കെ മനസ്സിലാക്കാവുന്നതേയുള്ളൂ.

ഫയറും അതിനെതിരെയുള്ള ശിവസേനയുടെ പ്രതിഷേധവും എൽ ജി ബി ടി കമ്യൂണിറ്റിയെക്കുറിച്ച് ദേശീയതലത്തിൽത്തന്നെ ഗൗരവമേറിയ ചർച്ചകൾക്ക് വഴിവച്ചുവെന്നുകൂടി പറഞ്ഞുകൂടെ?

താങ്കൾ പറയുന്നത് ഒരു പരിധിവരെ ശരിയാണ്. ഒരു കാര്യം മനസ്സിലാക്കണം. ലൈംഗിക ന്യൂനപക്ഷങ്ങൾ നേരിടുന്ന പ്രശ്നങ്ങൾ ചർച്ച ചെയ്യാൻപോലും പാടില്ലെന്ന പിടിവാശിയിലാണ് ശിവസേന പോലുള്ള പ്രസ്ഥാനങ്ങൾ. ഇത്തരത്തിലുള്ള എതിർപ്പു പക്ഷേ, മൊത്തം പ്രസ്ഥാനത്തിന്റേതാണെന്ന് അപ്പാടെ ഞാൻ വിശ്വസിക്കുന്നില്ല. എതിർപ്പ് തീർത്തും വൈയക്തികമാണെന്നാണ് എനിക്ക് മനസ്സിലാക്കാനായിട്ടുള്ളത്. മതമൗലികവാദത്തിലൂന്നുന്ന ശിവസേനയിലെയും അതുപോലെ തന്നെ ബി ജെ പിയിലെയും ഞങ്ങളെ പിന്തുണയ്ക്കുന്ന നേതാക്കന്മാരെ എനിക്ക് നേരിട്ട് പരിചയമുണ്ട്.

പക്ഷേ, ലൈംഗിക ന്യൂനപക്ഷങ്ങളോടുള്ള ബി ജെ പി ദേശീയ നിലപാട് ഒട്ടും ആശാവഹമല്ലെന്നറിയാമല്ലോ... പ്രത്യേകിച്ച് മുതിർന്ന നേതാക്കന്മാരായ പ്രൊഫ. മുരളി മനോഹർ ജോഷിയെപ്പോലുള്ളവരുടെ നിലപാട്....

അതെ, അതുതന്നെയാണ് ഞാൻ നേരത്തെ പറഞ്ഞത്, പ്രസ്ഥാനങ്ങളിൽനിന്നുള്ള എതിർപ്പായി അതിനെ കാണേണ്ടതില്ലെന്ന്, അത് തീർത്തും വ്യക്തിഗതമാണ്. ഞങ്ങൾ അഭിമുഖീകരിക്കുന്ന പ്രശ്നങ്ങൾ ബോദ്ധ്യപ്പെടുത്തിയപ്പോൾ എതിർപ്പിന്റെ സ്വരമുയർത്തിയിരുന്ന ബി ജെ പി നേതാക്കൾ ഞങ്ങളെ പിന്തുണയ്ക്കാൻ മുന്നോട്ടുവന്നിട്ടുണ്ടെന്നറിയണം.

ലൈംഗിക ന്യൂനപക്ഷങ്ങൾ അഭിമുഖീകരിക്കുന്ന പ്രശ്നങ്ങൾ ദേശീയ

ശ്രദ്ധയിൽ കൊണ്ടുവരുന്നതിൽ മാധ്യമങ്ങൾ മോശമല്ലാത്ത പങ്ക് വഹിക്കുന്നുണ്ടെന്ന് സമ്മതിച്ചുകൂടേ.

സ്വവർഗ്ഗരതിയെ വിലക്ഷണമെന്നും പ്രകൃതിവിരുദ്ധമെന്നും സ്ഥാപിച്ചെടുക്കുന്നതിലായിരുന്നു മാധ്യമങ്ങൾക്ക് താല്പര്യം. എന്നാൽ കാലം മാറിയപ്പോൾ പ്രത്യേകിച്ചും ഞാൻ സ്വവർഗ്ഗാനുരാഗിയാണെന്നുള്ള എന്റെ പരസ്യപ്രഖ്യാപനം മാധ്യമങ്ങളെ മാറിച്ചിന്തിപ്പിക്കാനുള്ള ശക്തമായ പ്രേരണ നൽകിയിട്ടുണ്ട്. ഒരു പ്രാദേശിക ഭാഷാ ദിനപ്പത്രത്തിലൂടെയാണ് സ്വവർഗ്ഗ ലൈംഗികത വെളിപ്പെടുത്തിയത്. രസകരമെന്നു പറയട്ടെ അതും ഒരു ഹൈന്ദവ മൗലികവാദ പ്രസ്ഥാനത്തിന്റെ പിൻബലമുള്ള പത്രത്തിലൂടെ! ആ റിപ്പോർട്ട് ദേശീയ അന്തർദ്ദേശീയ തലത്തിൽ ഏറെ ചർച്ച ചെയ്യപ്പെട്ടതോടെയാണ് ഇന്ത്യൻ മാധ്യമങ്ങൾ ലൈംഗിക ന്യൂനപക്ഷങ്ങളുടെ അവകാശങ്ങളെ പിന്തുണച്ച് ശ്രദ്ധേയമായ റിപ്പോർട്ടുകളും ലേഖനങ്ങളും പ്രസിദ്ധീകരിക്കാൻ പ്രത്യേകം ശ്രദ്ധനല്കുന്നത്. സിനിമയെപ്പോലെതന്നെ, ലൈംഗിക ന്യൂനപക്ഷങ്ങൾക്ക് സിവിൽ സമൂഹത്തിന്റെ സ്വീകാര്യത തരപ്പെടുത്തിക്കൊടുക്കുന്നതിൽ മാധ്യമങ്ങളും സജീവ പങ്കു വഹിക്കുന്നുണ്ട്.

എൽ ജി ബി ടി കമ്യൂണിറ്റിയുടെ താല്പര്യ സംരക്ഷണാർത്ഥമുള്ള പ്രസിദ്ധീകരണങ്ങളോ ഗ്രന്ഥ സഞ്ചയങ്ങളോ ഉണ്ടോ?

ഇല്ലെന്നുതന്നെ പറയേണ്ടിയിരിക്കുന്നു. 1990ൽ അശോക് റോ കാവിയുടെ പത്രാധിപത്യത്തിൽ ബോംബെയിൽനിന്ന് പ്രസിദ്ധീകരണം ആരംഭിച്ച *ബോംബെ ദോസ്ത്(Bombay dosth)* എന്ന മാസികയാണ് ഇന്ത്യയിലെ ആദ്യ എൽ ജി ബി ടി അനുകൂല പ്രസിദ്ധീകരണം. ഇന്ത്യയിലെ ആദ്യ Gay Right Activist ആയ അശോക് റോ കാവി തന്റെ മാസികയിലൂടെ, എൽ ജി ബി ടി സമൂഹത്തിന്റെ പ്രശ്നങ്ങൾ വെളിച്ചത്തുകൊണ്ടുവരുന്നതിൽ ഏറെ മുന്നോട്ടുപോയിട്ടുണ്ട്.

എൽ ജി ബി ടി സമൂഹത്തോടുള്ള ഇന്ത്യൻ അക്കാദമിക് സമൂഹത്തിന്റെ സമീപനത്തെക്കുറിച്ച്?

അവരുടെ സമീപനം പ്രോത്സാഹനജനകമെന്ന് പറയാനാവില്ല. സർവ്വകലാശാലകൾ, കലാലയങ്ങൾ, വിദ്യാലയങ്ങൾ, ഗവേഷണ സ്ഥാപനങ്ങൾ ഇവയ്ക്കെല്ലാംതന്നെ ഞങ്ങൾക്ക് കാര്യമായത്ര പിന്തുണ നൽകാനാകും. അതിന് ഇനിയും പക്ഷേ, തയാറായിട്ടില്ലെന്നത് ഖേദകരമായ വസ്തുതയാണ്.

എഴുത്തുകാരും സാഹിത്യകാരന്മാരുമടങ്ങുന്ന ഇന്ത്യൻ ബുദ്ധിജീവി വർഗ്ഗത്തിന് പൊതുസമൂഹം ഒരു പ്രത്യേകയിടം അനുവദിച്ചു നല്കിയിട്ടുള്ളതായി കാണാം. ആകാശത്തിന് കീഴെയുള്ള സർവ്വവിഷയങ്ങളിലും ഇടപെട്ട് അഭിപ്രായം രേഖപ്പെടുത്തുന്നതിലും ഈ ബുദ്ധിജീവി വർഗ്ഗം

ഒട്ടും പുറകിലല്ല. അതുകൊണ്ടുതന്നെ ചോദിക്കട്ടെ, താങ്കളടങ്ങുന്ന എൽ ജി ബി ടി കമ്യൂണിറ്റിയോടുള്ള ഇവരുടെ സമീപനമെന്താണ്?

ഇന്ത്യയിലെ എഴുത്തുകാരിൽ ഒരു ചെറു വിഭാഗം ഞങ്ങളുടെ പ്രശ്നങ്ങളോട് അനുഭാവവും ഐക്യദാർഢ്യവും പ്രകടിപ്പിക്കുന്നുണ്ട്. രാജു റാവു, സലീം കിദ്വായ്, റൂത്ത് വനിത തുടങ്ങിയവർ ഇക്കൂട്ടത്തിൽ ശ്രദ്ധേയരാണ്. ബുദ്ധിജീവികൾക്കിടയിൽ ചേരിതിരിവ് പ്രകടമാണെങ്കിലും സ്വവർഗ്ഗരതിയെ കുറ്റകരമായിക്കാണുന്ന ഐ പി സി സെക്ഷൻ 377 നെതിരെയുള്ള ദില്ലി ഹൈക്കോടതി വിധിയെ അവർ സ്വാഗതം ചെയ്തുവെന്നത് ഏറെ ആശ്വാസകരമാണ്.

പുരാതന ഭാരതത്തിൽ സ്വവർഗ്ഗരതി വിലക്കപ്പെട്ടിരുന്നതായി ചരിത്രം പറയുന്നില്ല. ഐ പി സി സെക്ഷൻ 377 ഈയവസ്ഥയെ മാറ്റിമറിക്കുകയായിരുന്നുവല്ലേ?

പുരാതന ഭാരതത്തിൽ സ്വവർഗ്ഗരതി നിഷിദ്ധമായിരുന്നില്ലെന്നതിന് ഉദാത്ത ഉദാഹരണങ്ങൾ ചൂണ്ടിക്കാണിക്കാനുണ്ട്. വാത്സ്യായന മഹർഷിയുടെ *കാമസൂത്ര*യിലെ ചിത്രീകരണങ്ങൾ, ഖജുരാവോ, കോണാർക്ക് തുടങ്ങിയ ക്ഷേത്രങ്ങളുടെ ചുമർ ചിത്രങ്ങളിൽ ഒരേ ലിംഗത്തിൽപ്പെട്ടവരുടെ ലൈംഗിക കേളികൾ കാണാം—ഓറൽ-ആനൽ (Oral-Anal വദന-ഗുദ സുരതം) ലൈംഗിക ചുമർ ചിത്രങ്ങളും കാണാം. ഒരു രാജകുടുംബാംഗമെന്ന നിലയിൽ എനിക്ക് ആധികാരികമായി പറയാനാകും രാജകുടുംബാംഗങ്ങൾ ഒരു പരിധിവരെ സ്വവർഗ്ഗരതിയെ പ്രോത്സാഹിപ്പിച്ചിരുന്നുവെന്ന്. ട്രാൻസ്ജന്ററുകൾക്കായി (നപുംസകങ്ങൾ-ഹിജഡ-ശിഖണ്ഡി) പ്രത്യേകം രാജകീയ കോടതികൾ തന്നെയുണ്ടായിരുന്നു. നവവധൂവരന്മാരെ ആശീർവദിക്കാനും നവജാത ശിശുക്കൾക്ക് അനുഗ്രഹങ്ങൾ ചൊരിയുന്നതിനും ട്രാൻസ്ജന്ററുകളെ നമ്മുടെ സമൂഹം പ്രത്യേകം ക്ഷണിച്ചുവരുത്തിയിരുന്നു. ചിലയിടങ്ങളിലിത് ഇപ്പോഴും തുടരുന്നുണ്ടുതാനും.

നമുക്കറിയാം നമ്മുടെ ദേവദാസി സമ്പ്രദായത്തെപ്പറ്റി. വേശ്യാവൃത്തി കുലത്തൊഴിലായി സ്വീകരിച്ചിരുന്നവരായിരുന്നല്ലോ അവർ. ഇതെല്ലാം പക്ഷേ, അപ്രത്യക്ഷമായി. ഇവിടെയെല്ലാം വായിക്കപ്പെടേണ്ടത് ഭാരതത്തിലേക്കുള്ള ബാഹ്യശക്തികളുടെ അധിനിവേശ ചരിത്രമാണ്. സുൽത്താനേറ്റ് ഭരണം. തുടർന്ന് മുഗൾ ആധിപത്യം, അതെ, മതം സ്വവർഗ്ഗരതിക്ക് അതല്ലെങ്കിൽ ലൈംഗിക ന്യൂനപക്ഷങ്ങൾക്കുമേൽ കൂച്ചുവിലങ്ങ് ചാർത്തുകയായിരുന്നു.

മുഗളാധിപത്യ അധഃപതനത്തിനുശേഷം കണ്ടത് പാശ്ചാത്യശക്തികളുടെ അധിനിവേശത്തിന്റെ കാലമാണ്. പോർച്ചുഗീസ്, ഡച്ച്, ഫ്രഞ്ച്, ബ്രിട്ടീഷ് ശക്തികളുടെ അധിനിവേശവും ആധിപത്യവും അവയെല്ലാം ഭാരതീയ സമൂഹത്തിൽ സൃഷ്ടിച്ച പ്രത്യാഘാതങ്ങളും ഇന്ത്യൻ ചരിത്രത്തിൽ സുവിദിതമാണ്. പാശ്ചാത്യശക്തികളുടെ അധിനിവേശത്തോ

ടൊപ്പമെത്തിയ ക്രൈസ്തമതവും ഭാരതീയ ലൈംഗികതയുടെ വേരറുത്തു. ബ്രിട്ടീഷ്‌രാജിന്റെ കോളനി ഭരണത്തോടെ, സ്വവർഗ്ഗലൈംഗികതയെ കുറ്റകരമാക്കുന്ന നിയമം-ഐ പി സി സെക്ഷൻ 377 കൂടിയായപ്പോൾ സ്വവർഗ്ഗലൈംഗികതയടക്കമുള്ള ഭാരതീയ ലൈംഗിക സങ്കല്പങ്ങൾ നിർവ്വീര്യമാക്കപ്പെട്ടു.

സ്വവർഗ്ഗ ലൈംഗികതയെ കുറ്റകരമാക്കുന്ന നിയമം കൊണ്ടുവരാൻ കോളനി ഭരണത്തെ പ്രേരിപ്പിച്ചതെന്താണെന്ന് പറയാനാകുമോ?

1860 ൽ മെക്കാളെ പ്രഭുവാണ് സ്വവർഗ്ഗരതിയെ കുറ്റകരമാക്കുന്ന നിയമം കൊണ്ടുവന്നത്. അതിന് മൂന്നുവർഷം മുൻപ്, അതായത് 1857 ൽ, ശിപായി ലഹളയ്ക്ക് ഭാരതം സാക്ഷ്യംവഹിച്ചു. ബ്രിട്ടീഷ്‌രാജിന്റെ കോളനി ഭരണത്തിനെതിരായ ആദ്യ സ്വാതന്ത്ര്യ സമരമായി അത് ഇന്ത്യൻ സ്വാതന്ത്ര്യ സമരചരിത്രത്തിലിടം പിടിച്ചു. ലഹളക്കാർക്ക് സഹായം നൽകിയ വിഭാഗങ്ങളെ കണ്ടെത്തുന്നതിൽ ബ്രിട്ടീഷ് ഭരണകർത്താക്കൾ പ്രത്യേകം ശ്രദ്ധപതിപ്പിച്ചു. ട്രാൻസ്ജന്ററുകളും ലൈംഗിക തൊഴിലാളികളുമടങ്ങുന്ന സമൂഹമാണ് ലഹളക്കാർക്ക് സഹായം നൽകിയതെന്നായിരുന്നു കോളനി ഭരണകർത്താക്കളുടെ കണ്ടെത്തൽ. സാമ്പത്തികമായി ഏറെ മുന്നിട്ട് നിൽക്കുന്നവരായിരുന്നു ഈ ഇരുവിഭാഗങ്ങളും. ലഹളക്കാരെ ആയുധവല്ക്കരിക്കുന്നതിലും അവർക്ക് സാമ്പത്തിക സഹായമെത്തിക്കുന്നതിലും ട്രാൻസ്ജന്റർ ലൈംഗികത്തൊഴിലാളി വിഭാഗങ്ങൾ വഹിച്ച പങ്ക് കോളനി ഭരണകർത്താക്കൾ തിരിച്ചറിഞ്ഞു. ഇതേത്തുടർന്നാണ് ഈ വിഭാഗങ്ങളുടെ ശക്തി ദുർബ്ബലപ്പെടുത്തുകയെന്ന ലക്ഷ്യംവെച്ചുള്ള നിയമം നടപ്പിലാക്കുന്നത്. ഇതനുസരിച്ച് യോനീ ലിംഗ ലൈംഗികതയല്ലാതെയുള്ള വദന-ഗുദ സുരതക്രിയകളെ (Oral/anal/ sex)യെല്ലാം പ്രകൃതിവിരുദ്ധതയുടെ പട്ടികയിലാണുൾപ്പെടുത്തിയിട്ടുള്ളത്. സ്ത്രീ-പുരുഷ ലൈംഗികതയെപ്പോലും പ്രകൃതിവിരുദ്ധമാക്കാൻപോന്ന നിയമത്തിലൂടെ എൽ ജി ബി ടി സമൂഹത്തെ മാത്രമല്ല, ലൈംഗിക തൊഴിലാളി സമൂഹത്തെക്കൂടി ദുർബലമാക്കാൻ ബ്രിട്ടീഷ് ഭരണകർത്താക്കൾക്കായി. ചുരുക്കത്തിൽ കോളനിഭരണത്തിനെതിരെ സംഘടിക്കാനുള്ള ശേഷി ചോർത്തിക്കളയാനുള്ള രാസത്വരകമായിട്ടാണ് ഐ പി സി സെക്ഷൻ 377 കൊണ്ടുവന്നതെന്ന് ചരിത്രത്തിൽനിന്ന് എളുപ്പത്തിൽ വായിച്ചെടുക്കാം.

നൂറ്റാണ്ടുകൾക്കിപ്പുറമെങ്കിലും 1967 ൽ, ബ്രിട്ടൺ സ്വവർഗ്ഗരതിയെ കുറ്റവിമുക്തമാക്കിയതായി കാണാതിരുന്നുകൂടാ. ഇവിടെ അതിപ്പോഴും കുറ്റകരം തന്നെ?

ശരിയാണ്, ഇതിന് കാരണം, ഒട്ടനവധി മതങ്ങളാണ്. എന്നാലിക്കാര്യത്തിൽ ഹിന്ദുമതം അതിന്റെ ഭൂതകാലത്തിൽ സ്വവർഗ്ഗലൈംഗികതയെ സഹിഷ്ണുതയോടെയാണ് സമീപിച്ചിരുന്നതെന്ന് സമർത്ഥിക്കുവാനാകും.

നേരത്തെ സൂചിപ്പിച്ചപോലെ, *കാമസൂത്ര*യിലെ രേഖാ ചിത്രങ്ങളും ഖജ രാവോ പോലുള്ള ക്ഷേത്രങ്ങളുടെ ചുമർ ചിത്രങ്ങളും ഇതിനുദാഹരണ ങ്ങളാണ്. ഭാരതീയ പൗരാണിക ശാസ്ത്രത്തിൽ ലെസ്ബിയൻ ദേവത കളുണ്ട്. നപുംസകങ്ങൾ അഥവാ ഹിജഡകളടങ്ങുന്ന ശക്തമായ സാമൂ ഹിക വ്യവസ്ഥ നിലനിന്നിരുന്നു. ഇസ്ലാമിക-ക്രൈസ്തവ മതങ്ങളുടെ വിശുദ്ധ *ഖുറാനും ബൈബിളും* സ്വവർഗ്ഗരതിയെ പാപമായി ചിത്രീകരി ക്കുന്നു. ഹിന്ദുമത ശാസനങ്ങൾ പക്ഷേ, സ്വവർഗ്ഗരതി പാപമാണെന്ന് എവിടെയും പറഞ്ഞിട്ടില്ല. എന്തായാലും ഒരുകാര്യം വ്യക്തം- ഐ പി സി 377, ഇന്ത്യൻ ഭരണഘടന ഉറപ്പുനൽകുന്ന പൗരസ്വാതന്ത്ര്യത്തിന്റെ നഗ്നമായ ലംഘനമാണ്. വ്യക്തിയുടെ സ്വകാര്യതയിലേക്കുള്ള കടന്നു കയറ്റവും. കിടപ്പുമുറിയുടെ നാലുചുമരുകൾക്കുള്ളിൽ എന്തു നടക്കുന്നു എന്നതിനെക്കുറിച്ച് സർക്കാർ വേവലാതിപ്പെടേണ്ടതില്ല.

നിയമവിധേയമെന്താണെന്നും നിയമവിരുദ്ധമെന്താണെന്നും തീരുമാനി ക്കാനുള്ള അധികാരം നമ്മുടെ കേന്ദ്ര സംസ്ഥാന സർക്കാരുകൾക്കുണ്ട്. ഇതിനു പുറമേ, ഇന്ത്യൻ നീതിന്യായ മണ്ഡലം സ്വവർഗ്ഗ ലൈംഗിക തയെ നിയമവിധേയമാക്കണമെന്ന അഭിപ്രായവും പ്രകടിപ്പിച്ചിട്ടുണ്ട്. മാറി മാറി വരുന്ന സർക്കാരുകൾ എന്നിട്ടും സ്വവർഗ്ഗ അനുരാഗികൾ ഉൾപ്പെ ടുന്ന ലൈംഗിക ന്യൂനപക്ഷ താല്പര്യങ്ങൾക്കുനേരെ മുഖം തിരിക്കുക യാണ്. പ്രത്യേകിച്ചും ഐ പി സി സെക്ഷൻ 377 റദ്ദ് ചെയ്യുന്നതിൽ.

കാരണം, മറ്റൊന്നുമല്ല, ലൈംഗിക ന്യൂനപക്ഷങ്ങളെപ്പറ്റിയുള്ള അജ്ഞതയാണ്. ഇതിലുപരി മറ്റൊരു തരത്തിൽ പറഞ്ഞാൽ, ഈ എതിർപ്പുകളിലും വിമുഖതയിലും അന്തർലീനമായിരിക്കുന്നത് ഇന്ത്യൻ സിവിൽ സമൂഹത്തിന്റെ ഹിപ്പോക്രസിയാണ്.

സ്വവർഗ്ഗലൈംഗികതയോടുള്ള എതിർപ്പിന്റെ ആണിക്കല്ല് മതമേലാളന്മാ രാണെന്ന് പ്രത്യേകിച്ച് പറയേണ്ടതുണ്ടോ?

നോക്കൂ, നമ്മുടെ മതമേലാളർക്കിടയിലും സ്വവർഗ്ഗ പ്രേമികളുണ്ടെ ന്നതിന് എന്റെ പക്കൽത്തന്നെ നിരവധി ഉദാഹരണങ്ങളുണ്ട്. എന്നിട്ടും എതിർപ്പിന്റെ സ്വരമുയർത്തുന്നതിൽ ഒരു കുറവുമില്ല. ഇതാണ് ഞാൻ നേരത്തെ പറഞ്ഞ ഇന്ത്യൻ ഹിപ്പോക്രസി. സ്വവർഗ്ഗ അനുരാഗികളായ മതമേലാളർക്ക് ഞാൻ കൗൺസിലിങ് നൽകിയിട്ടുണ്ട്. പൗരോഹിത്യ ത്തിന്റെ പാത തെരഞ്ഞെടുത്തത് വിവാഹമെന്ന കുടുംബ സാമൂഹിക സമ്മർദ്ദത്തെ മറികടക്കുന്നതിന്റെ ഭാഗമായിട്ടാണെന്ന് അവരിലേറെയും എന്നോട് തുറന്നുപറഞ്ഞിട്ടുണ്ട്.

സ്വവർഗ്ഗരതിയെ കുറ്റവിമുക്തമാക്കുന്നതിൽ സർക്കാർ ഇനിയും മുന്നോ ട്ടുവരുന്നില്ല. ഇതിനുപിന്നിൽ മതമേലദ്ധ്യക്ഷന്മാരുടെ എതിർപ്പാണെന്ന് പറയാമോ? പറയാമെങ്കിൽ വോട്ടുബാങ്കുകളുടെ കുത്തക കാത്തുസൂ

ക്ഷിക്കുന്നവരെന്ന് അവകാശപ്പെടുന്ന മതനേതൃത്വങ്ങളെ രാഷ്ട്രീയ പ്രസ്ഥാനങ്ങൾ ഭയപ്പെടുന്നുവെന്നു തന്നെയല്ലേ?

തീർച്ചയായും അതുകൊണ്ടുതന്നെയാണ് ഞാൻ വീണ്ടും പറയുന്നത്, ഇതെല്ലാം നമ്മുടെ സിവിൽ സമൂഹത്തിന്റെ കൂട്ടായ കാപട്യത്തിന്റെ പ്രതിഫലനം തന്നെയാണെന്ന്. രാഷ്ട്രീയ പ്രസ്ഥാനങ്ങൾ മാനവികതയ്ക്ക് മുൻതൂക്കം നൽകുന്നുവെങ്കിൽ അവർ വോട്ടുബാങ്കുകളുടെ പിറകെ പായുകയില്ല. അതേസമയം മറിച്ചാണെങ്കിൽ അവിടെ കാപട്യം തിമിർത്താടുകതന്നെ ചെയ്യും.

ഇക്കാര്യത്തിൽ പാശ്ചാത്യഭരണകർത്താക്കളുടെ സമീപനത്തെക്കുറിച്ച് വിലയിരുത്താമോ?

പാശ്ചാത്യരാജ്യങ്ങളിലും സ്വവർഗ്ഗലൈംഗികതയുടെ കാര്യത്തിൽ മതങ്ങൾ പ്രത്യേകപങ്ക് വഹിക്കുന്നുണ്ട്. അതുകൊണ്ട്, ഭരണകർത്താക്കൾക്ക് സ്വതന്ത്രമായ നിലപാട് സ്വീകരിക്കുകയെന്നത് അത്ര എളുപ്പമല്ല. ക്രൈസ്തവസഭയ്ക്ക് സ്വാധീനമുള്ള ഇറ്റലിയുടെ കാര്യമെടുക്കുക. പോപ്പിന്റെ അധികാര കേന്ദ്രങ്ങളായ ഇറ്റലിയിലെ സർക്കാരും ഭരണകർത്താക്കളും സ്വവർഗ്ഗലൈംഗികതയെ അംഗീകരിക്കുന്നില്ല. അതേസമയം സ്വീഡൻ, ഓസ്ട്രേലിയ തുടങ്ങിയ രാജ്യങ്ങൾക്ക് സ്വർഗ്ഗ ലൈംഗികതയോട് ഉദാരസമീപനമാണ്.

HIV/AIDS യുമായി ബന്ധപ്പെട്ടുള്ള ദൂഷണത്തിനെതിരെ സ്വവർഗ്ഗ ലൈംഗികതയ്ക്ക് നിയമസാദ്ധ്യത അനുവദിക്കണമെന്ന് അംഗരാജ്യങ്ങളോട് ഐക്യരാഷ്ട്രസഭ ഒരു പ്രമേയത്തിലൂടെ ആവശ്യപ്പെട്ടിട്ടുണ്ട്. അമേരിക്കൻ പ്രസിഡന്റ് ഒബാമ അതിന് അംഗീകാരം നല്കിയിട്ടുമുണ്ട്. ഇതേക്കുറിച്ച് താങ്കളുടെ അഭിപ്രായമെന്താണ്?

സ്വവർഗ്ഗരതിയുമായി ബന്ധപ്പെട്ടുള്ള യു എൻ പ്രമേയം, പ്രസിഡന്റ് ഒബാമയുടെ അംഗീകാരം ഇതിനെക്കുറിച്ചെല്ലാം ആധികാരികമായി അഭിപ്രായം പറയാൻ ഞാനാളല്ല. കാരണം, അവയൊന്നും എന്റെ ശ്രദ്ധയിൽപ്പെട്ടിട്ടില്ല. ഒരു കാര്യം പറയാം- ലോകവ്യാപകമായി HIV/AIDS നിയന്ത്രണബോധവൽക്കരണപദ്ധതികൾക്ക് യു എൻ ധനസഹായം നൽകുന്നുണ്ടെന്നും അവയേറെ പ്രയോജനകരമാണെന്നും ഇതിനകം വ്യക്തമാക്കപ്പെട്ടിട്ടുണ്ട്.

ലൈംഗിക ന്യൂനപക്ഷങ്ങളോട് ദേശീയ മനുഷ്യാവകാശ കമ്മീഷൻ, ലോ കമ്മീഷൻ, ദേശീയാസൂത്രണ കമ്മീഷൻ തുടങ്ങിയവയുടെ സമീപനവും പൊതുവെ അനുകൂലമാണല്ലേ?

ദേശീയ മനുഷ്യാവകാശ കമ്മീഷന്റേതടക്കമുള്ള ഉന്നതതല സർക്കാർ സ്ഥാപനങ്ങളെല്ലാം ഞങ്ങളുടെ കമ്യൂണിറ്റിയോട് മൃദുസമീപനം സ്വീകരിച്ചിട്ടുണ്ടെന്നത് തീർത്തും ശ്രദ്ധേയമാണ്. എൽ ജി ബി ടി

കമ്യൂണിറ്റിക്ക് നിഷേധിക്കപ്പെടുന്ന മനുഷ്യാവകാശങ്ങൾ പുനഃസ്ഥാപിക്കുന്നതിൽ മനുഷ്യാവകാശ കമ്മീഷൻ ഏറെ ജാഗ്രത പുലർത്തുന്നുണ്ട്-പ്രത്യേകിച്ചും പൊലീസ് പീഡനങ്ങളിൽ നിന്നുള്ള സംരക്ഷണദിശയിൽ. അതുപോലെതന്നെ പ്ലാനിങ് കമ്മീഷൻ, ആഭ്യന്തര-നിയമ മന്ത്രാലയങ്ങൾ, വൈകിയാണെങ്കിലും കേന്ദ്ര ആരോഗ്യമന്ത്രാലയം ഇവയെല്ലാം തന്നെ ഇന്ത്യയിലെ ലൈംഗിക ന്യൂനപക്ഷങ്ങളോട് അനുഭാവപൂർവ്വമായ നിലപാടാണ് സ്വീകരിച്ചിട്ടുള്ളത്. ഇതിനുപുറമേ, സ്വവർഗ്ഗലൈംഗികതയെ നിയമവിധേയമാക്കിയുള്ള ദില്ലിഹൈക്കോടതി വിധിക്കെതിരെയുള്ള സുപ്രീം കോടതി അപ്പീലിൽ ഹൈക്കോടതി വിധിയെ എതിർക്കേണ്ടതില്ലെന്ന കേന്ദ്രസർക്കാർ തീരുമാനം ശ്ലാഘനീയം തന്നെയാണ്.

ദില്ലി ഹൈക്കോടതിവിധി റദ്ദ് ചെയ്യണമെന്നുള്ള സുപ്രീംകോടതി അപ്പീലിന്മേലുള്ള ആത്യന്തിക തീർപ്പ് എന്തായിരിക്കുമെന്ന് പറയാനാകുമോ?

ഇത് ഹ്യൂമാനിറ്റിയും ഹിപ്പോക്രസിയും തമ്മിലുള്ള സംഘട്ടനമാണ്. മനുഷ്യത്വമെന്ന വികാരം നമ്മുടെ സിവിൽ സമൂഹത്തിൽ ശേഷിക്കുന്നുണ്ടെങ്കിൽ, ഞങ്ങളുടെ എൽ ജി ബി ടി കമ്യൂണിറ്റിക്കായിരിക്കും വിജയം. അതല്ല, ഹിപ്പോക്രസിയാണെങ്കിൽ ഞങ്ങൾക്ക് അടിയറവ് പറയേണ്ടിവരും.

ലൈംഗിക ന്യൂനപക്ഷങ്ങൾക്ക് തുല്യനീതി ഉറപ്പാക്കപ്പെടുന്നില്ലെന്നതിന്റെ ആകുലതകൾ സദാ വേട്ടയാടുന്നുണ്ടല്ലേ?

നീതിതന്നെ ഞങ്ങൾക്ക് നിഷേധിക്കപ്പെടുന്നു. പിന്നെയല്ലേ, തുല്യനീതി. ഞങ്ങൾ വിവേചനങ്ങളുടെ ഇരകളാണ്. സ്വന്തം ലൈംഗികത അതായത് സ്വവർഗ്ഗ അനുരാഗിയാണെന്ന് വെളിപ്പെടുത്തുവാനാകാത്തയവസ്ഥ. വെളിപ്പെടുത്തിയാലാകട്ടെ, അവന്/അവൾക്ക് തൊഴിലിടങ്ങളിൽ നിന്നുപോലും പീഡനങ്ങൾ! കുടുംബസ്വത്ത് നിഷേധിക്കപ്പെടുന്നു. എന്തിനധികം ഒറ്റപ്പെടലിന്റെയും അന്യവൽക്കരണത്തിന്റെയും തടവറയിലാക്കപ്പെട്ടവരാണ് ഞങ്ങളുടെ കമ്യൂണിറ്റി. ഞങ്ങൾ ഈ സമൂഹത്തിന് ഒരു ദ്രോഹവും ചെയ്തിട്ടില്ല. തീവ്രവാദികളല്ല. ക്രിമിനലുകളുമല്ല, ഇതൊന്നും മനസ്സിലാക്കാൻ തയ്യാറാകാതെയാണ് ഞങ്ങളെ ക്രൂശിക്കുന്നത്. ഞങ്ങളും മനുഷ്യജീവികളാണ്. സഹജീവികളാണ്. ഇക്കാര്യങ്ങൾ ബോദ്ധ്യപ്പെടുന്നതിലുള്ള സമൂഹത്തിന്റെ വൈമുഖ്യം ഞങ്ങളെ ആലംബഹീനരാക്കുകയാണ്.

ഐ പി സി 377 റദ്ദ് ചെയ്യേണ്ട സമയമാണിതെന്ന് താങ്കൾക്ക് സംശയമുണ്ടാകില്ലല്ലോ?

ആദ്യമേ പറഞ്ഞതാണ്, ഈ നിയമം കോളനി ഭരണം അടിച്ചേല്പിച്ചതാണെന്ന്. 1947-ൽ കോളനിഭരണത്തിനു വിരാമമിട്ടു. അതോടൊപ്പം തന്നെ മാറിയ ലോകത്തിന് അനുചിതമായിത്തീർന്നിട്ടുള്ള കോളനി നിയ

മങ്ങൾ കൈയൊഴിയപ്പെടേണ്ടതുതന്നെയായിരുന്നു. നിർഭാഗ്യവശാൽ അതുണ്ടായില്ല. ഈ നിയമം ഞങ്ങളുടെ കമ്യൂണിറ്റിയുടെ മനുഷ്യാവകാശങ്ങൾ ചവിട്ടിമെതിക്കുകയാണ്. ഇന്ത്യയിലെ HIV/AIDS നിയന്ത്രണ ബോധവൽക്കരണ പ്രവർത്തനങ്ങൾക്ക് കൂടി ഐ പി സി 377 വിഘ്നം സൃഷ്ടിക്കുന്നുണ്ട്. ഇത്തരമൊരു സാഹചര്യത്തിൽ, ഈ നിയമം റദ്ദ് ചെയ്യപ്പെടുകതന്നെവേണം.

സ്വവർഗ്ഗരതി കുറ്റവിമുക്തമാക്കപ്പെട്ടാൽ, തങ്ങളിൽ മൂടിവെക്കപ്പെട്ടിട്ടുള്ള അതല്ലെങ്കിൽ അടിച്ചമർത്തപ്പെട്ടിട്ടുള്ള സ്വന്തം ലൈംഗികത സമൂഹത്തോട് വിളിച്ചുപറയാൻ കൂടുതൽ പേർ മുന്നോട്ടുവരുമോ?

സ്വവർഗ്ഗാനുരാഗം നിയമവിധേയമാക്കപ്പെടുമ്പോൾ സ്വവർഗ്ഗാനുരാഗികൾ വിവാഹമെന്ന സമ്മർദ്ദത്തെ അതിലംഘിച്ച് പുറത്തുവരികതന്നെ ചെയ്യും. കാരണം സ്ത്രീ പുരുഷ വിവാഹത്തിലൂടെ സ്വവർഗ്ഗാനുരാഗികൾ മറ്റൊരു വ്യക്തിയുടെ വിവാഹജീവിതം താറുമാറാക്കിക്കളയാൻ തയ്യാറാവുകയില്ല.

സ്വവർഗ്ഗാനുരാഗിയുടെ വിവാഹം ഒരു വ്യക്തിയുടെ ജീവിതത്തെ താറുമാറാക്കുമെന്ന് താങ്കൾ കൃത്യമായി തിരിച്ചറിയുന്നു. എന്നിട്ടും ഒരു സ്വവർഗ്ഗപ്രേമിയായ താങ്കൾ എന്തിനാണ് വിവാഹം കഴിച്ചത്?

ഈ ചോദ്യം പ്രസക്തമാണ്. അതോടൊപ്പംതന്നെ, സ്വവർഗ്ഗാനുരാഗത്തെക്കുറിച്ച് കൃത്യതയും വ്യക്തതയുമാർന്ന ധാരണ സിവിൽ സമൂഹത്തിൽ ഇനിയുമുണ്ടായിട്ടില്ലെന്നറിയണം. മാധ്യമങ്ങൾപോലും ഈയടുത്ത കാലങ്ങളിലാണ് സ്വവർഗ്ഗരതിയോട് ഒരു തുറന്ന സമീപനം കൈക്കൊള്ളുന്നത്. ഇതിനെല്ലാമുപരി, എന്റെ രാജകീയ കുടുംബാന്തരീക്ഷത്തിൽ എന്റെ ചിന്തകളും ആശയങ്ങളും സമൂഹവുമായി പങ്കുവെക്കാനുള്ള അവസരം അനുവദിക്കപ്പെട്ടില്ല. ഏറക്കുറെ തടവറയിലകപ്പെട്ട ജീവിതാന്തരീക്ഷം. അതുകൊണ്ടുതന്നെ ഞാൻ എന്താണ്? ഞാനെന്തുകൊണ്ട് സ്വവർഗ്ഗ പ്രേമിയാകുന്നു? സ്വവർഗ്ഗരതിയെക്കുറിച്ചുള്ള അജ്ഞത.... ഇത്തരത്തിലുള്ള ആശയക്കുഴപ്പങ്ങളിലായിരുന്നു ഞാൻ. ഞാനൊരു സ്വവർഗ്ഗാനുരാഗിയാണെന്ന് അന്നൊന്നും തിരിച്ചറിഞ്ഞിരുന്നില്ലെന്നതാണ് വാസ്തവം. സ്വവർഗ്ഗാനുരാഗം ഒരു താൽക്കാലിക പ്രതിഭാസം മാത്രമായിരിക്കുമെന്ന് ഞാൻ കരുതി. സ്ത്രീപുരുഷവിവാഹത്തിലൂടെ അത് അപ്രത്യക്ഷമായേക്കുമെന്നും ധരിച്ചു. ഇതൊക്കെയാണ് ഒരു പെൺകുട്ടിയുമായുള്ള വിവാഹത്തിൽ കലാശിച്ചത്. വിവാഹപൂർവ്വം പക്ഷേ എനിക്ക് എന്റെ ജീവിതപങ്കാളിയോട് ആകർഷണമുണ്ടായതേയില്ല. വിവാഹജീവിതം പൂർണ്ണാവസ്ഥയിലെത്തുകയില്ലെന്നു ബോധ്യപ്പെട്ടതോടെ, അത് തുടരേണ്ടതില്ലെന്ന യുക്തിയിലെത്തിച്ചേരുകയായിരുന്നു ഞാൻ.

വിവാഹം ചെയ്തതിൽ അനുതപിക്കുന്നുണ്ടോ?

ആദ്യമൊക്കെ, പക്ഷേ, വിവാഹ മോചനത്തോടെ അവർ പുനർവിവാഹം ചെയ്തുവെന്നറിഞ്ഞു. അതോടെ പശ്ചാത്താപമില്ലാതായി.

മുൻ ഭാര്യയുടെ ഇപ്പോഴത്തെ അവസ്ഥ?

പുനർവിവാഹ ജീവിതത്തിൽ അവർ സന്തോഷവതിയാണെന്ന് മാത്രമറിയാം.

എൽ ജി ബി ടി കമ്യൂണിറ്റിയോടുള്ള ഈ യാഥാസ്ഥിതിക സമൂഹത്തിന്റെ അസഹിഷ്ണുതയെ പ്രതി താങ്കൾ സദാ പരിതപിക്കുന്നു. അതേസമയം തന്നെ, അതിനെ വെല്ലുവിളിച്ച് സ്വന്തം ലൈംഗികസ്വത്വം തുറന്നു കാണിക്കാനുള്ള ചങ്കൂറ്റം ആർജ്ജിച്ചതെങ്ങനെയാണെന്ന് വിശദീകരിക്കാമോ?

അമിത സംരക്ഷണ (Over Protection) കുടുംബ ചട്ടക്കൂടിലാണല്ലോ എന്റെ പിറവി. അത് ഏതൊരു വ്യക്തിക്കും സമ്മാനിക്കുന്നത് തടവറയിലെ ജീവിതാവസ്ഥയാണ്. ഈയവസ്ഥയെ ലംഘിച്ച് പുറത്തു കടക്കാനുള്ള ചെറു അവസരങ്ങൾ പോലും അത്തരം വ്യക്തികൾ പാഴാക്കുകയില്ല. ഞാൻ അത്തരമൊരു അവസരത്തിന്റെ പിറകെ പായുകയായിരുന്നു. എനിക്കുമേൽ കെട്ടിയേല്പിക്കപ്പെട്ട എല്ലാ ബന്ധങ്ങളും പൊട്ടിച്ചെറിയാനുള്ള ബദ്ധപ്പാടിലായിരുന്നു ഞാൻ. സമൂഹത്തിലെ കപട നാട്യത്തിനെതിരെയുള്ള നിരന്തര സമര മനോഭാവവും എന്നിൽ ശക്തിപ്പെട്ടു. കപട നാട്യമെന്ന ദുർഭൂതത്തെ കുടത്തിൽ നിന്ന് തുറന്നുവിടുക. അതിലൂടെ സ്വവർഗ്ഗാനുരാഗത്തെപ്രതി ചർച്ചകൾക്കും വാദ-പ്രതിവാദങ്ങൾക്കും വഴി തുറക്കുക. ഇത്തരമൊരു ത്വരയാണ് എന്റെ ലൈംഗിക സ്വത്വം എന്തെന്ന് സമൂഹമദ്ധ്യേ തുറന്നു പറയാനുള്ള ആർജ്ജവമായി മാറിയത്.

താങ്കൾ സ്വവർഗ്ഗ അനുരാഗിയാണെന്ന് പൊതു ജനമദ്ധ്യേ തുറന്നു പറഞ്ഞ അവസരമേതായിരുന്നു?

വിവാഹമോചനാനന്തരം ഇന്ത്യയിലെ ആദ്യ സ്വവർഗ്ഗ അനുരാഗ പ്രവർത്തക (Gay right activist) നായ അശോക് റോമികാവിയുമായുണ്ടാക്കിയ ചങ്ങാത്തത്തിലൂടെയാണ് ഞാൻ സ്വവർഗ്ഗാനുരാഗിയാണെന്ന് ലോകസമക്ഷം വിളിച്ചുപറഞ്ഞത്. സ്വവർഗ്ഗരതിയോടുള്ള അഭിനിവേശം സ്വാഭാവികമാണെന്നും അതിൽ അസ്വാഭാവികതയൊന്നുമില്ലെന്നും എന്നെ ബോദ്ധ്യപ്പെടുത്തുന്നതിൽ കാവിക്ക് കഴിഞ്ഞുവെന്നിടത്താണ് സ്വവർഗ്ഗാനുരാഗിയാണെന്നുള്ള വെളിപ്പെടുത്തൽ സാദ്ധ്യമാക്കപ്പെട്ടത്.

താങ്കൾ ഇന്ന് ലോകപ്രശസ്തനാണ്. അത് പക്ഷേ, ഒരു ഇന്ത്യൻ വംശത്തിന്റെ പിൻഗാമിയായ യുവരാജാവായിട്ടല്ല. സ്വവർഗ്ഗാനുരാഗിയാണെന്ന് പൊതുജനമദ്ധ്യേ വിളിച്ചു പറയാനുള്ള ആർജ്ജവം കാണിച്ച വ്യക്തിയെന്ന നിലയിലാണ്. ഈ നിരീക്ഷണത്തോട് യോജിക്കുന്നുണ്ടോ?

രാജവംശത്തിൽ ജനിച്ചുവീഴുന്നതുതന്നെ പ്രശസ്തിയിലേക്കാണ്. ഇതു പറയുമ്പോൾപ്പോലും സ്വവർഗ്ഗപ്രേമിയാണെന്ന പരസ്യപ്രഖ്യാപനം പ്രശസ്തിയുടെ മാറ്റ് കൂട്ടിയിട്ടുണ്ടെന്നത് ശരിയാണ്. എന്റെ വെളിപ്പെടുത്തൽ ആഗോളതലത്തിൽത്തന്നെ ശ്രദ്ധിക്കപ്പെട്ടുവെന്നതിന് ഉത്തമ ദൃഷ്ടാന്തമാണ് ആഗോള ദൃശ്യമാധ്യമരംഗത്തെ പ്രശസ്ത അവതാരക ഓപ്പറ വിൻഫ്രിയയുടെ ടി വി പരിപാടിയിലേക്ക് ഞാൻ ക്ഷണിക്കപ്പെട്ടത്. *The Newyork Times, The Washington Post, Los Angeles Times*, തുടങ്ങിയ പാശ്ചാത്യമാധ്യമങ്ങളിൽ അഭിമുഖങ്ങൾ പ്രസിദ്ധീകരിക്കപ്പെട്ടതിനു പിന്നിലും GAY യാണെന്നുള്ള പരസ്യപ്രഖ്യാപനം സമ്മാനിച്ച ലോക പ്രശസ്തിതന്നെയാണെന്നതിൽ വ്യത്യസ്താഭിപ്രായമില്ല.

വിൻഫ്രി ഷോയോടുള്ള പ്രേക്ഷകപ്രതികരണമെന്തായിരുന്നു?

ലോകദൃശ്യമാധ്യമരംഗത്ത് ഏറെ ഉന്നതിയിലിടം നേടിയിട്ടുള്ള പരിപാടിയാണ് വിൻഫ്രി ഷോ, അവതാരക ഒരു സ്വവർഗ്ഗാനുരാഗിയല്ല. എന്നിട്ടുപോലും അവരുടെ പരിപാടിയിൽ പങ്കെടുക്കാനായി ഷിക്കാഗോയിലേക്ക് ഞാൻ ക്ഷണിക്കപ്പെട്ടു. ഇത് എൽ ജി ബി ടി കമ്യൂണിറ്റിയോടുള്ള ഇന്ത്യൻ സിവിൽ സമൂഹത്തിന്റെ കാഴ്ചപ്പാടിൽ മാറ്റങ്ങളുടെ അനുരണനങ്ങൾ സൃഷ്ടിക്കുന്നതിന് കാരണമായിട്ടുണ്ടെന്ന് പറയാനാകും. വിൻഫ്രി ഷോക്ക് ശേഷം ഇന്ത്യൻ സിവിൽ സമൂഹത്തിന്റെ എന്നോടുള്ള സമീപനത്തിൽ ശ്രദ്ധേയമായ മാറ്റം പ്രകടമാണ്. സ്വവർഗ്ഗാനുരാഗിയാണെന്നതുകൊണ്ടു മാത്രം എതിർത്തിരുന്നവർ ഇന്ന് എന്നെ പന്തുണയ്ക്കാൻ തുടങ്ങിയിരിക്കുന്നു!.

ആഗോളതലത്തിൽ എൽ ജി ബി ടി *കമ്യൂണിറ്റിയുടെ ഐക്യപ്പെടലിന് ഈ ഇന്റർനെറ്റ് യുഗം കാര്യമാത്രമായ സ്വാധീനം ചെലുത്തുന്നില്ലേ?*

തീർച്ചയായും, ഫേസ്ബുക്ക്, ഓർക്കുട്ട് തുടങ്ങിയവ ലോകമാസകലം സൗഹൃദത്തിന്റെ ശൃംഖലകൾ തീർക്കുകയാണ്. ലോക ജനസംഖ്യയുടെ 10 ശതമാനം മാത്രമാണ് ഞങ്ങളുടെ എൽ ജി ബി ടി കമ്യൂണിറ്റി. എന്നാൽ മറ്റുള്ളവരിൽ നിന്നെല്ലാം ഞങ്ങൾ ഇന്റർനെറ്റ് ചങ്ങാത്തം കെട്ടിപ്പടുക്കുന്നതിൽ ബഹുദൂരം മുന്നിലാണ്. അതിർത്തികൾ, സംസ്കാരം, ഭാഷ, മതം ഇവയൊന്നും തന്നെ എൽ ജി ബി ടി കമ്യൂണിറ്റി അഭിമുഖീകരിക്കുന്ന പ്രശ്നങ്ങൾ പങ്ക് വെക്കുന്നതിനും അതിലൂടെ പരിഹാരനിർദ്ദേശങ്ങൾ രൂപപ്പെടുത്തുന്നതിനുമായുള്ള ഇന്റർനെറ്റ് സൗഹൃദത്തിന് ഒരു തടസമേയാകുന്നില്ല.

ആഗോളീകരണം സ്വവർഗ്ഗലൈംഗികതയെ പ്രോത്സാഹിപ്പിക്കുന്നുവെന്നുള്ള വിമർശനം ശ്രദ്ധയിൽപ്പെട്ടിട്ടുണ്ടോ?

ഈ കാലഘട്ടത്തിൽ, യാഥാസ്ഥിതികാവസ്ഥ തുടരാനാകില്ലെന്ന് മനസ്സിലാക്കാതെ നിവൃത്തിയില്ലെന്നേ ഇക്കാര്യത്തിൽ എനിക്ക് പറയാനുള്ളൂ.

ഇന്ത്യൻ മെട്രോനഗരങ്ങൾ എൽ ജി ബി ടി കമ്യൂണിറ്റിയുടെ സ്വർഗ്ഗമായി മാറിയിട്ടുണ്ടോ?

എനിക്ക് തോന്നുന്നില്ല. നഗരകേന്ദ്രങ്ങളിലേക്ക് ഏവരും തൊഴിലവസരങ്ങൾ തേടി ചേക്കേറുന്നു. അതിൽ നിന്നും ഒട്ടും വ്യത്യസ്തമല്ലാതെയാണ് എൽ ജി ബി ടി യും നഗരകേന്ദ്രങ്ങളിലേക്ക് കുടിയേറുന്നത്.

ലൈംഗിക തൊഴിൽ / വേശ്യാവൃത്തി..... ഇതിന്റെ നിയമസാധുതയെക്കുറിച്ച് എന്തു പറയുന്നു?

വേശ്യാവൃത്തി സജീവമായി നിലനിർത്തുന്നതിന്റെ ഉത്തരവാദിത്വത്തിൽ നിന്ന് സമൂഹത്തിന് മാറിനില്ക്കാനാവില്ല. ജീവിതപങ്കാളിയോടുള്ള ലൈംഗിക അസംതൃപ്തിയാണ് ലൈംഗിക തൊഴിലാളികൾക്കിടം നല്കുന്നത്. ലൈംഗിക അസംതൃപ്തി സാധാരണക്കാരിൽ മാത്രം ഒതുങ്ങുന്നതല്ല. ഉന്നത സ്ഥാനമാനങ്ങൾ അലങ്കരിക്കുന്നവർക്കുമിത് ബാധകമാണ്. എന്തിനധികം മതമേലാളർപോലും ഇതിനൊരു അപവാദമല്ല. ഈ യാഥാർത്ഥ്യമംഗീകരിച്ച് മറ്റു രാജ്യങ്ങളിലെതുപോലെ ലൈംഗിക തൊഴിലിന് നിയമസാധുത നല്കാൻ ഭരണകർത്താക്കൾ തയ്യാറാകണമെന്നാണ് എന്റെ അഭിപ്രായം.

ലൈംഗിക വിദ്യാഭ്യാസം ഉറപ്പുവരുത്തേണ്ടതല്ലേ?

തീർച്ചയായും ശരിയായ ലൈംഗിക വിദ്യാഭ്യാസം പകർന്നു നൽകുന്നതിനുള്ള അവസരം സൃഷ്ടിക്കുന്നതിൽ നാം വളരെയേറെ മുൻതൂക്കം നൽകേണ്ടതുണ്ട്. മാതാപിതാക്കളിൽ നിന്ന് ലൈംഗിക വിദ്യാഭ്യാസം കുട്ടികൾക്ക് ലഭിക്കുമെന്ന് ധരിക്കുന്നത് മൗഢ്യമാണ്. ശരിയായ ലൈംഗിക വിദ്യാഭ്യാസം ലഭിക്കാതെവരുമ്പോൾ തെറ്റായ മാർഗ്ഗങ്ങൾ ശീലിക്കാൻ കുട്ടികൾ പ്രേരിപ്പിക്കപ്പെടുന്നു. ഈ ഗുരുതരാവസ്ഥ സർക്കാരും ലൈംഗിക വിദ്യാഭ്യാസത്തെ എതിർക്കുന്ന യാഥാസ്ഥിതികരും തിരിച്ചറിയുകതന്നെ വേണം.

ലോകത്തിലെ ഏക ഹിന്ദുരാഷ്ട്രമെന്ന ഖ്യാതിയാണ് അയൽരാഷ്ട്രമായ നേപ്പാളിന്. അവിടത്തെ ഒരു പാർലമെന്റ് അംഗം-സുനിൽ ബാബു പാന്ത്-നേപ്പാളിനെ സ്വവർഗ്ഗാനുരാഗികളുടെ കേളീരംഗമാക്കി മാറ്റാനുള്ള പരിശ്രമത്തിലാണെന്നു തോന്നുന്നു?

സ്വവർഗ്ഗരതിയെ അംഗീകരിച്ചിട്ടുള്ള ഏഷ്യൻ രാഷ്ട്രങ്ങളിലെ ഏക സുപ്രീംകോടതിയാണ് നേപ്പാളിലേത്. നേപ്പാൾ വൈദേശിക അധിനിവേശത്തിന്റെ പിടിയിലായിരുന്നില്ലെന്നത് സുപ്രീംകോടതിവിധിയെ സ്വാധീനിച്ചിട്ടുണ്ടെന്ന് വ്യക്തം. ഇന്ത്യയെപ്പോലെ ഒരു മതേതര സമൂഹമല്ല, മറിച്ച് ഹിന്ദു സമൂഹമാണെന്നതും സ്വവർഗ്ഗലൈംഗികതയോടുള്ള സഹിഷ്ണുതയിൽ പ്രകടമാണ്. സ്വവർഗ്ഗലൈംഗികതയോടുള്ള നേപ്പാളി സമൂഹത്തിന്റെ സഹിഷ്ണുതാബോധത്തിന് ആധാരമാകുന്നത് ഇതൊക്കെത്തന്നെയാണ്.

നേപ്പാളിനെ സ്വവർഗ്ഗാനുരാഗികളുടെ സ്വർഗ്ഗഭൂമിയാക്കാനുള്ള സുനിൽ പാന്തിന്റെ പരിശ്രമത്തെ നേപ്പാളി സർക്കാരും അകമഴിഞ്ഞ് പിന്തുണയ്ക്കുകയാണ്.

ഇക്കാര്യത്തിൽ നേപ്പാൾ സർക്കാർ പ്രായോഗിക നിലപാട് സ്വീകരിച്ചിരിക്കുന്നുവെന്നാണ് ഞാൻ കരുതുന്നത്. നേപ്പാളിന്റെ സമ്പദ്‌വ്യവസ്ഥ ഒട്ടും ഭദ്രമല്ല. ഈയവസ്ഥയിൽ വിദേശപണം നേപ്പാളിലേക്ക് ഒഴുകിയെത്തണം. ഇതിനുള്ള ഒരു നീർച്ചാലായി സ്വവർഗ്ഗരതിയിലധിഷ്ഠിതമായ വിനോദ്സഞ്ചാര വികസനത്തെ നേപ്പാൾ ഉപയോഗപ്പെടുത്തുകയാണ്. നേപ്പാളിന്റെ പ്രകൃതി സൗന്ദര്യം നുണഞ്ഞ് സ്വവർഗ്ഗാനുരാഗികൾ മധുവിധു ആഘോഷിക്കുമ്പോൾ നേപ്പാളിന്റെ വിദേശപണസഞ്ചയം ഉയരുമെന്നുള്ള കണക്കുകൂട്ടൽ അസ്ഥാനത്താകില്ലെന്നുതന്നെയാണ് എന്റെ വിശ്വാസം.

മാതാപിതാക്കളുമായുള്ള ബന്ധത്തെക്കുറിച്ച് ഒന്നും പറഞ്ഞില്ല.....

മാതാപിതാക്കളും ഞാനുമായുള്ളബന്ധം എപ്പോഴും മുറപ്രകാരമെന്നതിനപ്പുറത്തേക്ക് വികസിച്ചിട്ടില്ലെന്നുവേണം പറയാൻ. ആശയവിനിമയത്തിന്റെ അഭാവം മറ്റു ഭാരതീയ രാജകുടുംബഘടനയിലെന്നപോലെ തന്നെ എനിക്കും അനുഭവപ്പെട്ടിട്ടുണ്ട്. സ്വവർഗ്ഗ അനുരാഗിയാണെന്നുള്ള എന്റെ പരസ്യപ്രഖ്യാപനം മാതാപിതാക്കളെ കാര്യമായി അലോസരപ്പെടുത്തിയിട്ടുണ്ടെന്ന് ഇനിയും എനിക്ക് തോന്നിയിട്ടുമില്ല.

താങ്കൾ ഒരു കുഞ്ഞിനെ ദത്തെടുക്കാനുള്ള നീക്കത്തിലാണെന്ന് കേൾക്കുന്നുണ്ടല്ലോ?

ശരിയാണ്. സംസ്കാരസമ്പന്നമായ വംശപരമ്പര നിലനിർത്തുന്നതിന്റെ ഭാഗമായി ഒരു കുഞ്ഞിനെ ദത്തെടുക്കാനുള്ള തീരുമാനത്തിലാണ് ഞാൻ. എന്റെ പിതാവിൽ നിന്ന് ഉത്തരവാദിത്വങ്ങൾ ഏറ്റെടുക്കുമ്പോഴായിരിക്കും ആ ദത്തെടുക്കൽ.

സ്വവർഗ്ഗാനുരാഗികളുടെ സംഭോഗവേളയിൽ ഒരാൾ സ്ത്രീയുടെയും മറ്റൊരാൾ പുരുഷന്റെയും ചേഷ്ടാവിശേഷങ്ങൾ (എതിർലിംഗ സ്വഭാവം) പ്രകടിപ്പിക്കുന്നുണ്ടെന്ന് പറയുന്നു. ഇത് ശരിയാണെങ്കിൽ സ്ത്രീ പുരുഷ ലിംഗബോധത്തിലധിഷ്ഠിതമെന്ന് കരുതപ്പെടുന്ന ലൈംഗികബോധം സ്വവർഗ്ഗാനുരാഗികളിലും പ്രതിഫലിക്കപ്പെടുന്നുണ്ടെന്നല്ലേ സൂചിപ്പിക്കുന്നത്?

ഇല്ല, അതൊട്ടും ശരിയല്ല, ഇത് സമൂഹത്തിന്റെ തീർത്തും തെറ്റായ സങ്കല്പമാണ്. സംഭോഗവേളയിലെന്നുമാത്രമല്ല, സ്വവർഗ്ഗാനുരാഗികൾ സദാ തങ്ങൾക്ക് ജന്മനാൽ കൈവന്ന ലൈംഗികബോധത്തിന്റെ ഉടമകൾ മാത്രമാണ്.

പോരാടി ജീവിക്കുന്നതിലാണ് ആനന്ദം

രേവതി/പി അഭിജിത്

ബംഗളൂരു രവീന്ദ്ര കലാക്ഷേത്രയിൽ *ബദ്ക്കു ബയലു* എന്ന കന്നട നാടകത്തിന്റെ 50-ാമത് പ്രദർശനം നടക്കുകയാണ്. വൈകീട്ട് 6.30 ഓടെ സദസ്സ് നിറഞ്ഞുകവിഞ്ഞു. തന്റെ ആത്മകഥയായ *ദ ട്രൂത്ത് എബൗട്ട് മീ* എന്ന പുസ്തകത്തെ ആസ്പദമാക്കി എൽ ഗണേഷ് സംവിധാനം ചെയ്യുന്ന നാടകം കാണാൻ സദസ്സിൽ രേവതിയും ഉണ്ടായിരുന്നു.

തമിഴ്നാട്ടിലെ സേലം ജില്ലയിൽപ്പെട്ട നാമക്കൽ എന്ന ഗ്രാമത്തിൽ ജനിച്ച ദൊരൈസ്വാമിയാണ് തന്റെ സ്വത്വം തിരിച്ചറിഞ്ഞ് ഹിജഡ സമൂഹത്തിൽ ചേരുന്നതും ശസ്ത്രക്രിയ നടത്തി രേവതിയായി മാറുന്നതും. സ്വന്തം കുടുംബത്തിൽ നിന്നും സമൂഹത്തിൽ നിന്നും നേരിടുന്ന അവഗണനകളും പീഡനങ്ങളുമാണ് ഗണേഷ് തന്റെ നാടകത്തിലൂടെ ഹൃദസ്പർശിയായി അവതരിപ്പിച്ചത്.

നാടകം അവസാനിപ്പിച്ചപ്പോൾ സ്റ്റേജിൽ അണിനിരന്ന അഭിനേതാക്കളുടെ അടുത്തെത്തിയ രേവതിയെ നീണ്ട കരഘോഷത്തോടെയാണ് കാണികൾ വരവേറ്റത്. സമൂഹത്തിലെ വിവിധ തുറകളിൽപ്പെട്ടവർ അടങ്ങിയ സദസ്സ് അവിടെ ഹിജഡസമൂഹത്തിലെ പ്രതിനിധിയെ മനസ്സുനിറഞ്ഞ് ആദരിക്കുകയായിരുന്നു.

ഹിജഡകളുടെ ജീവിതം പിന്തുടർന്ന് ചിത്രങ്ങൾ പകർത്തുന്നതിന്റെ ഭാഗമായി ആറുവർഷങ്ങൾക്ക് മുമ്പ് ബംഗളൂരുവിൽവെച്ചാണ് രേവതിയെ പരിചയപ്പെടുന്നത്. ഹിജഡകൾക്കു വേണ്ടി ഒട്ടനവധി അവകാശ പോരാട്ടങ്ങൾക്ക് നേതൃത്വം നൽകി ഇന്നും ജീവിതത്തിൽ ഒരു പോരാളിയായി തുടരുന്ന രേവതിയുമായി നടത്തിയ സംഭാഷണത്തിൽ നിന്ന്:

ബദ്ക്കു ബദലു എന്ന നാടകത്തിൽനിന്ന് തുടങ്ങാം. എങ്ങനെയാണ് ഇങ്ങനെയൊരു നാടകം രൂപപ്പെട്ടത്?

എന്റെ ആത്മകഥയായ *ദ ട്രൂത്ത് എബൗട്ട് മീ* വായിച്ചിട്ടാണ് ഗണേഷ് ഇങ്ങനെയൊരു നാടകത്തിന്റെ ആശയം എന്നോട് പറയുന്നത്. എന്റെ ആത്മകഥയിലൂടെ ഹിജഡ സമൂഹത്തിന്റെ പ്രശ്നങ്ങളും വേദനകളും വായനക്കാരുമായി പങ്കുവെക്കാനായി. അതുപോലെ, നാടകത്തിലൂടെയും ഒട്ടനവധി ആളുകളിലേക്ക് ഞങ്ങളുടെ വിഷയങ്ങൾ എത്തിക്കാനാവും എന്ന പ്രതീക്ഷയിൽനിന്നാണ് ഈ നാടകം രൂപപ്പെട്ടത്. കർണ്ണാടകയിൽ വിവിധ സ്ഥലങ്ങളിൽ ഇതിനകം പ്രദർശിപ്പിച്ചു കഴിഞ്ഞ *ബദ്ക്കു ബയലു*വിന് നല്ല പ്രതികരണമാണ് ലഭിച്ചുകൊണ്ടിരിക്കുന്നത്.

എഴുത്തുകാരിയെന്ന പോലെതന്നെ ആക്ടിവിസ്റ്റ്, അഭിനേതാവ് എന്നീ നിലകളിലും രേവതി പ്രശസ്തയാണ്. എങ്ങനെ സ്വയം വിലയിരുത്തുന്നു?

ചെറുപ്പത്തിൽ കവിതകൾ എഴുതുന്ന ശീലം ഉണ്ടായിരുന്നു. ഞങ്ങളുടെ ഗ്രാമത്തിലെ ക്ഷേത്രങ്ങളിലും ഞാൻ പഠിച്ച സ്കൂളിൽ നടക്കുന്ന നൃത്തപരിപാടികളിലും നാടകങ്ങളിലും ഞാൻ പങ്കെടുക്കാറുണ്ടായിരുന്നു. ഞങ്ങളുടെ സമൂഹത്തിലേക്ക് വന്നശേഷം ജീവിക്കാനുള്ള നെട്ടോട്ടത്തിനിടയിൽ അതെല്ലാം കൈവിട്ടു. വർഷങ്ങൾക്കുശേഷം സന്തോഷ് ശിവൻ സംവിധാനം ചെയ്ത *നവരസ*യിലും നടൻ ജീവ പ്രധാന വേഷം ചെയ്ത *തെനാവെട്ടി*ലും അഭിനയിച്ചു. ഹിജഡകൾക്കും സിനിമകളിൽ അഭിനയിക്കാനാകും എന്ന സന്ദേശം സമൂഹത്തിന് നൽകാനായി എന്ന് കരുതുന്നു. ബംഗളൂരുവിൽ 'സംഗമ'യുമായി (ലൈംഗിക ന്യൂനപക്ഷങ്ങൾക്കായി പ്രവർത്തിക്കുന്ന സംഘടന) ബന്ധപ്പെട്ട് പ്രവർത്തിക്കുമ്പോൾ ദലിതരുടെയും ആദിവാസികളുടെയും നിരവധി പ്രശ്നങ്ങളിൽ ഇടപെട്ട് പ്രവർത്തിക്കാൻ കഴിഞ്ഞു. അതുപോലെ മുസ്ലീങ്ങളുടെയും സ്ത്രീകളുടെയും അവകാശ പോരാട്ടത്തിൽ പങ്കാളിയാവാൻ സാധിച്ചു. അങ്ങനെ സമൂഹത്തിലെ ന്യൂനപക്ഷ വിഭാഗങ്ങൾക്കൊപ്പം നിർഭയമായിനിന്ന് പ്രവർത്തിച്ചതുകൊണ്ടാവാം എല്ലാവരും എന്നെ 'ആക്ടിവിസ്റ്റ്' എന്ന് വിശേഷിപ്പിക്കുന്നത്.

ഉണർവ്വും ഉരുമവും, ദ ട്രൂത്ത് എബൗട്ട് മീ എന്നീ രണ്ടു പുസ്തകങ്ങൾ രേവതിയുടേതായി പുറത്തുവന്നു. എഴുത്തിലേക്ക് തിരിയാനുണ്ടായ സാഹചര്യം?

'സംഗമ'യുമായി ബന്ധപ്പെട്ട് പ്രവർത്തിക്കുമ്പോൾ കോളേജുകളിലും മറ്റ് പല പൊതുപരിപാടികളിലും ഞങ്ങളുടെ പ്രശ്നങ്ങളെക്കുറിച്ച് സംസാരിക്കാൻ പോകാറുണ്ടായിരുന്നു. പൊതുസമൂഹത്തിന് ഞങ്ങളെക്കുറിച്ച് മനസ്സിലാക്കാൻ നല്ല വഴികളിലൊന്ന് എന്ന നിലയിലാണ് എഴുത്തിലേക്ക് തിരിഞ്ഞത്. ഞങ്ങൾക്കിടയിലെ അമ്പതുപേരുടെ അനുഭവങ്ങൾ കോർത്തിണക്കി ഞാൻ എഴുതിയ *ഉണർവ്വും ഉരുമവും* എന്ന പുസ്തകത്തിന് തമിഴ്നാട്ടിൽ നല്ല പ്രതികരണമാണ് ലഭിച്ചത്. കാനഡയിലെ തമിഴ് സംഘത്തിന്റെ അവാർഡും ലഭിച്ചു. പുസ്തകത്തെക്കുറിച്ച് *തെഹൽക*യിൽ വന്ന റിപ്പോർട്ട് കണ്ടിട്ടാണ് പെൻഗ്വിൻ ബുക്സ് എന്നെ

സമീപിക്കുന്നത്. അങ്ങനെ അഞ്ചു വർഷത്തിനുശേഷം 2010 ൽ പെൻഗ്വിൻ ബുക്സ് എന്റെ ആത്മകഥ *ദ ട്രൂത്ത് എബൗട്ട് മീ* പ്രസിദ്ധീകരിച്ചു.

ഇംഗ്ലീഷ് ഭാഷയിൽ ആദ്യമായി പുറത്തിറക്കിയ ഹിജഡയുടെ ആത്മകഥയാണ് ദ ട്രൂത്ത് എബൗട്ട് മീ. പുസ്തകം പുറത്തിറങ്ങിയ ശേഷം എന്തെല്ലാം മാറ്റങ്ങളാണ് ഉണ്ടായത്?

ഞങ്ങളെക്കുറിച്ചും ഞങ്ങൾ നേരിടുന്ന പ്രശ്നങ്ങളെയും പ്രയാസങ്ങളെയും കുറിച്ച് ഈ പുസ്തകത്തിലൂടെ വായനക്കാരനുമായി സംവദിക്കാനായി എന്നാണ് ഞാൻ കരുതുന്നത്. ഭിക്ഷാടനം നടത്താനും സെക്സ്വർക്ക് ചെയ്യാനും മാത്രമല്ല അതിലേറെ കാര്യങ്ങൾ ചെയ്യാൻ ഹിജഡകൾക്കാവും എന്ന് *ദ ട്രൂത്ത് എബൗട്ട് മീ* തെളിയിച്ചു എന്നാണ് ഞാൻ പ്രതീക്ഷിക്കുന്നത്. ലോകത്തിലെ വിവിധ രാജ്യങ്ങളിൽ നിന്ന് തെരഞ്ഞെടുക്കപ്പെട്ട പ്രശസ്തരായ എഴുത്തുകാർക്കൊപ്പം 2011 ൽ ജയ്പൂരിൽ നടന്ന ഇന്റർനാഷണൽ ബുക്ഫെസ്റ്റിൽ പങ്കെടുക്കാൻ എനിക്ക് അവസരം ലഭിച്ചത് ഞങ്ങളുടെ സമൂഹത്തിന് ലഭിച്ച അംഗീകാരമായി ഞാൻ കരുതുന്നു. അവിടെ നടന്ന പുസ്തകചർച്ചയിൽ എന്റെ പുസ്തകവും ചർച്ചക്കുവന്നു. ഇപ്പോൾ പുസ്തകത്തെ ആസ്പദമാക്കി *ബദ്ക്കുബയലു* എന്ന പേരിൽ പുറത്തുവന്ന നാടകത്തിനും നല്ല പ്രതികരണമാണ് ലഭിക്കുന്നത്.

രേവതിയുടെ ആത്മകഥയിൽ മുംബൈയിലെ ജീവിതത്തിനിടയിൽ ഒരു റൗഡി ബലമായി ലൈംഗികവേഴ്ചയ്ക്ക് ഇരയാക്കുന്നതിനെക്കുറിച്ച് പറയുന്നുണ്ട്. അതുപോലെ ബംഗളൂരുവിലെ ഒരു പൊലീസുകാരൻ പീഡിപ്പിച്ചതിനെക്കുറിച്ചും പരാമർശിക്കുന്നുണ്ട്. അതേക്കുറിച്ച് പറയാമോ?

'സംഗമ' യൊക്കെ വരുന്നതിന് മുമ്പായിരുന്നു ആ സംഭവം. അക്കാലത്ത് പൊലീസിന്റെ ശല്യം ഹിജഡകൾക്ക് എന്നും ഉണ്ടായിരുന്നു. ഒരിക്കൽ ബംഗളൂരുവിലെ സെന്റ് മാർക്സ് റോഡിലൂടെ നടന്നുപോകുകയായിരുന്ന എന്റെ മുന്നിൽ പൊലീസ് വണ്ടി വന്നുനിന്നു. അവരെന്നെ കബൺ പാർക്ക് പൊലീസ് സ്റ്റേഷനിലേക്ക് കൊണ്ടുപോയി. സെക്സ്വർക്ക് ചെയ്യാൻ വന്നതല്ലേയെന്നും നീ തമിഴ്നാട്ടിൽ നിന്ന് ഇവിടെ എന്തിന് വന്നുവെന്നും ചോദിച്ചുകൊണ്ട് ഒരു പൊലീസുകാരൻ ബൂട്ടിട്ട കാലുകൊണ്ട് എന്നെ ചവിട്ടി. കരഞ്ഞുകൊണ്ട് ഞാൻ കാലിൽ വീണ് കേണപേക്ഷിച്ചിട്ടും അവർ വിട്ടില്ല. സീനിയർ ഓഫീസർ വരുന്നതുവരെ സ്റ്റേഷനിൽ ഇരിക്കാൻ പറഞ്ഞു. ഇതിനിടയിൽ പൊലീസ് സ്റ്റേഷനും പരിസരവും എന്നെക്കൊണ്ട് തൂത്ത് വൃത്തിയാക്കിച്ചു. പോകാനായി വീണ്ടും അപേക്ഷിച്ചെങ്കിലും അവർ വിട്ടില്ല. അർദ്ധരാത്രിയോടെ യൂണിഫോമിൽ രണ്ട് സ്റ്റാർ പതിച്ച പൊലീസുകാരൻ എന്റെ അടുത്തുവന്നു. സീനിയർ ഓഫീസർ പിറ്റേ ദിവസമേ വരുകയുള്ളൂവെന്നും പറഞ്ഞ് എന്നെ മറ്റൊരു മുറിയിലേക്ക് കൊണ്ടുപോയി. മുറിയോട് ചേർന്ന സെല്ലിൽ ഒരു പ്രതി കിടക്കുന്നുണ്ടായിരുന്നു. എന്നെ സെല്ലിൽ ഇരുത്തരുതെന്ന് അപേക്ഷിച്ച്

ഞാനാ പോലീസുകാരന്റെ കാലിൽ വീണു. അയാളെന്നോട് വസ്ത്രങ്ങൾ അഴിക്കാൻ പറഞ്ഞു. സെല്ലിൽ കിടക്കുന്ന പ്രതി നോക്കിനിൽക്കേ എന്റെ യാചനകൾ ചെവിക്കൊള്ളാതെ നിൽക്കുന്ന അയാൾക്ക് മുന്നിൽ ഭയത്തോടെ ഞാൻ വസ്ത്രങ്ങൾ അഴിച്ചു. ശസ്ത്രക്രിയ നടന്ന ഭാഗത്ത് ലാത്തിവെച്ച് നിങ്ങൾ എങ്ങനെയാണ് ലൈംഗികമായി ബന്ധപ്പെടുന്നതെന്ന് ചോദിച്ച് അധിക്ഷേപിച്ചു. എവിടെ നിന്നാണ് നിനക്ക് മുലകൾ വന്നതെന്ന് ചോദിച്ചു. എന്നിട്ട് കുനിച്ചു നിർത്തി പൃഷ്ഠഭാഗത്ത് ലാത്തികയറ്റാൻ തുടങ്ങി. വേദന കൊണ്ട് ഞാൻ ഉറക്കെ കരഞ്ഞു. അതിനുശേഷം അയാൾ കൈയിലിരുന്ന കടലാസിൽ എന്തൊക്കെയോ എഴുതിയശേഷം എന്റെ വസ്ത്രങ്ങൾ തന്ന് തിരിച്ചുപോയി. ഇത്തരം അനുഭവങ്ങൾ ഞങ്ങളിൽ പലർക്കും ഉണ്ടായിട്ടുണ്ട്. ആരും പുറത്തുപറയാറില്ലെന്നുമാത്രം. ഇന്ന് മീഡിയയും മറ്റും ശക്തമായതു കൊണ്ട് പൊലീസിന്റെ ഭാഗത്തുനിന്ന് തെറ്റായ നടപടികൾ ഉണ്ടാകാറില്ല.

ഇവിടെ പൊതുസമൂഹത്തിന്റെ കാഴ്ചയിൽ ഹിജഢകൾ ശല്യക്കാരാണ്. ട്രെയിനിലും മറ്റും വന്ന് യാത്രക്കാരെ ശല്യം ചെയ്ത് പണം അപഹരിക്കുന്നു. വേശ്യാവൃത്തി ചെയ്യുന്നു. മാന്യമായി ജീവിച്ചുകൂടേ എന്നാണ് ചോദ്യം?

ഇങ്ങനെ ചോദിക്കുന്നവർ അവരുടെ വീട്ടിൽ ഞങ്ങളെപ്പോലൊരാളെ താമസിപ്പിക്കുമോ? ഞങ്ങളിലൊരാൾക്ക് ജോലി വാങ്ങിക്കൊടുക്കുമോ? ഞങ്ങളുടെ ഇടയിൽ ടീച്ചേഴ്സ് ട്രെയിനിങ്ങും ബിരുദാനന്തര ബിരുദവും പൂർത്തിയാക്കിയവരുണ്ട്. ഐ എ എസിന് പഠിക്കുന്നവരുണ്ട്. എന്നാൽ, ആണും പെണ്ണുമല്ല എന്ന കാരണം പറഞ്ഞ് ഞങ്ങളിൽ പലർക്കും ജോലി ലഭിക്കാതെ പോകുന്നു. ഞങ്ങൾക്ക് സർക്കാർ ജോലി ലഭിക്കുന്നില്ല. ജീവിക്കാനുള്ള ഉപാധി എന്ന നിലയിലാണ് പലരും പരമ്പരാഗത തൊഴിലായ ഭിക്ഷാടനത്തിലേക്കും സെക്സ് വർക്കിലേക്കും തിരിയുന്നത്. ട്രെയിനുകളിലും മറ്റും ബലമായി കാശ് പിടിച്ചുവാങ്ങുന്നതിനോട് എനിക്ക് യോജിപ്പില്ല. അത് തെറ്റാണ്.

നിങ്ങളുടെ അവസ്ഥ ഒരു രോഗമാണെന്ന കാഴ്ചപ്പാട് വെച്ചുപുലർത്തുന്ന ചിലരുണ്ട്. രണ്ട് അടി കൊടുത്താൽ തീരുന്ന ഒരു രോഗമാണോ ഈ അവസ്ഥ?

ഞങ്ങളുടെ അവസ്ഥയെക്കുറിച്ച് ബോദ്ധ്യമുള്ളവർ ഇതൊരു രോഗമാണെന്ന് പറയുമെന്ന് തോന്നുന്നില്ല. സ്ത്രീയുടെ മാനസികാവസ്ഥയും പുരുഷന്റെ ശരീരവുമായി ജനിക്കുന്നവരാണ് ഞങ്ങളിൽ ഏറെപ്പേരും. ചുരുക്കം ചിലർ മാത്രം ശാരീരികവൈകല്യവുമായി ജനിക്കുന്നു. ലോകത്ത് എല്ലായിടത്തും ഞങ്ങളെപ്പോലുള്ളവരെ കാണാം. മനുഷ്യരാശിയുടെ ആരംഭം മുതൽ ഞങ്ങളെപ്പോലുള്ളവർ ഇവിടെ ഉണ്ടായിരുന്നുവെന്ന് ചരിത്രം പരിശോധിക്കുമ്പോൾ കാണാൻ കഴിയും.

രേവതിയെ കാണുന്ന ആരും രേവതിയൊരു ഹിജഡയാണെന്ന് പറയില്ല. സ്ത്രീയാണെന്നേ പറയൂ. നിങ്ങളിൽ പലർക്കും സ്ത്രൈണത കൈവരുത്താമെങ്കിലും പ്രസവിക്കാനാകാത്തത് വേദനയുണ്ടാക്കാറില്ലേ?

പുതിയ തലമുറയിൽപ്പെട്ടവരെല്ലാം എന്നെ അമ്മയെന്നാണ് വിളിക്കുന്നത്. എന്റെ ചേട്ടന്റെ മക്കളെ ഞാൻ എന്റെ മക്കളെപ്പോലെയാണ് നോക്കുന്നത്. എനിക്ക് പ്രസവിക്കാനാകില്ല. ഇവരെല്ലാവരും എന്നെ അമ്മയെന്ന് വിളിക്കുമ്പോൾ ഒരമ്മക്ക് കിട്ടുന്ന സന്തോഷം ഞാനും അനുഭവിക്കുന്നു. ഞങ്ങളിൽ ഒത്തിരിപ്പേർ കുഞ്ഞുങ്ങളെ ദത്തെടുത്തു വളർത്തുന്നുണ്ട്. പക്ഷേ, അതിനും സർക്കാറിന്റെ അംഗീകാരം ലഭ്യമല്ല.

സെക്സ്‌വർക്ക് ചെയ്യുന്ന ഹിജഡകൾ പലരും എയ്ഡ്സ് ബാധിതരാണല്ലോ?

എച്ച് ഐ വിയെക്കുറിച്ചും മറ്റ് ലൈംഗിക രോഗങ്ങളെക്കുറിച്ചും പൂർണ്ണബോദ്ധ്യമുള്ളവരാണ് ഭൂരിപക്ഷവും. എന്നാൽ രോഗം പിടിപെടുന്ന പലരും കൃത്യമായ ചികിത്സതേടാത്തതുകൊണ്ടും രോഗവിവരം മറ്റുള്ളവരിൽ നിന്ന് മറച്ചുവെക്കുന്നതുകൊണ്ടുമാണ് മരണമടയുന്നത്.

ഹിജഡകൾക്കിടയിൽ പ്രവർത്തിക്കുന്ന ഒട്ടനവധി സംഘടനകൾ ഉണ്ട്. എല്ലാവരും സത്യസന്ധമായാണോ പ്രവർത്തിക്കുന്നത്?

ഞങ്ങളുടെ ഉന്നമനം ലക്ഷ്യമാക്കി പ്രവർത്തിക്കുന്ന ചുരുക്കം സംഘടനകൾ മാത്രമാണ് ഇന്നുള്ളത്. മിക്കവരും പ്രവർത്തിക്കുന്നത് ഫണ്ട് സ്വരൂപിക്കാൻ വേണ്ടിയാണ്. ആത്മാർത്ഥമായി പ്രവർത്തിക്കുന്നവരുടെ എണ്ണം വിരലിലെണ്ണാവുന്ന അത്രയേ ഉള്ളൂ.

രേവതിയുടെ ആത്മകഥയിൽ 'ഫമില' എന്ന മിടുക്കിയായ ചേലയെ (മകൾ) ക്കുറിച്ച് പറയുന്നുണ്ട്. വിദ്യാഭ്യാസമുള്ളവളും സുന്ദരിയുമായ ഫമില ആത്മഹത്യ ചെയ്യുന്നത് പുസ്തകത്തിൽ പറയുന്നുണ്ട്. അതുപോലെ നിങ്ങൾക്കിടയിൽ നിരവധി ആത്മഹത്യകൾ നടക്കാറുണ്ടോ?

ഒരു പരിധിവരെ നമ്മുടെ പൊതുസമൂഹം അതിന് ഉത്തരവാദികളാണ്. സമൂഹത്തിൽനിന്നുള്ള പരിഹാസവും കുത്തുവാക്കുകളിൽ മനംനൊന്തും കാമുകന്മാരാൽ വഞ്ചിതരായും വിഷാദരോഗത്തിനടിമപ്പെട്ടവരുമാണ് ആത്മഹത്യയിൽ അഭയം തേടുന്നത്. ഇത്തരം ഒട്ടനവധി പ്രതിസന്ധികളെയും പ്രയാസങ്ങളെയും അതിജീവിച്ചാണ് ഞങ്ങളിൽ പലരും ഇന്നും മുന്നോട്ടുപോകുന്നത്.

ഹിജഡകൾക്കിടയിൽ ജാതിയുടെയും മതത്തിന്റെയും വേർതിരിവുകൾ ഉണ്ടോ? നിങ്ങൾ തമ്മിൽ പ്രശ്നങ്ങൾ ഉണ്ടാകാറുണ്ടോ?

ഹിജഡസമൂഹത്തിന് പരമ്പരാഗത ആചാരാനുഷ്ഠാനങ്ങളാണ് ഉള്ളത്. ഈ സമൂഹത്തിൽ വന്നുചേരുന്ന എല്ലാവരും അത് പിന്തുടരുന്നുണ്ട്. ഞങ്ങൾക്കിടയിൽ ജാതിയുടെയും മതത്തിന്റെയും അതിർവരമ്പുകൾ

ഇല്ല. എല്ലായിടത്തും എന്നപോലെ ചില കുടുംബ പ്രശ്നങ്ങൾ ഞങ്ങളുടെ ഇടയിലും ഉണ്ടാകാറുണ്ട്. അത് ഞങ്ങൾ മുതിർന്ന ഹിജഡകളുടെ സാന്നിധ്യത്തിൽ ചർച്ചചെയ്ത് പരിഹരിക്കുകയാണ് പതിവ്.

വാർദ്ധക്യകാലം ദുരിതകാലം എന്നാണ് പറയപ്പെടുന്നത്. ആരാണ് ഒരു തുണയുണ്ടാവുക?

പൊതുസമൂഹത്തിലെന്നപോലെ ഞങ്ങൾക്കിടയിലും വാർദ്ധക്യം ഒരു ദുരിതകാലമാണ്. കിഡ്നി തകരാറും ഷുഗർ പ്രശ്നങ്ങളും ക്ഷയവും മറ്റും ബാധിച്ച് മരിക്കുന്നവരാണ് ഏറെയും. അസുഖം ബാധിക്കുമ്പോൾ മറ്റുള്ളവരെ ബുദ്ധിമുട്ടിക്കാനുള്ള പ്രയാസം കാരണം ആത്മഹത്യയിൽ അഭയം തേടുന്നവരുണ്ട്. ഞങ്ങളുടെ നിയമപ്രകാരം പ്രായമാകുന്ന സമയത്ത് ഗുരുവിനെ (അമ്മ) ശുശ്രൂഷിക്കേണ്ട കടമ ചേലകൾക്കാണ് (മക്കൾ). അവർ ഗുരുവിനെ ശുശ്രൂഷിക്കുന്നു.

രേവതിയുടെ വിവാഹജീവിതം തകർന്നകാര്യം പുസ്തകത്തിൽ പറയുന്നുണ്ട്. അതുപോലെ ഹിജഡകളിൽ ചിലർ വിവാഹിതരാകാറുണ്ടല്ലോ. അവരുടെ അവസ്ഥ എന്താണ്?

നൂറിൽ രണ്ടു ശതമാനം മാത്രമേ പാർട്ണർമാരുമായി ശരിയായ രീതിയിൽ ദാമ്പത്യജീവിതം മുന്നോട്ട് കൊണ്ടുപോകുന്നുള്ളൂ. ചിലർ ഞങ്ങളെ വീട്ടുവേലക്കാരിയായി കാണുന്നു. മറ്റുചിലർ ഞങ്ങളുടെ കൈയിലെ പണം കണ്ടിട്ട് കല്യാണം കഴിക്കുന്നു. ചിലർ ലൈംഗിക ആവശ്യം പൂർത്തീകരിക്കാനുള്ള ഉപകരണമായി കാണുന്നു. വിവാഹങ്ങൾ 98 ശതമാനവും പരാജയങ്ങളാണ്.

രേവതിയോട് സ്ത്രീകൾക്കുള്ള സമീപനം എങ്ങനെയാണ്?

എന്നോട് വളരെ ഫ്രൻഡ്ലിയാണ്. ഇവിടെത്തന്നെ എന്നെ പലരും സ്ത്രീയായാണ് കാണുന്നത്. രേവതിയെ സ്വീകരിക്കാൻ അവർ തയ്യാറാണ്. പക്ഷേ, രേവതിയുടെ കൂട്ടുകാരെ സ്വീകരിക്കാൻ അവർ തയ്യാറല്ല. കാലം എല്ലാത്തിനും ഒരു മാറ്റമുണ്ടാക്കും. എന്ന പ്രത്യാശയിലാണ് ഞാൻ.

പുതിയ തലമുറയിൽപ്പെട്ടവരെക്കുറിച്ച് എന്തു പറയുന്നു. ഒരുപക്ഷേ, നിങ്ങളുടെ അത്ര ബുദ്ധിമുട്ടും കഷ്ടപ്പാടും അവർക്ക് അനുഭവിക്കേണ്ടിവന്നിട്ടുണ്ടാകില്ല.

എല്ലാവരും മിടുക്കരാണ്. വിദ്യാസമ്പന്നരാണ്. ബിരുദാനന്തര ബിരുദം കഴിഞ്ഞവരും ടി ടി സി കഴിഞ്ഞവരും സിവിൽ സർവ്വീസിന് പഠിക്കുന്നവരും അവർക്കിടയിലുണ്ട്. മോഡലിങ്ങും അഭിനയവും തൊഴിലാക്കിയവരുമുണ്ട്.

ഒരുകാലത്ത് ഏറെ ഉപദ്രവിച്ച രേവതിയെ വീട്ടുകാരും നാട്ടുകാരും അംഗീകരിച്ചു, അല്ലേ?

കുടുംബത്തിലുള്ളവരും നാട്ടുകാരും എന്നെ സ്ത്രീയായി കാണുന്നു. കല്യാണത്തിനും മറ്റു വിശേഷ പരിപാടികൾക്കും മറ്റുള്ളവരെ ക്ഷണിക്കുന്നപോലെ എന്നെയും ക്ഷണിക്കുന്നു. ഒരു സ്ത്രീയ്ക്ക് തരേണ്ട എല്ലാ പരിഗണനയും എനിക്ക് നല്കുന്നു. ഇപ്പോൾ രോഗബാധിതനായ അച്ഛനൊപ്പം നാമക്കലിലെ വീട്ടിലാണ് എന്റെ താമസം.

ഹിജഡകൾക്കായി രേവതി സർക്കാരിന്റെ മുന്നിൽ വെക്കുന്ന ആവശ്യങ്ങൾ എന്തൊക്കെയാണ്?

സർക്കാരിൽ നിന്ന് ദയയോ കാരുണ്യമോ അല്ല ഞങ്ങൾ ആവശ്യപ്പെടുന്നത്. സമൂഹത്തിൽ അന്തസ്സോടെ ജീവിക്കാനുള്ള അവകാശമാണ് ഞങ്ങൾക്ക് വേണ്ടത്. ഞങ്ങളും മനുഷ്യരാണ്. ഈ രാജ്യത്തിൽ ജീവിക്കുന്ന പൗരന്മാരാണ്. വോട്ട് ചെയ്യാനുള്ള അവകാശവും റേഷൻകാർഡും മാത്രമാണ് സർക്കാർ ഞങ്ങൾക്ക് അനുവദിച്ചത്. വോട്ട് നൽകുന്ന ഞങ്ങൾക്ക് മറ്റ് പിന്നാക്ക വിഭാഗങ്ങൾക്ക് നൽകുന്നപോലെ സംവരണം അനുവദിക്കണം. വിദ്യാഭ്യാസ ചെലവും ഹോസ്റ്റൽ ഫീസും സൗജന്യമാക്കണം.

കേരളത്തിലുള്ള പലരും ബംഗളുരുവിലേക്കും ചെന്നൈയിലേക്കും പലായനം ചെയ്യുകയാണല്ലോ. ഇവിടെ ഇന്ത്യയിൽ മറ്റിടങ്ങളിൽ ഉള്ളപോലെ ഒരു ഹിജഡ സമൂഹം രൂപപ്പെട്ടില്ലല്ലോ?

എല്ലാ വർഷവും റാലികൾ മാത്രം നടത്തിയതുകൊണ്ട് കാര്യമില്ല. കേരളത്തിലുള്ള എന്റെ സുഹൃത്തുക്കളോട് എനിക്ക് പറയാനുള്ളത് മറ്റ് സംസ്ഥാനങ്ങളിലേക്ക് പോകാതെ സ്വന്തം നാട്ടിൽ നില്ക്കണം എന്നാണ്. സ്വന്തം സമൂഹത്തിൽ പോരാടി ജീവിച്ചാൽ മാത്രമേ അവർക്ക് അവിടെ ഒരു നിലനിൽപ്പ് ഉണ്ടാവുകയുള്ളൂ. പ്രശ്നങ്ങൾ ഉണ്ടാവുകയാണെങ്കിൽ നിയമത്തിന്റെ പരിരക്ഷ തേടണം. സമ്പൂർണ്ണ സാക്ഷരതനേടിയ കേരള ജനതയ്ക്ക് ഞങ്ങളുടെ പ്രശ്നങ്ങൾ മനസ്സിലാക്കാനാകും എന്നുതന്നെയാണ് എന്റെ വിശ്വാസം. മറ്റൊരുകാര്യം, ഞാൻ കേരളത്തിൽ പലതവണ വന്നിട്ടുണ്ട്. അപ്പോഴൊന്നും എനിക്ക് ജനങ്ങളിൽ നിന്ന് മോശമായ അനുഭവം ഉണ്ടായിട്ടില്ല.

ഇനിയൊരു ജന്മമുണ്ടെങ്കിൽ ഇങ്ങനെ വീണ്ടും ജനിക്കരുതെന്ന് ആഗ്രഹിക്കുന്നവരാണ് ഹിജഡകൾ എന്നുകേട്ടിട്ടുണ്ട്. രേവതിയുടെ ആഗ്രഹം?

അങ്ങനെ ഒരു ജന്മമുണ്ടെങ്കിൽ എനിക്ക് രേവതിയായി ജനിക്കാൻ തന്നെയാണ് ആഗ്രഹം. ആണിനും പെണ്ണിനും കഴിയുന്നതിലധികം കാര്യങ്ങൾ എനിക്ക് ചെയ്യാൻ കഴിയുന്നുണ്ട്. മുംബൈ, ഡൽഹി, ബംഗളുരു തുടങ്ങി ഇന്ത്യയിലെ വിവിധ സ്ഥലങ്ങളിലെ ജീവിതം തന്ന അനുഭവങ്ങളാണ് എന്നെ നിങ്ങളുടെ മുന്നിൽ നില്ക്കുന്ന രേവതിയാക്കിയത്. പോരായ്മകളും ദു:ഖങ്ങളും വേദനകളുമെല്ലാം എല്ലാവർക്കുമുണ്ട്. അതിനൊടെല്ലാം പോരാടി ജീവിക്കുന്നതിലാണ് ഞാൻ ആനന്ദം കണ്ടെത്തുന്നത്.

www.ingramcontent.com/pod-product-compliance
Lightning Source LLC
LaVergne TN
LVHW100835051026
849519LV00006B/2301
* 9 7 8 9 3 8 4 4 4 5 5 6 0 *